AF762716

സ്ത്രൈണ വൃത്താന്തങ്ങൾ

Sthraina vrithanthangal
Study

Dr. Sreekala Mullassery

CHINTHA PUBLISHERS
Thiruvananthapuram

First Edition
October 2022

Published
Chintha Publishers, Thiruvananthapuram

Cover Design
Vinod Mangoes

ISBN : 978-93-94753-09-9

CO - 3195 / 6222

Email: chinthapublishers@gmail.com
Website: www.chinthapublishers.com

A version is available at National Libraries
Kolkata, Mumbai, Chennai and Delhi

Distribution
DESHABHIMANI BOOKHOUSE
H O Thiruvananthapuram 695035

Branch
Head Office Kunnukuzhi • Statue Thiruvananthapuram
KSRTC Bus Terminal Thampanoor • Saphalyam Complex Thiruvananthapuram
KSRTC Bus Station Alappuzha • KSRTC Bus Station Ernakulam
Machingal Lane Thrissur • IG Road Kozhikode
Mavoor Road Kozhikode • NGO Union Building Kannur
Central Bus Terminal Complex Thavakkara Kannur

സ്ത്രൈണ വൃത്താന്തങ്ങൾ

ഡോ. ശ്രീകല മുല്ലശ്ശേരി

ചിന്ത പബ്ലിഷേഴ്സ്
തിരുവനന്തപുരം-695 035
വില : ₹ 170

ഡോ. ശ്രീകല മുല്ലശ്ശേരി

മലപ്പുറം ജില്ലയിലെ തേഞ്ഞിപ്പലത്ത് ജനനം. കാലിക്കറ്റ് യൂണിവേഴ്സിറ്റി ഗവൺമെന്റ് മോഡൽ ഹൈസ്കൂൾ, പി എസ് എം ഒ കോളേജ് തിരൂരങ്ങാടി, കാലിക്കറ്റ് സർവ്വകലാശാല പഠനവകുപ്പ് എന്നിവിടങ്ങളിൽ പഠനം. ആനുകാലികങ്ങളിലും സോഷ്യൽ മീഡിയയിലും ഓൺലൈൻ വെബ്പോർട്ടലിലും നിരന്തരമായി എഴുതുന്നു. ഇപ്പോൾ കാലിക്കറ്റ് സർവ്വകലാശാലയിലെ താരതമ്യസാഹിത്യ പഠനവകുപ്പിൽ അദ്ധ്യാപികയായി ജോലി ചെയ്യുന്നു. *അത്തരം സ്ത്രീകൾക്ക് എന്ത് സംഭവിച്ചു, ഒരു ലൈംഗിക തൊഴിലാളിയുടെ പ്രണയകഥ* (തയ്യാറാക്കിയത്) എന്നീ ഗ്രന്ഥങ്ങൾ പ്രസിദ്ധീകരിച്ചു.

ഭർത്താവ് : കെ എസ് വിനോദ്കുമാർ

മക്കൾ : കാർത്തിക്, നക്ഷത്ര

ഫോൺ : 974581 1157

ഉള്ളടക്കം

പ്രസാധകക്കുറിപ്പ്

സ്ത്രൈണാനുഭവങ്ങളുടെ സ്വതന്ത്രമായ ആവിഷ്കാരങ്ങൾ തീവ്രമായ രാഷ്ട്രീയ നിലപാടിന്റെ പ്രഖ്യാപനമാണ്. അടിച്ചമർത്തലിന്റെ അധികാര വഴക്കങ്ങളെ നിരാകരിച്ചുകൊണ്ട് സ്വതന്ത്രമായ മുന്നേറ്റങ്ങൾ സാദ്ധ്യമാക്കുന്ന പെൺ ജീവിതങ്ങൾ നല്കുന്ന പാഠങ്ങൾ ഏറെ പ്രസക്തമാണ്. കല സാഹിത്യം സംസ്കാരം രാഷ്ട്രീയം എന്നു തുടങ്ങി അനവധി മണ്ഡലങ്ങളിലെ അസന്നിഹിതമാക്കപ്പെട്ട പെൺ ജീവിതാനുഭവങ്ങളെ കണ്ടെത്താനുള്ള ശ്രമത്തിന്റെ ഭാഗമാണ് *സ്ത്രൈണ വൃത്താന്തങ്ങൾ* എന്ന പഠന ഗ്രന്ഥം. പാശ്ചാത്യ പൗരസ്ത്യ ദേശങ്ങളിലെ ലബ്ധപ്രതിഷ്ഠരായ എഴുത്തുകാരുടെ ജീവിതത്തിലൂടെയും സാഹിത്യ കൃതികളിലൂടെയുമുള്ള സഞ്ചാരങ്ങളും ഈ കൃതിയുടെ ഭാഗമാണ്.

ചിന്ത പബ്ലിഷേഴ്സ്

ആമുഖം

എഴുതിത്തുടങ്ങുന്ന കാലത്തിനുമുന്നേ ഞാൻ കടുത്ത ജീവിതാനുഭവങ്ങളിലൂടെ കടന്നുപോയിരുന്നു. ഒരുപക്ഷേ, ഏത് വിഷയങ്ങളിലുള്ള എഴുത്തിനേയും അറിഞ്ഞോ അറിയാതെയോ ആ അനുഭവങ്ങൾ എന്നെ സ്വാധീനിച്ചിരുന്നു എന്ന് തോന്നിയിരുന്നു. അതുകൊണ്ടുതന്നെയാവാം നിരൂപണത്തിനോ പഠനത്തിനോ ലേഖനത്തിനോ ആധാരമാകുന്ന കൃതികളിൽ, എഴുത്തുകാരിൽ, കഥാപാത്രങ്ങളിൽ, കഥാസന്ദർഭങ്ങളിൽ, ജീവചരിത്രങ്ങളിൽ സ്ത്രീജീവിതങ്ങളിലൂടെ നോക്കിക്കാണാൻ എന്നെ പ്രേരിപ്പിച്ച ഘടകവും. ഒരിക്കൽപോലും പുറംലോകത്തോട് പങ്കുവെക്കില്ല എന്നു കരുതിയിരുന്ന ജീവിതാനുഭവങ്ങളെ ഞാൻപോലുമറിയാതെ എഴുത്ത് പുറത്തെത്തിച്ചു. അത് എനിക്കുവേണ്ടി മാത്രമായിരുന്നില്ല, ഞാനടക്കമുള്ള സ്ത്രീ ജീവിതങ്ങൾക്കുവേണ്ടിയാണ്. ഒരു സ്ത്രീയെന്ന നിലയിൽ ഞാൻ കാണുന്നതും കേൾക്കുന്നതും മനസ്സിലാക്കുന്നതുമായ കാര്യങ്ങൾ അതിനെത്തുടർന്നുണ്ടാകുന്ന സംശയങ്ങൾ, അന്വേഷണങ്ങൾ ലേഖനരൂപത്തിൽ ആക്കിയതാണ് ഈ പുസ്തകം. ഞാൻ ഉൾപ്പെടുന്ന സ്ത്രീയെ അവരുടെ അനുഭവങ്ങളിൽനിന്നും ചുറ്റുപാടുകളിൽനിന്നും കേൾക്കുക എന്നത് ഗവേഷണകാലം മുതലേ ജീവിതത്തിന്റെ ഭാഗമായിരുന്നു. കാലങ്ങളായി നീതി നിഷേധിക്കപ്പെട്ട, അജ്ഞാതരാക്കപ്പെട്ട, നിശ്ശബ്ദരാക്കപ്പെട്ട, സ്ത്രീജനതയുടെ ഭാഗത്തുനിന്ന് സാഹിത്യത്തെയും സമൂഹത്തെയും സംസ്കാരത്തെയും രാഷ്ട്രീയ സംഭവവികാസങ്ങളെയും നോക്കിക്കാണാനുള്ള ചെറിയൊരു ശ്രമമാണ് ഈ പുസ്തകത്തിൽ. അതുകൊണ്ടുതന്നെ കുടുംബജീവിതത്തിലും തൊഴിൽമേഖലയിലും സാഹിത്യത്തിലും സാമൂഹികസാംസ്കാരിക ഇടങ്ങളിലും അടിച്ചമർത്തപ്പെട്ട സ്ത്രീവിഭാഗത്തിന്റെ ഭാഗത്തു

നിന്നുള്ള വീക്ഷണങ്ങളാണ് മിക്കവയും. കൂടാതെ ലിയോ ടോൾസ്റ്റോയ്, സോഫിയ ആന്ദ്രേവന, ഏർണെസ്റ്റ് ഹെമിങ്‌വേ, രബീന്ദ്രനാഥ ടാഗോർ, സൂസൻ സൊൻടാഗ് എന്നിവരിലൂടെയുള്ള സഞ്ചാരങ്ങളും കോവിഡ് തീർത്ത പ്രതിസന്ധിയിൽ മരണത്തെക്കുറിച്ചുള്ള ചിന്തകളും പ്രശസ്തരായ എഴുത്തുകാരുടെ അസുഖബാധിതമായ ജീവിതവും മരണവുമൊക്കെ ലേഖനങ്ങളായി എഴുതാനുള്ള ശ്രമങ്ങളുണ്ട്. ഈ പുസ്തകത്തിൽ 2019 മുതൽ 2021 വരെയുള്ള കാലത്തിനുള്ളിൽ *പച്ചക്കുതിര* മാസികയിലും *ദേശാഭിമാനി* പത്രത്തിലും ട്രൂ കോപ്പി തിങ്ക്, ട്രൂ കോപ്പി വെബ്സീൻ, *മാതൃഭൂമി* ഓൺലൈൻ പോർട്ടലുകളിലും പ്രസിദ്ധീകരിക്കപ്പെട്ട ലേഖനങ്ങളുടെ സമാഹാരമാണ്. ഒരു പുസ്തകമെന്ന സ്വപ്നം യാഥാർത്ഥ്യമാകുമ്പോൾ, കൂടെനിന്ന് പിന്തുണച്ച സുഹൃത്തുക്കളും പ്രിയപ്പെട്ട എഴുത്തുകാരും എഡിറ്റർമാരും ധാരാളമുണ്ട്. അവരോടുള്ള സ്നേഹവും കടപ്പാടും പങ്കുവെക്കാതെ പുസ്തകത്തിന് പൂർണ്ണത കിട്ടില്ല. ഞാൻ ഈ പുസ്തകം അതിന്റെ എല്ലാ കുറ്റങ്ങളോടെയും കുറവുകളോടെയും വായനക്കാർക്ക് സമർപ്പിക്കുന്നു.

ഡോ. ശ്രീകല മുല്ലശ്ശേരി

ഡൗൺസിൻഡ്രോമുള്ള കുഞ്ഞിന്റെ അമ്മ

ഓരോ ദിവസവും വളരുന്ന ആധിയുടെ ആസ്തി ബാദ്ധ്യതയാണ്, യാഥാസ്ഥിതിക കുടുംബത്തിന്റെ കണക്കുപുസ്തകത്തിലെ പെൺകുട്ടി. എത്രയും പെട്ടെന്ന് വിവാഹം കഴിപ്പിച്ചു ആധിയും വ്യാധിയും തീർക്കുക എന്ന ലക്ഷ്യത്തിലേക്കെത്താൻ സംവിധാനം നിരന്തരം ശ്രമിച്ചുകൊണ്ടിരുന്നു. ഇതിനിടയിൽ പെട്ടെന്നാണ് എല്ലാവരും ആഗ്രഹിച്ച പോലെ ഒരു വിവാഹ ആലോചന വരുകയും നാട്ടുനടപ്പിനനുസരിച്ചു നടക്കുകയും ചെയ്തത്.

കല്യാണം കഴിഞ്ഞ പിറ്റേ മാസം മുതൽ തീണ്ടാരി മുറിഞ്ഞോ എന്നന്വേഷിക്കുന്ന ജനക്കൂട്ടത്തിന് നടുവിലാണ് ഞാൻ ചെന്നുപെട്ടത്.

വ്യക്തി ജീവിതത്തിലുള്ള സാമൂഹിക സമ്മർദ്ദങ്ങളെ അതിജീവിക്കാൻ വ്യവസ്ഥയ്ക്ക് അനുകൂലമായി രൂപപ്പെട്ടവർക്ക് പെട്ടെന്ന് കഴിയില്ലല്ലോ. അങ്ങനെ വിശേഷം ആയില്ലേ എന്ന ചോദ്യങ്ങൾക്ക് വിരാമമിട്ടുകൊണ്ട് മൂന്നാമത്തെ മാസം ഞാൻ ഗർഭിണി ആയി.

സത്യത്തിൽ കുട്ടികൾ ഇപ്പോ വേണോ വേണ്ടയോ എന്നൊന്നും ഞങ്ങൾ തീരുമാനിച്ചിരുന്നില്ല. അതിനെക്കുറിച്ചു വേണ്ടത്ര ചിന്തിച്ചിരുന്നില്ല. മാനസികമായി അതിന് പാകപ്പെട്ടിരുന്നുമില്ല.

എന്റെ ഛർദ്ദിയും തലചുറ്റലും ആഘോഷിക്കുന്ന ഒരു കൂട്ടത്തിനിടയിൽ ഞാൻ അസ്വസ്ഥയായിരുന്നു. പെട്ടെന്ന് ഗർഭിണി ആയതുകൊണ്ട് വിവാഹം കഴിഞ്ഞതിനുശേഷം എവിടെയും പോകാൻ കഴിഞ്ഞില്ല. തുടർച്ചയായ അസുഖങ്ങൾ ആയതുകൊണ്ട് ഹോസ്പിറ്റലിൽനിന്ന് ഇറങ്ങാനുള്ള നേരം ഉണ്ടായിരുന്നില്ല. എന്ത് കഴിച്ചാലും ഛർദ്ദി ആയതുകൊണ്ട് ഗ്ലൂക്കോസ് കയറ്റുക മാത്രേ നിവൃത്തി ഉണ്ടായിരുന്നുള്ളൂ. ഒന്നിന് പുറകെ ഒന്നായി ഓരോ അസുഖങ്ങൾ വന്നതുകൊണ്ട് ഗർഭകാലം കൂടുതലും

ആശുപത്രിയിലായിരുന്നു. ഓരോ സ്കാനിങ് റിസൾട്ട് വരുമ്പോഴും കുഴപ്പമില്ല എന്ന് ഡോക്ടർ പറയുമ്പോഴും ഞാൻ ആശ്വാസപ്പെട്ടിരുന്നില്ല. വെറും 43 kg മാത്രമുള്ള എന്റെ ശരീരത്തിന് താങ്ങാനാവുന്നതിലും അധികം അസ്വസ്ഥതകളാണ് ഗർഭകാലം എനിക്ക് തന്നത്. ഒരു ദിവസം പോലും ഞാൻ സന്തോഷത്തോടെ ജീവിച്ചിരുന്നില്ല. ഓരോ നിമിഷം ഓരോ യുഗങ്ങളായി ആശുപത്രി വരാന്തയിലൂടെ വലിയ വയർ വലിച്ചു ഞാൻ നടന്നു.

അങ്ങനെ എട്ടാമത്തെ മാസം ചെക്കപ്പിന് പോയപ്പോൾ എന്റെ ഊഴത്തിനായി കാത്തുനില്ക്കവേ സാരി നനഞ്ഞു വരുന്നതുപോലെ തോന്നിയത്. അമ്നിയോട്ടിക് ദ്രവം മുഴുവനും ഒ പി റൂമിനു മുന്നിൽ ഒഴുകി പരക്കുമ്പോഴും ഞാൻ പേടിച്ചു വിറച്ചു ഉറക്കെ കരഞ്ഞുകൊണ്ടിരുന്നത് മാത്രമാണ് ഓർമ്മ. ഉടനെ തന്നെ സിസേറിയൻ നടത്തി കുഞ്ഞിനെ പുറത്തെടുത്തു എന്ന് പോസ്റ്റ്ഓപ്പറേറ്റീവ് വാർഡിൽ എത്തിയപ്പോ അവിടത്തെ നഴ്സ് ആണ് പറഞ്ഞത്. കുഞ്ഞ് ആൺകുട്ടിയാണ്. 2 കിലോയിൽ താഴെ മാത്രം തൂക്കം ഉള്ളതിനാൽ കുഞ്ഞു NICU വിൽ ആണെന്നു പറഞ്ഞു.

പോസ്റ്റ്ഓപ്പറേറ്റീവ് വാർഡിൽ എന്നെ കാണാൻ വന്ന ഭർത്താവിന്റെയും വീട്ടുകാരുടെയും മുഖത്തു സന്തോഷമില്ലാത്തതു ഞാൻ ശ്രദ്ധിച്ചിരുന്നു. കുട്ടി ആരെമാതിരിയാണ് എന്ന എന്റെ ചോദ്യത്തിന് മുന്നിൽ നിശ്ശബ്ദത മാത്രമായിരുന്നു. റൂമിലേക്ക് മാറ്റിയപ്പോഴും അവിടെ ഒരു മരണവീടിന്റെ കനത്ത മൗനം തളംകെട്ടിയിരുന്നു. 4 ദിവസത്തിന് ശേഷമാണ് NICU വിൽ പോയി കുഞ്ഞിനെ കണ്ടത്. സൂചി തറയ്ക്കുന്ന സ്റ്റിച്ചിന്റെ വേദനയിലും വീൽ ചെയറിൽ ഇരുന്ന് കുഞ്ഞിനെ കൈയിൽ എടുത്തു. അവനെ മുഴുവനായി നോക്കി. ചുവന്ന കൈയും കാലും വിടർത്തി പരിശോധിച്ചു. കുഞ്ഞിന് പാല് കൊടുക്കേണ്ട എന്ന് സിസ്റ്റർ പറഞ്ഞപ്പോൾ ഞാൻ ഞെട്ടി. എന്നെപ്പോലെയുള്ള അമ്മമാർ NICU വിൽ നിരന്നിരുന്ന് പാല് കൊടുക്കുന്നുണ്ട്. എന്തുകൊണ്ട് എന്റെ കുഞ്ഞിന് പാൽ കൊടുക്കേണ്ടെ എന്ന ചോദ്യത്തിന് ആർക്കും മറുപടിയില്ല. പിന്നീടുള്ള എന്റെ ജീവിതത്തിൽ ഉള്ള ചോദ്യങ്ങൾ ആരും കണ്ടില്ല ആരും കേട്ടില്ല. കേട്ടിട്ടും മറുപടി തന്നില്ല.

ഓരോ ദിവസങ്ങളും മാസങ്ങളും കടന്നുപോയി. അവന് സിദ്ധാർത്ഥ് എന്ന് പേരിട്ടു. കുഞ്ഞിനെ കാണാൻ വരുന്നവർ കുട്ടിയുടെ കണ്ണിന് എന്തോ കുഴപ്പമുണ്ടല്ലോ. കമിഴ്ന്നില്ലേ? മുട്ട് കുത്തിയില്ലേ? എന്നൊക്കെയുള്ള ചോദ്യങ്ങൾ ചോദിക്കുമ്പോഴും എന്നിൽ ഒരു സംശയവും തോന്നിയില്ല. വാക്സിൻ കൊടുക്കാൻ പോകുമ്പോഴും ഡോക്ടറും സിസ്റ്ററുമായി ഇടപഴകാൻ എന്നെ ആരും സമ്മതിക്കാറില്ല. ആ സമയത്തു കുട്ടിയെ എന്റെ കൈയിൽനിന്നും അമ്മയും ഭർത്താവും വാങ്ങിക്കൊണ്ട് പോകും, കല്യാണങ്ങളിലും പാർട്ടികളിലും പങ്കെടു

ക്കാൻ പോയാൽ ആളുകൾക്ക് കുട്ടിയെപ്പറ്റിയുള്ള ചോദ്യങ്ങളാണ്. കുട്ടിക്ക് എന്തോ കുഴപ്പമുണ്ട് എന്ന് ആളുകൾ എന്റെ മുഖത്തു നോക്കി പറയാൻ തുടങ്ങിയപ്പോഴും ഞാൻ ശക്തമായി ഡിഫെന്റു ചെയ്തു. പിന്നീട് ഞാൻ ആളുകളെ പേടിച്ചു പുറത്തിറങ്ങാതെയായി. ഞാനും അവനും മാത്രമുള്ള ഒരു വൈകാരിക അന്തരീക്ഷത്തിൽ ഞങ്ങൾ പരസ്പരം സന്തോഷം കണ്ടെത്തി. അതിനിടയിൽ കുട്ടിയെ അമ്മയുടെ അടുത്ത് ഏല്പിച്ചു ഞാൻ എം ഫിൽ ചെയ്യാൻ യൂണിവേഴ്സിറ്റിയിൽ ചേർന്നു പാർട് ടൈം ആയി ഗസ്റ്റ് ലക്ചറർ ആയി ജോലിയും ചെയ്തു.

ഇതിനിടയിൽ ഒരിക്കൽ കുഞ്ഞിനെക്കൊണ്ട് കോഴിക്കോട് ഇല്ലം എലെക്ട്രോണിക് ഷോപ്പിൽ ഫ്രിഡ്ജ് വാങ്ങിക്കാൻ ഭർത്താവിനോടൊപ്പം ചെന്നപ്പോൾ ഒരാൾ എന്നെയും കുട്ടിയേയും മാറി മാറി നോക്കുന്നു. അതിൽ എന്തോ അസ്വാഭാവികത നിലനിന്നിരുന്നതിനാൽ അയാളുടെ കാഴ്ചവട്ടത്തിൽനിന്നും മാറി നടന്നു. എന്നിട്ടും അയാൾ എന്റെ പിന്നാലെ വരുന്നു. ഇവിടെ നിന്നും പെട്ടെന്ന് പോകണമെന്ന് ഭർത്താവിനോട് പറഞ്ഞപ്പോഴേക്കും അയാൾ തൊട്ടു പുറകിൽ. എന്റെ ഒക്കത്തുള്ള കുഞ്ഞിന്റെ മുഖത്തേക്ക് വിരൽ ചൂണ്ടി അയാൾ പറഞ്ഞു ഈ കുട്ടിക്ക് ഡൗൺ സിൻഡ്രോം ആണ് എന്ന്. എനിക്കറിയാം ഞാൻ കോഴിക്കോട് മെഡിക്കൽ കോളേജിലെ പീഡിയാട്രീഷ്യൻ ആണ് എന്ന അഭിപ്രായത്തെ ഉറപ്പിക്കാൻ ആധികാരികതയ്ക്ക് വേണ്ടി അയാൾ പറഞ്ഞു.

അന്ന് മാത്രമാണ് ഞാൻ റിയാലിറ്റി എന്തെന്ന് ഞെട്ടലോടെ മനസ്സിലാക്കിയത്. അതൊരു ജനിതക വൈകല്യമാണെന്നും മനുഷ്യരിൽ സാധാരണയുള്ള 23 ക്രോമോസോമൽ ജോഡിയിൽ 23-ാമത്തെ ജോഡിയിൽ ഒന്ന് അധികരിച്ചു വരുന്ന അവസ്ഥയാണ് എന്ന് ബി എസ് സിക്ക് ജനറ്റിക്സ് പഠിക്കുമ്പോൾ പഠിച്ചിരുന്നതായി ഓർത്തെടുത്തു.

പക്ഷേ, ഭർത്താവിനും വീട്ടുകാർക്കും അറിയാവുന്ന സത്യം എന്നിൽ നിന്നും മറച്ചുവെച്ചതിനെ ഒരു ഭ്രാന്തിയെപ്പോലെ ചോദ്യം ചെയ്തു. നിസ്സഹായരായ കുറെ കണ്ണുകൾ എനിക്കുചുറ്റും കണ്ണീർ വാർക്കുന്നതുമാത്രമായിരുന്നു ഞാൻ കണ്ടത്. 23 വയസ്സിൽ ഇങ്ങനെ ഒരു കുഞ്ഞുണ്ടാവാൻ യാതൊരു ചാൻസും ഉണ്ടാവില്ല. അല്ലെങ്കിൽ പ്രീവിയസ് ഫാമിലി ഹിസ്റ്ററി വേണം അതും ഈ കേസിൽ ഇല്ല. അല്ലെങ്കിൽ ദമ്പതികൾ തമ്മിൽ ബ്ലഡ്റിലേഷൻ ഉണ്ടാവണം എന്നൊക്കെ ഡോക്ടേഴ്സ് പറയുമ്പോഴും എന്റെ കൈയിൽ ഇരുന്ന മംഗോളിയൻ കണ്ണുകൾ സത്യം ഉറക്കെ വിളിച്ചു പറഞ്ഞു.

എല്ലാവരും കുട്ടിയെ വിചിത്ര ജീവിയെപ്പോലെ നോക്കുന്നത് കാണുമ്പോൾ ആദ്യമാദ്യം ഞാൻ തളർന്നു. പിന്നീട് എനിക്ക് വാശിയായി. അവന് വേണ്ടി ജീവിക്കണം. അവനെ ട്രെയിൻ ചെയ്തെടുക്കാൻ ഞാൻ ഡൗൺ സിൻഡ്രോമിനെക്കുറിച്ചു കൂടുതൽ വായിച്ചു. ഡോക്ടർമാരോട് സംശ

യങ്ങൾ ചോദിച്ചു. അവന്റെ abnormality നോർമൽ മനുഷ്യന്റെ പോലെ ആക്കി എടുക്കാൻ ശക്തമായ മനസ്സോടെ അവനോടൊപ്പം പൊരുതാൻ തീരുമാനിച്ചു. ഈ സമയത്തു ഞാനും അവനും കൂടുതൽ വൈകാരികമായി അടുത്തു. അപ്പോഴും നാട്ടുകാർ എന്നെയും കുഞ്ഞിനേയും വെറുതെ വിട്ടില്ല. ഒളിഞ്ഞും തെളിഞ്ഞും അടക്കിപ്പിടിച്ചും അവർ കുട്ടിയുടെ അബ്നോർമാലിറ്റിയെക്കുറിച്ച് വാചാലരായി.

ഡിപ്പാർട്ട്മെന്റിൽ പോയാലും പെട്ടെന്ന് തിരിച്ചു വന്നു. ഒരു നിമിഷം പോലും പിരിഞ്ഞു നില്ക്കാൻ കഴിയുന്നില്ല. ഞാൻ പോകുമ്പോൾ അവൻ വാവിട്ട് കരഞ്ഞു. ഇതിനിടയിലും ഞാൻ അവന്റെ പ്രായത്തിലുള്ള മറ്റു കുട്ടികളെ നോക്കി എന്തെ എനിക്ക് മാത്രം ഇങ്ങനെ എന്ന് നെടുവീർപ്പിട്ടു.

2 വയസ്സായപ്പോഴേക്കും അവൻ നോർമൽ കുട്ടികൾ ചെയ്യുന്ന കാര്യങ്ങളിലേക്ക് വളരാൻ തുടങ്ങി. ഇതിനിടയിൽ ഇടയ്ക്കിടെ അവന് പനി വന്നു കൊണ്ടിരുന്നു. ഡോക്ടർമാരെ കാണിക്കുമ്പോൾ ആന്റിബയോട്ടിക് തരുകയും രണ്ടു ദിവസത്തിനുള്ളിൽ മാറുകയും ചെയ്തു. മരുന്ന് കഴിഞ്ഞാൽ വീണ്ടും പനി വരുന്നത് ശക്തമാവുകയും ചെയ്തു. കാലിലും കൈയിലും കറുത്ത പാടുകൾ പ്രത്യക്ഷപ്പെട്ടു. പ്രസവിച്ചപ്പോ മുതൽ കാണിച്ച ഡോക്ടറെക്കൊണ്ട് കാണിച്ചപ്പോൾ ബ്ലഡ് ടെസ്റ്റ് ചെയ്യണം എന്ന് പറഞ്ഞു. പിറ്റേ ദിവസമുള്ള ബ്ലഡ് കൗണ്ട് പരിശോധന റിസൾട്ട് കണ്ടപ്പോൾ അബ്നോർമൽ സെൽ എന്ന് ഞാൻ വായിച്ചെടുത്തത് ഒരു ഞെട്ടലോടെയാണ്. അതിനുശേഷം രണ്ട് ദിവസം കഴിഞ്ഞതിനുശേഷം മറ്റൊരു ബ്ലഡ് റിസൾട്ട് വന്നപ്പോൾ ഡോക്ടർ ഭർത്താവിനോടൊപ്പം എന്നെയും വിളിപ്പിച്ചു. 2 വയസ്സ് മാത്രമായ ഡൗൺസിൻഡ്രോം ഉള്ള കുട്ടിക്ക് അക്യൂട്ട് ലിംഫോബ്ളാസ്റ്റിക് ലുക്കേമിയ എന്ന രോഗം ബാധിച്ചിട്ടുണ്ട് എന്ന് പറഞ്ഞു. എനിക്ക് എന്നെത്തന്നെ നിയന്ത്രിക്കാൻ കഴിഞ്ഞില്ല. ഞാൻ പാനിക് ആയി ബിഹേവ് ചെയ്തു. കുറെ കരഞ്ഞു കഴിഞ്ഞതിനുശേഷം എന്നിൽ ഒരു ശൂന്യത വന്ന് നിറഞ്ഞു. കണ്ണീര് ഒഴുകുന്ന കവിളിൽ അവന്റെ തണുത്ത വിരൽ സ്പർശം ഞാൻ അറിഞ്ഞു.

കോഴിക്കോട് നിന്ന് കുടുംബത്തോടൊപ്പം സിദ്ധാർത്ഥിന്റെ ചികിത്സയ്ക്കായി വെല്ലൂരിലുള്ള ക്രിസ്ത്യൻ മെഡിക്കൽ കോളേജിലേക്ക് കുടുംബത്തോടെ യാത്ര തിരിച്ചു.

കുഞ്ഞുങ്ങളിലുള്ള ബ്ലഡ് ക്യാൻസർ എളുപ്പത്തിൽ മാറുമെന്ന് ഡോക്ടർമാർ പറഞ്ഞതുകേട്ട് സമാധാനിച്ചു. പ്രത്യേകിച്ച് ALL. അങ്ങനെ പീഡിയാട്രിക് ഓങ്കോളജി വാർഡിൽ എത്തിയപ്പോൾ എന്റെ ദുഃഖങ്ങളൊക്കെ എനിക്ക് നിസ്സാരമായി തോന്നി. എനിക്ക് ചുറ്റും എന്നെപ്പോലെയുള്ള നിരവധി അമ്മമാർ ഉണ്ടായിരുന്നു. അപ്പോഴും ഞാൻ ശ്രദ്ധിച്ച ഒരേ വ്യത്യാസം എനിക്ക് മാത്രമാണ് ഡൗൺസ് ഉള്ള കുട്ടി.

അത് എനിക്ക് മാത്രമല്ല ക്രിസ്ത്യൻ മെഡിക്കൽ കോളേജിലെ മെഡിക്കൽ വിദ്യാർത്ഥികൾക്കും അവൻ പഠിക്കാനുള്ള സ്പെസിമെൻ ആയിരുന്നു. "ഡൗൺസ് വിത്ത് ആൾ." എന്നായിരുന്നു അവന്റെ മെഡിക്കൽ നെയിം. ഓരോ പ്രാവശ്യം കീമോ കഴിയുമ്പോഴും അവൻ തളർന്നു. ഉറക്കമില്ലാത്ത കുഞ്ഞിനെ തോളിൽ ഇട്ടു രാത്രിയിൽ വരാന്തകളിൽ നടന്ന് നേരം വെളുപ്പിച്ചു. എന്നെപ്പോലെ അവനെ നോക്കിയിരുന്ന മറ്റൊരാൾ എന്റെ അമ്മയാണ്. ICU വിൽ അമ്മയുടെ ഉറക്കമില്ലാത്ത മുഖം കണ്ട് ഡോക്ടർമാർവരെ സങ്കടപ്പെട്ടിരുന്നു.

ഓരോ പ്രാവശ്യം ബ്ലഡ് റിസൾട്ട് വരുമ്പോൾ അടുത്ത കീമോ ചെയ്യാനുള്ള WBC ഉണ്ടാവണേ എന്ന് മാത്രമായിരുന്നു എന്റെ പ്രാർത്ഥന. ഓങ്കോളജി വാർഡിലുള്ള തൂണുകളിൽ പോലും ദൈവത്തെ ഞാൻ കണ്ടു. പാസ്റ്റർമാരുടെ പ്രാർത്ഥനയിൽ പങ്കെടുത്തു. യുക്തിക്ക് നിരക്കാത്ത പ്രവൃത്തികളിൽ ഞാൻ ആവേശത്തോടെ പങ്കെടുത്തു. വെല്ലൂർ മെഡിക്കൽ കോളേജിനടുത്തുള്ള ക്രിസ്ത്യൻ പള്ളിയിൽ മെഴുകുതിരി കത്തിച്ചു. ബാംഗ്ലൂർവൈറ്റ് ഫീൽഡിൽ സായി ബാബയെ കാണാൻ പോയി. എന്തിന് അമൃതാനന്ദമയിയെ പോയി കെട്ടിപ്പിടിച്ചു കരഞ്ഞു.

ഇപ്പോഴും ആളുകൾ അത്തരം യുക്തിരഹിതമായ കാര്യങ്ങൾ ചെയ്യുമ്പോൾ പരിഹസിക്കാറില്ല, കുറ്റപ്പെടുത്താറില്ല കാരണം എനിക്കറിയാം, മനുഷ്യൻ പ്രതീക്ഷയുടെ കച്ചിത്തുരുമ്പു അന്വേഷിക്കുന്ന ധൃതിയിൽ ആണ്. ഒരുപക്ഷേ, എന്താണ് ചെയ്യുന്നത് എന്നറിയാത്ത ഭ്രാന്തമായ അവസ്ഥ. മനുഷ്യന്റെ നിസ്സഹായ അവസ്ഥകളിൽ പ്രതിമപോലും ദൈവമാക്കാൻ അവന് പ്രത്യേക കഴിവ് ആണ്. ദിവസം ചെല്ലുന്തോറും അവന്റെ അവസ്ഥ മോശമായി അവന്റെ ശരീരം മരുന്നിനോട് പ്രതികരിക്കാതെയായി.

അവസാന കീമോതെറാപ്പിക്കുശേഷം ഡോക്ടർ ഞങ്ങളെ വിളിപ്പിച്ചു. ഡൗൺസ് ഉള്ള കുട്ടിക്ക് intensive കീമോതെറാപ്പി ആവശ്യമാണ്. പക്ഷേ, അത് ചെയ്യാനുള്ള WBC യും ആരോഗ്യവും ഇല്ലാത്ത കുഞ്ഞ് ആയതുകൊണ്ട് തുടർ ചികിത്സ നടക്കില്ല എന്നും വെല്ലൂരിലെ ഓങ്കോളജി ഡോക്ടർമാർ വെട്ടിത്തുറന്ന് പറഞ്ഞു.

അത് കേട്ടു ഡോക്ടറുടെ മുറിയിൽനിന്നും ഞങ്ങൾ ഇറങ്ങിയപ്പോൾ തീർത്തും നിസ്സംഗതയായിരുന്നു ഞങ്ങളുടെ മുഖത്ത്. ആ നിമിഷം വെല്ലൂർ മെഡിക്കൽ കോളേജിലെ വരാന്തയിലൂടെ നടക്കുമ്പോൾ ആരോ കവറിൽ കൊണ്ടുപോകുന്ന ചോറിന്റെ കൂടെയുള്ള വലിയ പപ്പടം നോക്കി ഞാൻ വരാന്തയിൽ ഓക്കാനിച്ചു ഛർദ്ദിച്ചു. എന്റെ ഉള്ളിലുള്ള ഉൽക്കണ്ഠ തറയെ വൃത്തികേടാക്കി.

അവിടെനിന്ന് നേരെ എറണാകുളം അമൃതയിൽ. 2 മാസം. അവിടെ

നിന്ന് കോഴിക്കോട് മിംസ് ഹോസ്പിറ്റൽ. അവസാനം കോഴിക്കോട് ബേബി മെമ്മോറിയലിൽ ICU വിൽ എത്തി.

അന്ന് ഒരു ജൂലൈ 3 ആയിരുന്നു. കുറെക്കാലമായി ആശുപത്രി വാസം ആയതുകൊണ്ട് അന്ന് എനിക്ക് യൂണിവേഴ്സിറ്റിയിൽ പോണം എന്ന് തോന്നി. ICU വിന് മുന്നിൽ കുറെ ദിവസമായി ഇരിക്കുന്നു. ഓടി പോയി വന്നാലോ എന്നു കരുതി ഡോക്ടറോട് ചോദിച്ചു. ഡോക്ടർ ആവേശത്തോടെ പറഞ്ഞു പോയിട്ട് വന്നോളൂ എന്ന്. അന്ന് ഡിപ്പാർട്ട്മെന്റിൽ കേറിയപ്പോൾ കുട്ടികൾ മാത്രം ഇരിക്കുന്ന ടീച്ചർ ഇല്ലാത്ത ക്ലാസിൽ തിടുക്കത്തിൽ കയറി ക്ലാസ് എടുത്തു.

കുറെക്കാലത്തിനുശേഷം എന്നെ കണ്ടപ്പോൾ എല്ലാർക്കും അത്ഭുതവും അമ്പരപ്പും. ക്ലാസ് എടുക്കുമ്പോൾ പെട്ടെന്ന് കുഞ്ഞിനെ ഓർമ്മ വന്നതിനാൽ പിന്നീട് എന്താണ് ഞാൻ പറയുന്നതെന്ന് എനിക്ക് ഓർമ്മയില്ലായിരുന്നു. പെട്ടെന്ന് ക്ലാസിൽ നിന്നിറങ്ങി നേരെ ഹോസ്പിറ്റലിലേക്ക് പോയി. അവിടെ എത്തിയപ്പോൾ ഫോണിൽ ടീച്ചറുടെ വിളി. ശ്രീകല പെർമിഷൻ എടുക്കാതെയാണ് ക്ലാസിൽ കയറിയതെന്ന് പറഞ്ഞു. അപ്പോഴാണല്ലോ ഞാൻ അതോർത്തത്. സോറി മാം എന്ന് പറഞ്ഞു ഫോൺ വെച്ചപ്പോഴാണ് ഡോക്ടർമാർ ICU വിൽ കയറുന്നതും അര മണിക്കൂറിനകം നാട്ടുകാരെക്കൊണ്ടും ബന്ധുക്കളെക്കൊണ്ടും ഹോസ്പിറ്റൽ നിറഞ്ഞതും.

അവസാനമായി അവനെ കാണാൻ എന്നെ നിർബ്ബന്ധിച്ചുകൊണ്ട് പോയപ്പോൾ അവൻ വെന്റിലേറ്ററിൽ ആയിരുന്നു. അപ്പോഴേക്കും അവൻ മരണത്തിന് കീഴടങ്ങിയെന്ന് ഞാൻ മനസ്സിലാക്കിയിരുന്നു. അപ്പോൾ എനിക്ക് ഒരൊറ്റ ലക്ഷ്യം മാത്രമായിരുന്നു മനസ്സിൽ, ഏതെങ്കിലും വാഹനത്തിന് മുന്നിൽ തലവെക്കണം എന്ന് മാത്രമായിരുന്നു ചിന്ത.

അവിടെനിന്ന് ഞാൻ ഇറങ്ങിയോടാൻ ശ്രമിച്ചപ്പോൾ ആരുടെയൊക്കെയോ കൈകളിൽ കിടന്ന് ഞാൻ പിടഞ്ഞതുമാത്രമാണ് ഓർമ്മ. സെഡേഷൻ ഇൻജെക്ഷൻ തന്നതുകൊണ്ട് അവസാനമായി അവനെ നോക്കി ഞാൻ കരഞ്ഞതുപോലുമില്ല.

വർഷം പലതു കഴിഞ്ഞു. എനിക്ക് മുന്നോട്ടുപോയേ തീരുമായിരുന്നുള്ളൂ. ആദ്യത്തെ ജീവൻ മുതൽ പരിണാമം ഓരോ ജീവകോശങ്ങളിലും ചേർത്തു വിട്ട അതിജീവനത്വര എന്നെ ഇപ്പോൾ നില്ക്കുന്നിടത്തെത്തിച്ചു. രണ്ട് കുട്ടികൾ കൂടിയുണ്ടായി. ഓരോ ഗർഭാവസ്ഥയിലും പ്രസവത്തിലും കുഞ്ഞുങ്ങളുടെ ശൈശവകാലത്തും ഒരു ആവർത്തനത്തെ ബോധത്തിലും അബോധത്തിലും ഭയന്ന് കരഞ്ഞും പ്രാർത്ഥിച്ചും കഴിച്ചു. ഭയന്നതൊന്നും സംഭവിച്ചില്ല, ആരോഗ്യമുള്ള രണ്ട് കുട്ടികൾ കൂടെയുണ്ട്.

വാശിയോടെ അദ്ധ്വാനിച്ചു, കണ്ണീരിലൂടെ പിറ്റേന്നത്തേക്കുള്ള

പോർഷനുകൾ വായിച്ചു. പറ്റാവുന്നതൊക്കെ എഴുതി. ഒരു സാമൂഹ്യ ജീവിയിലേക്ക് പരിണമിക്കാൻ ആഞ്ഞു ശ്രമിച്ചു. അതിലെ വിജയവും പരാജയവും എനിക്കറിയില്ല, ഞാനതിനെക്കുറിച്ച് ആകുലപ്പെടുന്നതേയില്ല. ചെയ്യാനുള്ളത് എന്ന് കരുതുന്നത് ചെയ്തുകൊണ്ടേയിരിക്കുന്നു. ഇതെഴുതുമ്പോൾ ആലോചിക്കുകയായിരുന്നു അന്ന് ഞാൻ ജീവിതം അവസാനിപ്പിക്കാൻ ശ്രമിച്ചിരുന്നുവെങ്കിൽ ഇന്ന് ഇങ്ങനെ ഒരു ജീവിതം ജീവിക്കാൻ കഴിയുമായിരുന്നോ? എന്റെ രണ്ട് കുഞ്ഞുങ്ങളോടൊപ്പം ജീവിതം ആസ്വദിക്കാൻ കഴിയുമായിരുന്നോ?

തിരിഞ്ഞു നോക്കുമ്പോൾ 25 വയസ്സിനുള്ളിൽ ജീവിച്ച ജീവിതം ഒരു കയ്പ്പുള്ള സിനിമകണ്ടിറങ്ങിയതുപോലെയുണ്ട്. മറന്നിട്ടില്ല ഒന്നും, മറക്കാൻ പറ്റുകയുമില്ല. എല്ലാം അവിടെത്തന്നെയുണ്ട്. ഒരേ സമയം കരുത്തും കരച്ചിലും തരുന്ന, ഇതെഴുതുമ്പോഴും അക്ഷരങ്ങൾ കണ്ണിൽ നിറയുന്ന ജലത്തിലൂടെ അവ്യക്തമാവുന്ന ക്രൂരമായ ഓർമ്മ.

ഞങ്ങളുടെ പെൺ ജീവിതം

കാലിക്കറ്റ് യൂണിവേഴ്സിറ്റി ഗവൺമെന്റ് മോഡൽ ഹൈസ്കൂളിലെ യു പി ക്ലാസിലെ എന്റെ ആദ്യദിവസം. ക്ലാസ്മുറിയിലേക്ക് കടന്നപ്പോൾ പല നിറത്തിലും തരത്തിലുമുള്ള ഉടുപ്പുകൾ ധരിച്ച കുട്ടികൾ മുൻബെഞ്ചിൽ ഇരിക്കുന്നു. സ്വല്പം ലജ്ജയോടെയും പരിഭ്രമത്തോടെയും കൂടി ഞാൻ അവരെ നോക്കി. എന്നിട്ട് ആരോടും മിണ്ടാതെ നടുവിലെ ബെഞ്ചിലെ അറ്റത്തായി ഇരുന്നു. ക്ലാസ് ടീച്ചർ എല്ലാവരെയും സ്കൂൾ അസംബ്ലിയിലേക്ക് കൂട്ടിക്കൊണ്ടുപോയി. ആൺകുട്ടികൾ വരിവരിയായി മുന്നിലും ഞങ്ങൾ പെൺകുട്ടികൾ വരിവരിയായി പിന്നിലും അണിനിരന്നു. കുറച്ചു പെൺകുട്ടികൾ പ്രാർത്ഥന മൈക്കിലൂടെ ചൊല്ലി. ഒരിക്കൽപ്പോലും ആൺകുട്ടികൾ പ്രാർത്ഥന ചൊല്ലുന്നതായി ഞാൻ എന്റെ സ്കൂൾ ജീവിതത്തിൽ കണ്ടിട്ടില്ല. അത് പെൺശബ്ദങ്ങൾക്ക് മാത്രമായി സംവരണം ചെയ്തതാണെന്ന ധാരണയാണ് ഇപ്പോഴും. "പെൺകുട്ടികൾക്ക് മെറൂൺ പാവാടയും ക്രീം ഷർട്ടും, ആൺകുട്ടികൾക്ക് മെറൂൺ പാന്റും ക്രീം ഷർട്ടും. എട്ടാംക്ലാസ് മുതൽ എല്ലാ പെൺകുട്ടികൾക്കും അതേ നിറത്തിലുള്ള ചുരിദാർ അല്ലെങ്കിൽ ഇറക്കമുള്ള പാവാടയും. മുസ്ലീം പെൺകുട്ടികൾക്ക് ഇതിന് പുറമെ മെറൂൺ തട്ടവും." ശോശാമ്മ ടീച്ചർ നെറ്റിചുളിച്ച് ഒരു കടലാസുതുണ്ട് കൈയിൽ പിടിച്ചുകൊണ്ട് പുതിയ അദ്ധ്യയന വർഷത്തിന്റെ ആദ്യ അസംബ്ലിയിൽ മൈക്കിലൂടെ അലറി. പലതരം വേഷത്തിലും പലതരം നിറത്തിലും വന്നുകൊണ്ടിരുന്നവർ സ്തബ്ധരായി. ഇനിമുതൽ കളർഡ്രസ് ഇടാൻ കഴിയില്ലല്ലോ എന്ന ആശങ്കയായിരുന്നു ചിലർക്ക്. പക്ഷേ, എന്റെ പിന്നിലായി നിന്ന അനിതയുടെയും ബിന്ദുവിന്റെയും സെറീനയുടെയും മുഖങ്ങളിൽ ആയിരം വർണ്ണ

ങ്ങൾ വിരിഞ്ഞുനിന്നിരുന്നു. കാരണം എനിക്കറിയാം; യൂണിഫോം ഇല്ലാത്ത മുൻവർഷങ്ങളിലെ എൽ പി ക്ലാസുകളിൽ ആകെയുള്ള രണ്ടേരണ്ട് ഡ്രസുകൾ മാറി മാറി ധരിച്ചു വന്നവരായിരുന്നു അവർ. എന്റെ യൂണിഫോമിനായി ഞാൻ അച്ഛന്റെ ശമ്പളംവരാൻ കാത്തിരുന്നു. യൂണിഫോം തയ്ക്കാൻ അനുവദിച്ച സമയത്തിനുശേഷം യൂണിഫോം ഇടാത്തവരെ ചൂരൽ വടികൊണ്ട് അടിക്കുന്ന ഒരു പതിവുണ്ടായിരുന്നു. അങ്ങനെ അടികൊണ്ടവരിൽ ഒരിക്കലും സർക്കാർ ജോലിക്കാരുടെ മക്കൾ ഉണ്ടായിരുന്നില്ല. സർവ്വകലാശാലയിൽ ജോലി ചെയ്യുന്നവരുടെയും അതേ സ്കൂളിലെ അദ്ധ്യാപകരുടെയും മക്കളായിരുന്നു സ്കൂളിൽ പകുതിയോളംപേരും. അതിന് അനുപാതമെന്നോണം കടുത്ത സാമ്പത്തികബുദ്ധിമുട്ടുകൾ അനുഭവിക്കുന്ന വീടുകളിൽനിന്നുള്ള കുട്ടികളും ഉണ്ടായിരുന്നു. ആ വിഭാഗത്തിൽനിന്നുള്ള പലരും, യു പി ക്ലാസിലെ ആ ചെറിയ കുട്ടികൾ മുതൽ പത്താംക്ലാസിലെ നല്ല വണ്ണവും പൊക്കവുമുള്ള കുട്ടികൾവരെ ചൂരൽപ്രയോഗത്തിനിരയായി. യൂണിഫോം ധരിക്കാത്തവരെ സ്കൂൾ അസംബ്ലിയിൽ യൂണിഫോം ധരിച്ച എല്ലാകുട്ടികളുടെയും മുന്നിൽവെച്ചു പൊതിരെ തല്ലി. അടികൊണ്ട് വേദനിച്ചു പുളയുമ്പോൾ “എന്നെ തല്ലരുതേ...” എന്ന് പറഞ്ഞുകൊണ്ട് കരഞ്ഞ ഒരാൺകുട്ടിയുടെ മുഖം വർഷങ്ങൾ കഴിഞ്ഞിട്ടും എന്റെ മനസ്സിൽനിന്നും മാഞ്ഞിട്ടില്ല. പക്ഷേ, അന്ന് ആ രംഗം അധിക നേരം കണ്ടുനില്ക്കാൻ വയ്യാതെ ഞാനടക്കം പലരും കണ്ണുപൊത്തി നിന്നു. അങ്ങനെ അദ്ധ്യാപകരുടെ ക്രൂരമായ അധികാര പ്രയോഗങ്ങളിലൂടെ യൂണിഫോം നടപ്പിലാക്കി. മെറൂൺ കളർ പാവാടയിലും ക്രീം ഷർട്ടിലുമുള്ള കുഞ്ഞു പെൺകുട്ടികൾ മുതൽ അതേ കോമ്പിനേഷനിൽ ചുരിദാർ ധരിച്ച മുതിർന്നപെൺകുട്ടികളും യൂണിഫോമിലേക്ക് ചേക്കേറി. പ്രായവ്യത്യാസത്തിന് അനുസരിച്ച് പെൺകുട്ടികളുടെ യൂണിഫോം പാവാടയിൽനിന്നും ചുരിദാറിലേക്ക് മാറിക്കൊണ്ടിരുന്നു. ആൺകുട്ടികൾ മാത്രം പ്രായവ്യത്യാസമില്ലാതെ പാന്റും ഷർട്ടും എന്ന യൂണിഫോമിൽ തുടർന്ന് പോന്നു. വിദ്യാർത്ഥികൾ തമ്മിലുള്ള സാമ്പത്തിക അന്തരം ഇല്ലാതാക്കാൻ കൊണ്ടുവന്ന യൂണിഫോമിനിടയിലും വിവേചനാധികാരങ്ങൾ ലിംഗപരമായ പക്ഷപാതത്തിനായി ഉപയോഗിക്കപ്പെട്ടു. വല്യപെൺകുട്ടികളുടെ മുഴുത്ത കാലുകൾ പാവാടക്കടിയിൽ കാണുന്നത് മോശമാണ് എന്ന് ഒരദ്ധ്യാപിക ക്ലാസിൽ പറഞ്ഞിരുന്നതിനാൽ, പെൺകുട്ടികൾക്കിടയിൽ തന്നെയുള്ള യൂണിഫോമിന്റെ വ്യത്യാസങ്ങളെ ഞാനും മനസ്സിലാക്കിയത് ഒരു തരം സദാചാരപരമായ കണ്ണിലൂടെയാണ്. പിന്നീട് ഓരോ ദിവസവും സ്കൂൾ വിട്ടുപോകുമ്പോൾ എന്നിലെ സദാചാരക്കണ്ണുകൾ മുഴുത്ത പെൺകാലുകളെ തേടിയിരുന്നു.

അങ്ങനെ ഒരു അവസ്ഥയിൽ നിന്ന് ഇന്ന് ലിംഗനിരപേക്ഷമായ (ജൻഡർന്യൂട്രൽ) യൂണിഫോമിനെക്കുറിച്ച് ചിന്തിക്കാൻ ഒരു വിദ്യാഭ്യാസ സമൂഹത്തിന് കഴിയുന്നുവെങ്കിൽ അത് വലിയ ഒരു വിപ്ലവമാണ്.

പൊതുവെ ആൺവേഷത്തിന്റേത് എന്ന് പറയപ്പെടുന്ന വസ്ത്രത്തിലേക്ക് പെൺകുട്ടികൾ മാറുമ്പോൾ ആഴത്തിൽ വേരുകളുള്ള ഒരു മനഃസ്ഥിതിയെക്കൂടിയാണ് മാറ്റി മറിക്കുന്നത്. 'പെൺവേഷത്തിലേക്ക്' ആൺകുട്ടികൾ മാറാത്തത് എന്താണ് എന്നുള്ള ചോദ്യങ്ങൾ ഉണ്ടാവുന്നുണ്ട്. പുരുഷനും സ്ത്രീയും ഇടകലർന്ന സമൂഹത്തിൽ സ്ത്രീയെ ഒരു രണ്ടാംകിട പൗരൻ എന്ന നിലയിലാണ് സമൂഹം ഇന്നും കണക്കാക്കുന്നത്. മാത്രവുമല്ല പുരുഷന്റേത് എന്ന് പറയപ്പെടുന്ന സകലതിനും ഒരു ആധിപത്യ സ്വഭാവം നമുക്ക് കാണാൻ കഴിയും. അത്തരത്തിൽ 'ആൺവസ്ത്രങ്ങളിലേക്കുള്ള' കൂടുമാറ്റത്തിൽ ആണിനു തുല്യം എന്ന നിലപാടാണ് ജൻഡർന്യൂട്രൽ യൂണിഫോം മുന്നോട്ടുവെക്കുന്ന രാഷ്ട്രീയം.

പക്ഷേ, ലിംഗനിരപേക്ഷമായ വസ്ത്രധാരണം നടപ്പാക്കുമ്പോൾ അതിനനുസരിച്ചു സമൂഹം പാകപ്പെട്ടോ എന്നുകൂടി നമ്മൾ അന്വേഷിക്കണം. സ്കൂൾ വളരെ ചെറിയ ഒരു ഇടമാണ് (Micro Entry). അതിന്റെ സാംസ്കാരികമാനങ്ങളിൽ സംസ്ഥാനവ്യാപകമായ ഒരു ഒറ്റ നിലപാട് എടുക്കുന്നത് സൂക്ഷ്മസവിശേഷതകളെ അവഗണിക്കലാവും. ലിംഗത്തെ ക്കുറിച്ചും ലിംഗസമത്വത്തെ (Gender Equality) ക്കുറിച്ചും കൂടുതൽ ധാരണകളുള്ള സമൂഹങ്ങളിൽ ജൻഡർ ന്യൂട്രൽ എന്ന സങ്കല്പം ഉയർത്തുന്ന പരിഗണനകളല്ല അത്തരം ധാരണകൾ ചരിത്ര-സാമൂഹിക കാരണങ്ങളാൽ ആർജ്ജിക്കുന്നതിൽ പിന്നോക്കം നില്ക്കുന്ന സമൂഹങ്ങളിൽ ഉയർന്നുവരുന്നത്. വിശേഷാധികാരങ്ങളുടെ (Privilege) ലോകതത്ത്വശാസ്ത്രം ഒരു ജെൻഡർ എക്സ്പ്രെഷൻ ആണെങ്കിൽ അതില്ലാത്തവരുടെ ലോകത്തെ പ്രശ്നം മാറ്റത്തിനോടുള്ള പ്രതിരോധം (Change Resistence) ആയിരിക്കും. മാറ്റം സൃഷ്ടിക്കാൻ പോകുന്ന ആഘാതങ്ങളെപ്പറ്റി ഉൾക്കാഴ്ചയില്ലാത്തതുകൊണ്ടുകൂടിയാണ് മനുഷ്യർ മാറ്റത്തെ ചെറുക്കുന്നത്, അല്ലാതെ അവർക്ക് മെച്ചപ്പെട്ട ലോകത്തിനെപ്പറ്റി പ്രതീക്ഷകളില്ലാത്തതുകൊണ്ടല്ല.

ഓരോ വിദ്യാർത്ഥിയും വ്യത്യസ്ത ജീവിത പശ്ചാത്തലത്തിൽനിന്നും വരുന്നവരാണ്. അതിൽ വിശേഷാധികാരം ഉള്ളവരും ഇല്ലാത്തവരുമുണ്ട്. പ്രിവിലേജ്ഡ് ആയ വിഭാഗത്തിന് കാര്യങ്ങൾ എളുപ്പം ഉൾക്കൊള്ളാൻ കഴിഞ്ഞെന്നു വരും. എന്നാൽ വലിയൊരു വിഭാഗവും മതത്താലും വിശ്വാസങ്ങളാലും ആചാരങ്ങളാലും സ്വാധീനിക്കപ്പെട്ടവരാണ്. പുരോഗമനപരമായ പൊതുവായ സംസ്കാരത്തിലേക്ക് എടുത്തുചാടാൻ പരിമിതികളുള്ളവരാണ്. പലപ്പോഴും അത്തരം മാറ്റങ്ങൾ പുതുതായി സൃഷ്ടിക്കുന്ന പ്രശ്നങ്ങളെ അഭിമുഖീകരിക്കാൻ കരുത്തില്ലാത്തവർ പോലുമാണ്. പുരോഗമനകാരിയായിരിക്കുക എന്നത് സാമൂഹികമായ ഒരു പ്രിവിലേജ് കൂടിയാണ്, അത് വ്യക്ത്യാർജ്ജിതം മാത്രമല്ല. അങ്ങനെയുള്ളവരിൽ ജൻഡർ ന്യൂട്രൽ യൂണിഫോം എന്ന ആശയം എങ്ങനെ ബാധിക്കും എന്നൊക്കെ കണ്ടറിയേണ്ടതാണ്.

ഇപ്പോൾത്തന്നെ പല മതസംഘടനകളും ശക്തമായ വിമർശന

ങ്ങൾ ഉയർത്തുന്നുണ്ട്. പെൺകുട്ടികൾക്ക് വിദ്യാഭ്യാസം നിഷേധിച്ച ഒരു കാലമുണ്ടായിരുന്നു. അവിടെനിന്ന് പെൺകുട്ടികൾ വിദ്യാഭ്യാസ മേഖലയിലേക്കും തൊഴിലിടങ്ങളിലേക്കും നടന്നെത്തിയത് അടുത്തകാലത്താണ്. പ്രത്യേകിച്ച് മുസ്ലീംസമുദായത്തിലെ പെൺകുട്ടികൾ വിദ്യാഭ്യാസപരമായി മുന്നേറിക്കൊണ്ടിരിക്കുന്ന സാഹചര്യത്തിൽ ജൻഡർന്യൂട്രൽ യൂണിഫോമിലേക്കുള്ള മാറ്റം അവരുടെ വിദ്യാഭ്യാസമെന്ന മൗലികാവകാശത്തിനെ റദ്ദ് ചെയ്തുകൊണ്ടാവരുത്. തീർച്ചയായും ഒരു സമൂഹത്തിന്റെ പുരോഗതിയാണ് ജൻഡർന്യൂട്രൽ യൂണിഫോം എന്ന ആശയം മുന്നോട്ടുവെക്കുന്നത്. പക്ഷേ, അതുകൊണ്ട് ഇത്തരത്തിലുള്ള പുരോഗമന ആശയം നടപ്പിലാക്കുമ്പോൾ ഒരു വിദ്യാർത്ഥിക്കുപോലും വിദ്യാഭ്യാസം എന്ന അവകാശം നിഷേധിക്കപ്പെടാനും പാടില്ല.

ഞാൻ ഹൈസ്കൂളിൽ പഠിക്കുമ്പോൾ ഒരു കാര്യം ശ്രദ്ധിച്ചിരുന്നു. ക്ലാസിലെ മുഴുവൻ ആൺകുട്ടികളുടെയും പേര് എനിക്ക് അറിയാമായിരുന്നുവെങ്കിലും എന്തെങ്കിലും ആവശ്യത്തിന് അവരോട് സംസാരിക്കാൻ 'കുട്ട്യേ' എന്ന് വിളിച്ചുകൊണ്ടാണ് അഭിസംബോധന ചെയ്യുക. ഞാൻ മാത്രമായിരുന്നില്ല ഒട്ടെല്ലാ പെൺകുട്ടികളും ആൺകുട്ടികളും പരസ്പരം പേര് അറിയാമായിരുന്നിട്ടും 'കുട്ട്യേ' എന്ന വിളിയിലൂടെ അകലം കൂട്ടിക്കൊണ്ടിരുന്നു. അന്നൊക്കെ ആൺകുട്ടിയും പെൺകുട്ടിയും ഒരുമിച്ചുനടക്കുന്നതും സംസാരിക്കുന്നതും കുറ്റകരമായിത്തന്നെയാണ് ഞാൻ അടക്കമുള്ളവർ മനസ്സിലാക്കിയത്. കൂടെയുള്ള പെൺകുട്ടികളെക്കുറിച്ചുള്ള പരദൂഷണങ്ങളുടെ മാക്സിമം എന്ന് പറഞ്ഞാൽ "ഓള് സകല ആൺകുട്ടികളോടും സംസാരിക്കും" എന്നതാണ്.

ഈ ഒരു പ്രസ്താവനയെ അരകല്ലിട്ടുറപ്പിക്കാൻ അദ്ധ്യാപകരും കിണഞ്ഞുശ്രമിച്ചു. ട്യൂഷൻക്ലാസിലെ ചില അദ്ധ്യാപകർ ആൺകുട്ടികളും പെൺകുട്ടികളും തമ്മിൽ സംസാരിക്കുന്നുണ്ടോ പ്രേമിക്കുന്നുണ്ടോ എന്നൊക്കെ അന്വേഷിക്കാൻ കുട്ടികൾ ബസ് കാത്തുനില്ക്കുമ്പോൾ അവിടെ നിർത്തിയിട്ടിരിക്കുന്ന ജീപ്പുകളിൽ കയറി ഒളിച്ചിരിക്കുമായിരുന്നു. അങ്ങനെ എന്തെങ്കിലും കണ്ടാൽ പരസ്യമായി കുട്ടികളെ തല്ലുന്ന സൈക്കോ അദ്ധ്യാപകർക്കിടയിൽനിന്നും വളർന്നുവന്ന തലമുറകൾക്ക് അപമാനത്തിന്റെയും അധിക്ഷേപത്തിന്റെയും വേദനകളുടെയും ചരിത്രം മാത്രമാണ് പറയാനുണ്ടാവുക.

ഒരിക്കൽ ക്ലാസ്മുറിയിലിരിക്കേ ആർത്തവം സംഭവിച്ച പെൺകുട്ടിയെ അവിടെനിന്നും പുറത്തുകൊണ്ടു വരാൻ അദ്ധ്യാപകർ ക്ലാസിലെ മുഴുവൻ ആൺകുട്ടികൾക്കും പി ടി ഹവർ കൊടുത്ത് പുറത്തയക്കുകയാണുണ്ടായത്!

ഒരു യാഥാസ്ഥിതിക സമൂഹം എന്താണോ അതിന്റെ നേർപരിച്ഛേദമായിരുന്നു സ്കൂൾ. മാർക്ക് കുറഞ്ഞ ഉത്തരക്കടലാസ് ചുരുട്ടിക്കൂട്ടി മുഖത്തേക്ക് വലിച്ചെറിഞ്ഞ് 'മീൻ വില്ക്കാൻ പൊയ്ക്കോ' എന്ന് ആക്രോശിക്കുകയും, വിദ്യാർത്ഥികളുടെ ശാരീരിക പ്രത്യേകതകൾ

നോക്കി പരിഹസിക്കുകയും മറ്റും ചെയ്തിരുന്ന അന്തരീക്ഷത്തിൽ നിന്നും നേടിയ അറിവിനെ ബൗദ്ധിക ഉണർവ്വിലേക്ക് കൊണ്ടുവരാൻ കഴിയാതെ പോയതിന് കാരണവും സമൂഹത്തിനപ്പുറം വളരാൻ കഴിയാത്ത ജ്ഞാനവ്യവസ്ഥിതി നിലനിന്നിരുന്നതുകൊണ്ടാണ്.

സ്കൂളിൽനിന്നും കലാലയ പഠനത്തിലേക്ക് എത്തിയിട്ടും സിനിമകളിലും വായനകളിലും സ്വപ്നങ്ങളിലും കണ്ടും കേട്ടും ഭാവന ചെയ്ത ലോകത്തിന്റെ ഒരംശം പോലും ഞാൻ അനുഭവിച്ചില്ല. യാഥാർത്ഥ്യം അത്രയേറെ കടുത്തതായിരുന്നു. ആ കലാലയം ഒരു മതസ്ഥാപനത്തിന്റെ സൃഷ്ടിയായിരുന്നതിനാൽ അതിന്റേതായ എല്ലാത്തരം കാർക്കശ്യങ്ങളും അവിടെയും ഉണ്ടായി. പക്ഷേ, അതത്രയും പെൺകുട്ടികൾക്കുനേരെ യായിരുന്നുവെന്നു മാത്രം.

ഒരിക്കൽ കെമിസ്ട്രി ലാബിൽ ടൈട്രേഷൻ ചെയ്യുന്നതിനിടയിൽ എന്നേയും എന്റെ കൂട്ടുകാരിയേയും വകുപ്പ് അദ്ധ്യക്ഷൻ വിളിപ്പിച്ചു. അച്ഛനമ്മമാരുടെ ജോലി എന്താണെന്ന് ചോദിച്ചു. പിറ്റേദിവസം അവരെകൂട്ടി ക്കൊണ്ടുവന്ന് ക്ലാസിൽ കയറിയാൽ മതി എന്നായിരുന്നു പറഞ്ഞത്. "എന്തിന്?" എന്നുള്ള ചോദ്യം ചോദിക്കാൻ പോലും, അശക്തരായിരുന്നു. എന്താണ് ചെയ്ത കുറ്റം എന്നറിയാതെ ഞങ്ങൾ ചെയ്തുകൊണ്ടിരുന്ന ലാബ് പരീക്ഷണം പാതിവഴിയിൽ നിർത്തി ബാഗുകൾ എടുത്ത് ഇറങ്ങി. വീട്ടിൽനിന്നും എന്തിനാണ് വിളിപ്പിച്ചത് എന്നറിയാതെ പ്രശ്നങ്ങൾ തലപൊക്കാൻ തുടങ്ങി. എല്ലാവരുടെയും മുഖത്ത് മകൾ പ്രേമത്തിൽ അകപ്പെട്ടോ എന്നൊക്കെയുള്ള പരിഭ്രാന്തിയായിരുന്നു. അവിടെ പ്രണയം പോയിട്ട് സൗഹൃദത്തിനുള്ള ഒരവസരം കൂടി ഇല്ലായിരുന്നു.

കോളേജിലെ പ്യൂൺ മുതൽ അദ്ധ്യാപകർവരെ തൂണിൻ ചുവട്ടിലും കാറ്റാടിമരങ്ങൾക്കിടയിലും സദാചാരത്തിന്റെ കാവലാളുകൾ ആയിരുന്നു.

പിറ്റേദിവസം മാതാപിതാക്കളുടെ മുന്നിൽവെച്ചായിരുന്നു കാര്യമറിഞ്ഞത്. ഞാനും എന്റെ സുഹൃത്തും ധരിക്കുന്ന ഉടുപ്പുകളുടെ ഇറക്കക്കുറവാണ് അദ്ധ്യാപകരെ അസ്വസ്ഥരാക്കിയത്!. എന്റെ കൂട്ടുകാരിയുടെ അമ്മയുടെ മുഖത്തുനോക്കി "നിങ്ങൾ ഒരു അദ്ധ്യാപികയായിട്ടും മകളെ കുഞ്ഞുടുപ്പുകൾ ധരിപ്പിച്ചു കോളേജിൽ പറഞ്ഞയക്കുന്നതിനു ലജ്ജയില്ലേ" എന്ന് പറഞ്ഞുകൊണ്ട് കോളേജിലെ മറ്റ് അദ്ധ്യാപകരുടെ മുന്നിൽവെച്ച് പരസ്യമായി അപമാനിച്ചു.

സ്വന്തം അനിയനോട് കോളേജിന്റെ പോർട്ടിക്കോവിൽ വെച്ചു സംസാരിക്കുന്നതുപോലും ചോദ്യംചെയ്യുന്ന അദ്ധ്യാപകർ തടയിടുന്നത് ആൺപെൺ സൗഹൃദങ്ങളെയും പ്രണയത്തെയും അത്തരം ബന്ധങ്ങളെയും ബോദ്ധ്യങ്ങളെയും ഉല്പാദിപ്പിക്കുന്ന സ്വാതന്ത്ര്യ ബോധത്തെയുമാണ്. എന്നും സമൂഹവും മതവും അനുശാസിക്കുന്ന യാഥാസ്ഥിതിക ധാർമ്മിക ബോധങ്ങൾക്കും സദാചാരനിയമങ്ങൾക്കുമപ്പുറം സഞ്ചരിക്കാൻ പറ്റാത്തവിധം നിയമനിർമ്മാണങ്ങൾ നടത്തി ആണിനേയും

പെണ്ണിനേയും അവരുടെ ശാരീരിക സവിശേഷതകളെയും തൃഷ്ണ കളെയും ഉടുപ്പിന്റെ അളവുകോലുകളെയും ആധാരമാക്കി പ്രത്യേക തടവറയിലാക്കി സൂക്ഷിക്കാനേ എന്റെ കലാലയപഠന ജീവിതത്തിന് സാദ്ധ്യമായുള്ളു.

ചുരുക്കത്തിൽ ആണിനെക്കുറിച്ചുള്ള വികലമായ ധാരണകൾ പെണ്ണിലും, പെണ്ണിനെ ഒരു ശരീരം മാത്രമായിക്കാണാൻ ആണിനെയും പ്രേരിപ്പിക്കുന്ന ചിന്തകൾ ഉല്പാദിപ്പിക്കുന്ന പാഠശാലകൾ ആയിരുന്നു കലാലയങ്ങൾ. അടുത്തകാലത്ത് പെൺകുട്ടികൾ പർദ്ദയ്ക്കുള്ളിൽ ടൈറ്റ് ലെഗിങ്സ് ഇടുന്നതിനെ 'വത്തക്ക' എന്ന് വിശേഷിപ്പിച്ചതും കേരള ത്തിലെതന്നെ പ്രമുഖ കോളേജിലെ അദ്ധ്യാപകൻ ആയിരുന്നു എന്ന് ഓർക്കേണ്ടതാണ്. ഇവരൊന്നും വ്യക്തിപരമായി മാത്രം ഇത്തരം വിഷ യങ്ങളിൽ ഉത്തരവാദികളാണെന്നല്ല. സമൂഹത്തിന്റെ പൊതുവായതും, അവർ പ്രതിനിധീകരിക്കുന്ന സാമൂഹിക - സാംസ്കാരിക വിഭാഗങ്ങ ളുടെ സവിശേഷമായതുമായ മൂല്യങ്ങൾ ഒരുമിച്ച് അവരിലൂടെ പ്രവർത്തിച്ചു എന്നേയുള്ളൂ. പന്തം പിടിച്ച് മുന്നേ വഴികാട്ടുന്ന മനുഷ്യ രാവാൻ അവർക്ക് കഴിഞ്ഞില്ല എന്നത് ഒരു കുറ്റമല്ല, നിലവിലുള്ള യാഥാസ്ഥിതികതയെ അവർ വീണ്ടും പിന്നോട്ട് വലിച്ചിരുന്നോ എന്നതുമാത്രമേ അവരെ വിലയിരുത്തുന്നതിന് ഒരു അളവുകോലാക്കാൻ കഴിയൂ.

ഡിഗ്രി അവസാന വർഷമായപ്പോഴേക്കും കൂട്ടുകാരികളിൽ ഏറ ക്കുറെ വിവാഹിതരായി. കോളേജിൽ പ്രൊഫിഷ്യൻസി അവാർഡ് കിട്ടിയ എന്റെ സുഹൃത്ത് വിവാഹം കഴിഞ്ഞതിന് ശേഷം പഠിക്കാൻ സമ്മതി ക്കാത്ത ഭർത്താവിന്റെ വീട്ടുകാരെക്കുറിച്ച് ഒരേങ്ങലോടെയാണ് സംസാ രിച്ചത്. എത്രയോ നന്നായിപഠിച്ചുകൊണ്ടിരുന്ന പലരും വിവാഹത്തോടെ കുടുംബം അടിച്ചേല്പിക്കുന്ന അനാവശ്യബാദ്ധ്യതകളെ തലയിലേറ്റി കളം വിട്ടു.

ഒരു യാഥാസ്ഥിതിക കുടുംബത്തിന്റെ കണക്കു പുസ്തകത്തിലെ പെൺകുട്ടിയായതിനാൽ ഞാൻ ഓരോ ദിവസവും വളരുന്ന ആധിയുടെ ആസ്തി ബാദ്ധ്യതയായിക്കൊണ്ടിരിക്കുകയായിരുന്നു. എന്റെ അമ്മ വിവാഹം കഴിച്ചത് വളരെ നേരത്തെയാണ്. അമ്മയ്ക്ക് 19 വയസ്സായ പ്പോഴേക്കും മൂന്ന് മക്കളായി. പിന്നീട് കുടുംബത്തിനു വേണ്ടിയുള്ള ജീവി തമാണ് ഇക്കാലമത്രയും അമ്മ ജീവിച്ചുപോന്നത്. അതുകൊണ്ട് അവരെ സംബന്ധിച്ച് എന്റെ വിവാഹപ്രായം കൂടിക്കൊണ്ടിരിക്കുന്ന ഒരു തലവേ ദനയായി മാറി.

ബി എസ് സിക്ക് ഫസ്റ്റ് ക്ലാസോടുകൂടി പാസായ എനിക്ക് കോഴി ക്കോട്ടെ പ്രമുഖകോളേജിൽ എം എസ് സിക്ക് അഡ്മിഷൻ കിട്ടി. വീട്ടിൽ നിന്നും ദൂരം കൂടുതൽ ആയതിനാലും പ്രേമത്തിൽ അകപ്പെടാതിരി ക്കാനുള്ള മുൻകരുതൽ എന്ന നിലയിലും എന്റെ ആഗ്രഹംപോലും കണ ക്കിൽ എടുക്കാതെ എങ്ങനെയെങ്കിലും കല്യാണംവരെ ഒപ്പിച്ചു പോക

ണമെന്നുള്ള ചിന്തയിൽ വീടിന്റെ പരിസരത്തുള്ള കാലിക്കറ്റ് സർവ്വകലാശാലയിൽ ലിറ്ററേച്ചർ പി ജിക്ക് ചേർത്തു. അപ്പോഴേക്കും ദിവസം എന്നകണക്കെ കല്യാണ ബ്രോക്കർമാരും പെണ്ണ്കാണാൻ വരുന്നവരും വീട് കയറിയിറങ്ങുക പതിവായിരുന്നു.

കോളേജിൽ പോകുന്നത് മുതൽ തിരിച്ചു വരുന്നതുവരെ വീടിന്റെ കണ്ണുകളുണ്ടായിരുന്നു എന്റെ പിന്നിൽ. പലപ്പോഴും ക്ലാസിലിരിക്കുമ്പോൾ HOD യുടെ ലാൻഡ് ഫോണിൽ എന്നെ പെണ്ണ്കാണാൻ ആള് വന്നിട്ടുണ്ട് എന്നുള്ള അറിയിപ്പു വരും. ഉടനെ ഞാൻ ക്ലാസിൽനിന്നും അനുവാദം വാങ്ങി ഇറങ്ങും. എന്നിട്ട് വീട് വരെ നടക്കും. വീടിനടുത്ത് എത്തിയാൽ പിൻവശത്തുള്ള ചെറിയമതിൽ ചാടി കടക്കും. വീടിന്റെ മുൻവശത്തുകൂടെ പെൺകുട്ടി കയറിവരുന്നത് ആൺവീട്ടുകാരുടെ മുന്നിൽ മോശമാണത്രെ. പക്ഷേ, ഞാൻ മതിൽ ചാടുമ്പോൾ എനിക്ക് ഒപ്പം ചാടാൻ കായവറുത്തതും മിക്സ്ചറും ബിസ്കറ്റുമുണ്ടാവും. യാതൊരു ലജ്ജയുമില്ലാതെ, എനിക്ക് മുന്നിൽ നീട്ടിപ്പിടിച്ച ചായക്കോപ്പകൾ നിറഞ്ഞ ട്രേ ഏറ്റുവാങ്ങി ഒരു വില്പനച്ചരക്കായി നിന്നു കൊടുക്കും. ഇത്തരത്തിൽ എത്രയെത്ര മുഖങ്ങൾ ഞാൻ കണ്ടിട്ടുണ്ടാവും! ഒന്നോ രണ്ടോ പേരുടെ മുഖം മാത്രമേ ഇപ്പോൾ ഓർമ്മയുള്ളൂ. അന്ന് എനിക്ക് സ്വബോധമില്ലായിരുന്നോ എന്ന് ഇന്ന് ആലോചിക്കാറുണ്ട്. ജനിച്ച അന്നുമുതൽ മെരുക്കിയെടുത്തത് ഈ ഒരു ദിവസത്തിന് വേണ്ടിയാണല്ലോ എന്നാലോചിച്ചുകൊണ്ട് ഞാനും അവർക്കൊപ്പം കൂടി.

പഠിക്കാൻ എടുക്കുന്ന വിഷയത്തിൽ എനിക്ക് സ്വന്തമായ തീരുമാനങ്ങൾ ഉണ്ടായിരുന്നു എന്നിട്ടും അത് നിർദ്ദോഷം തിരസ്കരിക്കപ്പെട്ടു. അതുകൊണ്ടുതന്നെ ജീവിതത്തിനെക്കുറിച്ച് എനിക്ക് തീരുമാനങ്ങൾ ഇല്ലായിരുന്നു. ഉണ്ടായിരുന്നാലും അത് നടപ്പിലാക്കാനുള്ള കെൽപ്പും ഉണ്ടായിരുന്നില്ല. അമിതമായ സംരക്ഷണം തന്ന്, സമൂഹത്തെക്കുറിച്ച് ഭീതിപടർത്തി, ആത്മവിശ്വാസം ഇല്ലാതാക്കുന്നതിന്റെ കാരണം എന്താവും? ഒരു ഭീരുവിനെ മാത്രമേ നിയന്ത്രിക്കാൻ കഴിയൂ എന്നുള്ള പൊതുവായ പിതൃമേധാവിത്വ ബോധമാവാം.

ഇന്നും ജോലിസ്ഥലങ്ങളിൽ ഉൾപ്പെടെ അസ്വാതന്ത്ര്യത്തിന്റെ ചങ്ങലക്കൊളുത്തുകൾ വിടാതെ പിന്തുടരുന്ന ചുറ്റുപാടുകളുടെ പ്രതിനിധിയാണ് ഞാൻ. ചിലപ്പോഴൊക്കെ, അബോധത്തിലായിരിക്കാമെങ്കിലും പ്രയോക്താവും കൂടിയാണ് എന്നും പറയേണ്ടിവരും. അസ്വാതന്ത്ര്യം എന്ന് ഞാൻ ഉദ്ദേശിച്ചത് ദിവസത്തിന്റെ ഒരു നിശ്ചിതസമയത്തിനകം പുറംലോകവുമായി ബന്ധം അവസാനിപ്പിച്ച് ചുറ്റുമുള്ള കണ്ണുകളെ ഭീതിയോടെ നോക്കി വീട്ടിലേക്ക് മടങ്ങാൻ പഠിപ്പിച്ച സാമൂഹ്യാന്തരീക്ഷത്തെയും അതിന്റെ സ്വാധീനവലയത്തിൽ പുലരാൻ നിർബ്ബന്ധിക്കപ്പെടുന്ന വീടിനേയുമാണ്. പാട്രിയാർക്കിക്കകത്തെ ആണിനെപ്പോലെ ഒരേപോലെ സ്വതന്ത്രമായി ശ്വസിക്കാൻ സമൂഹത്തെ ഭയക്കുകയും അതേസമയം ആ അസ്വാതന്ത്ര്യത്തെ പുനരുല്പാദിക്കുകയും ചെയ്യുന്ന ദ്വന്ദ്വസ്വഭാവം എന്റെ വീടിനുമുണ്ട്.

വിവാഹംകഴിച്ചു കൊണ്ടുപോയ വീട് ഞാൻ ജനിച്ചുവളർന്ന സാഹചര്യത്തേക്കാൾ യാഥാസ്ഥിതികമായിരുന്നു. വീട്ടുകാരുടെയും നാട്ടുകാരുടെയും ആഗ്രഹത്തിനനുസരിച്ചു നടന്ന വിവാഹമായതുകൊണ്ടും എന്റേതായ ഇഷ്ടങ്ങളും മോഹങ്ങളും സ്വാതന്ത്ര്യങ്ങളും തമസ്കരിക്കപ്പെട്ടതുകൊണ്ടും ഞാൻ കുടുംബത്തിന്റെ അഭിമാനതാരമായി. യഥാർത്ഥത്തിൽ ജീവിതത്തെക്കുറിച്ചു പരമപ്രധാനമായ തീരുമാനം എടുക്കേണ്ട ഘട്ടത്തിൽ എന്നിലെ ബോധത്തിന്റെ ഉണർവ്വില്ലായ്മയിൽ അതിനേക്കാളേറെ എന്റെ നിസ്സഹായതയിൽ എന്റെ അടിമസമാനമായ ജീവിതം ഒരു ദുഃസ്വപ്നം പോലെ ഇപ്പോഴും വേട്ടയാടാറുണ്ട്.

എന്റെയും എന്നെപ്പോലുള്ള നിരവധി പെൺകുട്ടികളുടെയും ജീവിതാനുഭവം വെച്ചുനോക്കുമ്പോൾ വിവാഹപ്രായം 21 ആക്കണം എന്നുള്ള കേന്ദ്രഗവണ്മെന്റ് ബില്ല് നടപ്പിൽ വരികയാണെങ്കിൽ ചില ഗുണങ്ങളുണ്ട്. പഠിക്കാനും സ്വന്തമായി ജോലി സമ്പാദിക്കാനും ആഗ്രഹമുള്ള, സ്വന്തമായി തെരഞ്ഞെടുപ്പിന് അവകാശമില്ലാത്ത, നിവൃത്തിയില്ലാതെ യാഥാസ്ഥിതിക സമൂഹത്തിന്റെ വിഴുപ്പുഭാണ്ഡം പേറേണ്ടിവരുന്ന പെൺതലമുറയെ രക്ഷിച്ചെടുക്കാനുള്ള ഉപാധി എന്ന നിലയിൽ അതിനെ കാണാൻ കഴിയും. അതേസമയം ഒരു പൗരൻ എന്ന നിലയിൽ സാമൂഹികമായ മറ്റെല്ലാ കരാറുകളിലും 18 വയസ്സിൽ ഏർപ്പെടാനാവുമ്പോൾ വിവാഹത്തിന് 21 എന്നുള്ള മാനദണ്ഡം വ്യക്തിയുടെ തെരഞ്ഞെടുപ്പിനും വ്യക്തിസ്വാതന്ത്ര്യത്തിനും എതിരുമാണ്. ഉഭയസമ്മതപ്രകാരമുള്ള ലൈംഗികബന്ധത്തിന് 18 വയസ്സ് മാനദണ്ഡമാവുമ്പോൾ പിന്നീട് ഒരു വിവാഹത്തിൽ എത്തിച്ചേരണമെങ്കിൽ 21 വരെ കാത്തിരിക്കേണ്ടി വരും. അഥവാ ഇവിടെ ഗർഭനിരോധന മാർഗ്ഗങ്ങൾ പരാജയപ്പെട്ടാൽ പെൺകുട്ടി ഗർഭിണിയാവും. നിലവിൽ അബോർഷൻ മെഡിക്കൽഗ്രൗണ്ടിൽ മാത്രമേ നടത്തികൊടുക്കയുള്ളു. അതുകൊണ്ട് 'അവിവാഹിതയായ അമ്മ' ഉണ്ടാവുകയും അതിന്റെ പരിപൂർണ്ണ ഉത്തരവാദിത്വം പെൺകുട്ടികളിൽ നിക്ഷിപ്തമായിരിക്കുകയും ചെയ്യും. ലിവിങ് ടുഗെതർ എന്ന പുരോഗമന ആശയത്തിനെ ക്രിമിനൽ കണ്ണോട് കൂടി കാണാൻ ഇത് പ്രേരിപ്പിക്കും.

പെൺകുട്ടികളുടെ വിവാഹപ്രായം 21 ആക്കുന്നത് സമൂഹത്തിൽ കൊണ്ടുവരുന്നത് വലിയ മാറ്റമാണ്. പുരോഗമനആശയങ്ങളായ ജൻഡർ ന്യൂട്രൽ യൂണിഫോം സ്കൂളിൽ കൊണ്ടുവരുന്നതിനും വിവാഹ പ്രായം ഉയർത്തുന്നതിനും സമൂഹം പാകമായിട്ടുണ്ടോ എന്നൊരു അന്വേഷണം നടത്തണമായിരുന്നു. എങ്ങനെയാണ് ഈമാറ്റം നടപ്പിലാക്കുന്നത്? എങ്ങനെയാണ് ഈ മാറ്റം മനുഷ്യരിൽ എത്തിക്കാൻ പോകുന്നത്? എത്രവർഷംകൊണ്ട് സാദ്ധ്യമാവും? 18 ൽ നിന്ന് 21 ലേക്ക് എത്തുമ്പോൾ എന്ത് സാമൂഹിക സാംസ്കാരികസ്വാധീനങ്ങളാണ് വിവാഹ പ്രായം ഉയർത്തിയതുകൊണ്ട് ഉണ്ടാവാൻ പോകുന്നത്? അങ്ങനെയുള്ള ചോദ്യങ്ങൾക്ക് ഉത്തരമില്ലാതെ സമൂഹത്തെക്കുറിച്ചു ബോദ്ധ്യമില്ലാതെ ഒട്ടും ആസൂത്രണമില്ലാതെയാണ് ഇങ്ങനെ ഒരു ബിൽ പാസാക്കാൻ സ്റ്റേറ്റ്

തീരുമാനിക്കുന്നത്. ശൈശവവിവാഹത്തെ തടയിടാനും പെൺകുട്ടികളുടെ ആരോഗ്യപരിരക്ഷയ്ക്കും, മാതൃ-ശിശു മരണനിരക്ക് കുറയ്ക്കാനും സ്ത്രീശാക്തീകരണത്തിനുംവേണ്ടി പെൺകുട്ടികളുടെ വിവാഹപ്രായം ഉയർത്തുന്ന ഇന്നത്തെ ഭരണകൂടം ഇന്നുവരെ എല്ലാ പുരോഗമന ചിന്തകൾക്കുമെതിരായിരുന്നു. തീവ്രവലതുപക്ഷ രാഷ്ട്രീയം ഒരു കാലത്തും സ്ത്രീകൾക്കനുകൂലമായി ചിന്തിച്ചിരുന്നില്ല. ലിംഗ സമത്വം എന്നുള്ള ആശയം അവർക്ക് ഉൾക്കൊള്ളാൻ കഴിയാത്ത ആശയമാണ്. 'ന:സ്ത്രീസ്വാതന്ത്ര്യമർഹതി' എന്ന മനുവാചകം മാറോട് അടക്കിപ്പിടിക്കുന്ന രാഷ്ട്രീയ ഭരണകൂടം പെൺകുട്ടികളുടെ വിവാഹ പ്രായം ഉയർത്തുന്ന നിയമവുമായി വരുമ്പോൾ അത്ര നിഷ്കളങ്കമാവില്ല. മത സാമൂഹിക സാംസ്കാരികന്യൂനപക്ഷ വിഭാഗങ്ങളെ ഉന്നം വയ്ക്കുന്ന ഒരു കരുനീക്കം എന്ന നിലയിൽ ഈ ദൗത്യം വിമർശിക്കപ്പെടുന്നത് അതുകൊണ്ടാണല്ലോ.

ഒരു ലൈംഗികത്തൊഴിലാളിയുടെ പ്രണയകഥയിലേക്കുള്ള ജീവിതയാത്ര

ഒരു ലൈംഗികത്തൊഴിലാളിയുടെ ആത്മകഥയുടെ അടുത്തഭാഗം തയ്യാറാക്കാൻ എന്നോട് ആവശ്യപ്പെട്ടതിലുള്ള അത്ഭുതം ഈ കുറിപ്പ് എഴുതുമ്പോഴും ബാക്കിയാണ്. ഇത്തരം സ്ത്രീകൾ ഒരു കാതം അകലേക്ക് മാറ്റി നിർത്തേണ്ട വർഗ്ഗമെന്ന ധാരണയാണ് ഞാൻ കണ്ടും കേട്ടും പരിചയിച്ച ചുറ്റുവട്ടം സൃഷ്ടിച്ചിരുന്നത്. അത്തരക്കാരികൾ, ഒരുമ്പെട്ടവൾ, പിഴച്ചവൾ തുടങ്ങി താരതമ്യേന ലളിതമായ പദാവലി മുതൽ അറയ്ക്കുന്ന ഗുരുത്വമുള്ള അഭിസംബോധനകൾവരെ കേട്ടിട്ടുണ്ടെങ്കിലും 'ലൈംഗികത്തൊഴിലാളി' എന്ന അഭിസംബോധന എന്റെ സമൂഹത്തിന് അത്ര പരിചിതമായിരുന്നില്ല.

തൊഴിലും സംസ്കാരവുമായുള്ള ബന്ധത്തിന്റെ, അവയുടെ പാരസ്പര്യങ്ങളെക്കുറിച്ചുള്ള ചാതുർവർണ്യബോദ്ധ്യങ്ങളുടെ, അതിൽ അധിഷ്ഠിതമായ സാമൂഹ്യധാരണകളുടെ ഒക്കെ ജലത്തിൽ ജീവിക്കുന്ന ഒരു സാമൂഹ്യചുറ്റുപാടിൽ, തൊഴിൽ ചെയ്യുന്നവർ എന്ന് അവരെ വിളിക്കാൻ മടിക്കുന്നത് സ്വാഭാവികമാണല്ലോ.

വളരെ യാഥാസ്ഥിതികമായ ജീവിതചുറ്റുപാടിൽ നിന്നുവരുന്ന എനിക്ക് അത്തരമൊരു വിഷയം കൈകാര്യം ചെയ്യാൻ കഴിയുമോ എന്ന ചിന്ത പുസ്തകത്തെപ്പറ്റിയുള്ള ചിന്തയിലും അതിന്റെ രൂപീകരണപ്രക്രിയയിലുടനീളവും എന്നെ അലട്ടിയിരുന്നു. സ്വാതന്ത്ര്യം ബൗദ്ധികതയിലും ചിന്തയിലും ഒരു സജീവവ്യവഹാരമായി നിലനിർത്താൻ ശ്രമിക്കുമ്പോഴും അതിനെ ഒരു ദൈനംദിന വ്യവഹാരരൂപമായി പരിവർത്തിപ്പിക്കാൻ കഴിയുന്ന ഒരു സാമൂഹ്യ ആവാസവ്യവസ്ഥയിലോ സ്വാതന്ത്ര്യത്തിന്റെ ആശയങ്ങളെ സാമൂഹ്യമായ പ്രോട്ടോക്കോളുകളാക്കി വളർത്തിയെടുത്ത് നടപ്പിലാക്കാനുള്ള വ്യക്തിപരമായ പ്രാപ്തനിലയിലോ ആയി

രുന്നില്ല ഞാൻ. എന്റെ നിലപാടിന്റെ ആധികാരികതയെ എന്റെ ജീവിത പശ്ചാത്തലം ചൂണ്ടിക്കാട്ടി ആരെങ്കിലും ചോദ്യം ചെയ്താൽ ഞാൻ നിസ്സഹായതയോടെ നോക്കി നില്ക്കുകയേ ഉള്ളൂ.

പ്രിവിലേജുകളിൽ ഊറ്റംകൊള്ളുന്ന ഇപ്പോഴും യാഥാസ്ഥിതിക ജീവിതരീതികൾ പിന്തുടരുന്ന കുടുംബത്തിൽ പിറന്ന ഞാൻ കുട്ടിക്കാലത്ത് അമ്മൂമ്മയുടെ വീടിനടുത്തുള്ള ജാനകിചേച്ചിയെ നിരീക്ഷിക്കുക പതിവായിരുന്നു. അവരുടെ തറവാട് പേര് ചേർത്താണ് എല്ലാവരും അവരെ വിളിക്കുക. സമൂഹം വേശ്യ എന്ന് അടക്കം പറച്ചിലിലൂടെ പിറുപിറുക്കലിലൂടെ മാറ്റിനിർത്തപ്പെട്ട അവരുടെ പെരുമാറ്റം എന്നെ ഏറെ അത്ഭുതപ്പെടുത്തിയിരുന്നു. ഇരുണ്ടമുഖമുള്ള ചേച്ചിയുടെ മുഖത്തിനഴക് കൂട്ടുന്നത് അവരുടെ നിറഞ്ഞ ചിരിയാണ്. ചിരിച്ചുകൊണ്ടല്ലാതെ അവരെ കണ്ടിട്ടില്ല. ഹൃദയംകൊണ്ട് ചിരിക്കുന്നതുപോലെ തോന്നും. ഒരു ചുരുൾ പോലും അവശേഷിക്കാത്ത നീണ്ട കോലൻ മുടി കൊണ്ടപോലെ മടക്കിക്കെട്ടി, നെറ്റിയിൽ ചുവന്ന സിന്ദൂരപ്പൊട്ടിട്ട്, കടുത്തനിറമുള്ള സാരിയിൽ അവർ ഏറെ സുന്ദരിയായിരുന്നു. മാദക സൗന്ദര്യം ഇല്ലെങ്കിലും വശ്യമായ എന്തോ ഒന്ന് അവരിൽ തുളുമ്പി നിന്നിരുന്നു. ജാനകിച്ചേച്ചി ഇടവഴിയിലൂടെ നടന്നുപോകുമ്പോൾ ഉമ്മറക്കോലായിൽ തിണ്ണയിലിരുന്നു കുടുംബാംഗങ്ങൾ ഒരു പരിഹാസച്ചിരിയോടെ അവരോട് സംസാരിക്കുമായിരുന്നു. അത് കേൾക്കുമ്പോൾ പരിഹാസത്തിന്റെ മുനകൾ മനസ്സിലാക്കാതെയുള്ള അവരുടെ നിഷ്കളങ്കമായ മറുപടികളാണ് എന്നിൽ ആദ്യമായി സഹതാപമുണർത്തിയത്.

പിന്നീട് വേശ്യ എന്ന വാക്ക് കേട്ടത് കുളക്കടവിലേക്ക് നടക്കുമ്പോൾ എന്റെ ഓപ്പോൾ നേർത്ത ശബ്ദത്തിൽ ആ പേര് ചെറിയമ്മയുടെ കാതിൽ ഉരുവിട്ടപ്പോഴാണ്. അത് കേട്ട് തിരിഞ്ഞു നോക്കിയതിന് "നാലാൾ കൂടുന്നിടത്ത് പറയുന്നത് കേൾക്കാൻ പെണ്ണിന് എന്ത് ഉത്സാഹമാണ്" എന്ന് ചോദിച്ചു എന്റെ ചെവി പിടിച്ചു നുള്ളുകയും ചെയ്തു. കുളി കഴിഞ്ഞു ഓടിച്ചെന്നപ്പോൾ ഉമ്മറക്കസേരയിൽ എം എ ഇംഗ്ലീഷിനു പഠിക്കുകയാണെന്ന ഗർവ്വോടെ കട്ടിയുള്ള ഇംഗ്ലീഷ് പുസ്തകം മാറോടുചേർത്ത് അടക്കിപ്പിടിച്ചു മലച്ചുകെട്ടി ഉറങ്ങുന്ന അമ്മാമയെ ഉറക്കത്തിൽനിന്നും ഉണർത്തി ചോദിച്ചു "അമ്മാമേ 'വേശ്യ' എന്ന് പറഞ്ഞാൽ എന്താ" അത് ചോദിച്ചപ്പോൾ അമ്മാമയുടെ ഇടതുകൈയിൽ ഉള്ള തള്ളവിരലിലെ നീട്ടിയ നഖം എന്റെ കുഞ്ഞുകൈയിലെ മാംസത്തിൽ ആഴ്ന്നിറങ്ങി. വേദനകൊണ്ട് ഞാൻ പുളഞ്ഞുപോയി. ആ നീറ്റൽ കാരണം പിന്നീട് വേശ്യയുടെ അർത്ഥം തേടി പോവാൻ തോന്നിയില്ല.

അരുതാത്തത് എന്തോ ചെയ്യുന്നവർ എന്നാണ് ആ പദത്തിനർത്ഥം എന്ന് അപ്പോഴേക്കും മനസ്സിലാക്കിയിരുന്നു. ഒരിക്കൽ അമ്മൂമ്മ കിണറ്റിൽനിന്നും വെള്ളം കോരുമ്പോൾ അപ്പുറത്തെ തൊടിയിലൂടെ ആശുപത്രിയിലേക്ക് പോകുന്ന ജാനകിച്ചേച്ചി ദാഹം തോന്നിയപ്പോൾ വെള്ളം ചോദിച്ചു. കിണറ്റിൽനിന്നും കോരിയെടുക്കുന്ന തൊട്ടിയിൽനിന്നും

വെള്ളം എടുത്തുകൊടുക്കാനായി അടുക്കളയിൽ പോയി അരികുപൊട്ടിയ പഴയ ഗ്ലാസ് എടുത്ത് വെള്ളം നിറച്ച് കൊടുക്കുന്നത് കണ്ട് ഞാൻ സ്തംഭിച്ചു നിന്നു. ഒരാർത്തിയോടെ മൂന്ന് ഗ്ലാസ് വെള്ളം കിതച്ചുകൊണ്ട് അവർ കുടിക്കുന്നത് കുട്ടിയായ ഞാൻ കണ്ണുമിഴിച്ചു നോക്കിനിന്നു. അതിനുശേഷം അവർ നടന്നു നീങ്ങിയപ്പോൾ ആ ഗ്ലാസ് എടുത്ത് വടക്കേ തൊടിയിലേക്ക് നീട്ടി എറിഞ്ഞപ്പോൾ എന്റെ ഉള്ളൊന്നു വിങ്ങി. ഇതുപോലെ വീട്ടിലെ ഒരു കുഞ്ഞിനെ ഒക്കത്ത് വെച്ച് ചോറു കൊടുക്കുമ്പോൾ കുഞ്ഞിന്റെ നിഷ്കളങ്കമായ ചിരി കണ്ട് ജാനകിച്ചേച്ചി ഓടിവന്നു കുഞ്ഞിനെ ചെറുതായൊന്ന് ഉമ്മവച്ചു. അതിന്റെ പേരിൽ സോപ്പും വെള്ളവുമിട്ട് കുഞ്ഞിനെ കുളിപ്പിക്കുന്നത് കണ്ടപ്പോൾ ഞാൻ അന്ധാളിച്ചു പോയിട്ടുണ്ട്.

പിന്നീട് കുറെക്കാലത്തിന് അവരെ ഞാൻ കണ്ടിട്ടില്ല. അതിന് ശേഷമുള്ള എന്റെ അന്വേഷണത്തിൽ അവർ എന്തോ ഗുരുതരമായ അസുഖം വന്ന് മരിച്ചതായി ഞാൻ അറിഞ്ഞു. പിന്നീട് പഠനവഴികളിൽ, നോവലുകളിൽ, കഥകളിൽ, സിനിമകളിൽ ഇത്തരം കഥാപാത്രങ്ങളെ തേടി അലഞ്ഞു. ആ സമയത്താണ് പത്മരാജന്റെ *ഉദകപ്പോള*യിലെ ക്ലാരയെ ഞാൻ വായിച്ചറിഞ്ഞത്. എന്നെ വല്ലാതെ നോവിച്ച കഥാപാത്രമായിരുന്നു അവൾ. മദ്യത്തിനും മയക്കുമരുന്നിനും അടിമപ്പെട്ട് ബലാത്സംഗം ഇഷ്ടപ്പെടുന്ന തരത്തിലുള്ള ലൈംഗിക അരാജകത്വത്തിലേക്ക് കൂപ്പുകുത്തിയ ക്ലാരയുടെ ജീവിതം ഇന്നും എന്നെ ഭയപ്പെടുത്തുന്നുണ്ട്.

ഉറങ്ങാൻ പോകുമ്പോൾ പോലും ആ മുഖം എന്നെ അലോസരപ്പെടുത്തിയിരുന്നു. അപ്പോഴേക്കും ഇത്തരം കഥാപാത്രങ്ങളെ ജാനകിച്ചേച്ചിയുമായി താരതമ്യപ്പെടുത്തുക എന്റെ ഒരു ശീലമായിക്കഴിഞ്ഞിരുന്നു. പിന്നീടുള്ള എന്റെ ജീവിതത്തിൽ സ്ത്രീയെ മാനസികമായും ശാരീരികമായും അരികുവല്ക്കരിക്കുന്ന സാമൂഹ്യപരതയോട് ഞാൻ ആവുംവിധം പ്രതിഷേധിച്ചു.

തീണ്ടാരിയായാൽ സ്ത്രീകളെ മാറ്റി നിർത്തപ്പെടുന്ന ചടങ്ങുകളുടെ ഘോഷയാത്ര തന്നെ ജീവിതത്തിൽ ഉണ്ട്. ആ സമയത്താണ് ഒറ്റപ്പെടലിന്റെ നിറപ്പകിട്ട് ഇല്ലാത്ത മുറിയിൽ ഏകാന്തത എന്നെ തേടി വരുന്നത്. അന്നൊന്നും പെണ്ണായി പിറന്നു പോയതിലുള്ള ശാപത്തെ പഴിക്കാത്ത ദിവസങ്ങളില്ല. അതിനുശേഷമുള്ള ജീവിതത്തിന്റെ പരക്കംപാച്ചിലിൽ ഇടനാഴിയിൽനിന്നും അകത്തളങ്ങളിൽനിന്നും ലൈംഗികതയെക്കുറിച്ചുള്ള അടക്കം പറച്ചിലുകൾ കേട്ടിരുന്നു.

തീണ്ടാരിയായതിന്റെ പേരിൽ പുറത്തെ മുറിയിൽ അടച്ചുപൂട്ടപ്പെടുന്ന സ്ത്രീജന്മങ്ങളുടെ വേദന അനുഭവിച്ചറിഞ്ഞതാണ്. മാറ്റി നിർത്തലിനെ പരസ്യമായി പ്രതിഷേധിച്ചതും ഈ കാലയളവിൽ ആണ്. എഴുത്തിൽ രാഷ്ട്രീയപരമായ ശരിയുടെ ഭാഗത്ത് നിലയുറപ്പിക്കണമെന്ന് ഉറച്ചു വിശ്വസിച്ചു. അധഃകൃതരുടെയും പാർശ്വവല്ക്കരിക്കപ്പെട്ടവരുടെയും കൂടെ നില്ക്കണം എന്നും ഇരകൾക്കുവേണ്ടി നിലകൊള്ളണം എന്നും

ഇതിന് എഴുത്തിനെ കഴിയാവുന്ന വിധത്തിൽ മാധ്യമമാക്കണമെന്നും ചെറിയ ചെറിയ പ്രതിരോധങ്ങൾ സൃഷ്ടിക്കണമെന്നും ആഗ്രഹിച്ചു.

പി എച്ച് ഡി ഗവേഷണത്തിന് ഇഷ്ടവിഷയമായി എടുത്തതും ലിയോടോൾസ്റ്റോയിയുടെ സ്ത്രീ കഥാപാത്രങ്ങളെയാണ്. അന്നയും നതാഷയും മാസ്ലോവായും. ഇതിൽ വൈകാരികമായി എന്നെ കീഴ്പ്പെടുത്തിയത് മാസ്ലോവായാണ്. അവർ ഒരു ലൈംഗികത്തൊഴിലാളി ആയിരുന്നു. ആകസ്മികമായി ലൈംഗിക തൊഴിലിലേക്ക് എടുത്തെറിയപ്പെട്ട അവളുടെ യാതനാപൂർണ്ണമായ ജീവിതത്തിന്റെ കുറ്റക്കാർ പാട്രിയാർക്കി തന്നെയായിരുന്നു. മാസ്ലോവായിലെ വ്യക്തിത്വത്തെ ഞാൻ സ്നേഹിക്കാൻ തുടങ്ങിയിരുന്നു. അവളിൽനിന്നാണ് ഞാൻ നളിനി ജമീലയിലേക്കെത്തിയത്.

അവരുടെ ആത്മകഥ വായിച്ചശേഷം ഫോൺ നമ്പർ തേടിപ്പിടിച്ച് അവരെ വിളിച്ചു സംസാരിച്ചു. വിളിച്ചതിനുശേഷം നേരിൽക്കണ്ട് ഇന്റർവ്യൂ ചെയ്തു. പിന്നീട് ലൈംഗികത്തൊഴിലാളികളോടുള്ള എഴുത്തുകാരുടെ സമീപനത്തിലെ പക്ഷപാതിത്വം ഒരു ലേഖനത്തിലൂടെ അവതരിപ്പിച്ചു. അത് *പച്ചക്കുതിര* മാസികയിൽ കവർസ്റ്റോറിയായി വന്നു. അതിനുശേഷമാണ് അവരുടെ ആത്മകഥയുടെ അടുത്ത ഭാഗം എഴുതാൻ എന്നോട് ആവശ്യപ്പെട്ടത്. *ഒരു ലൈംഗിക തൊഴിലാളിയുടെ പ്രണയപുസ്തകം* എന്ന പേരിൽ പ്രസിദ്ധീകരിക്കപ്പെട്ടു. ഇത് നളിനി ജമീല എന്ന ലൈംഗികത്തൊഴിലാളിയുടെ ജീവിതം മാത്രമല്ല. മുപ്പതുകൊല്ലത്തിനിടെ അവർ പരിചയപ്പെട്ട മൂവായിരം ക്ലൈന്റുകളിൽ ബഹുഭൂരിപക്ഷം വ്യത്യസ്തരായിരുന്നു. മലയാളിയുടെ മാറിയ ലൈംഗിക ചോദനകളെയും വൈകൃതങ്ങളുടെയും നേർചിത്രം വരച്ചിടാൻ കഴിയുന്നുവെന്നത് പുസ്തകത്തെ പ്രസക്തമാകുന്നു എന്ന് ഞാൻ കരുതുന്നു.

ഇവിടെ നളിനി ജമീലയുടെ ജീവിതകഥ അവരുടെ ഭാഷണത്തിൽ ഞാൻ കേട്ട് എഴുതിയാണ് പുസ്തകം തയ്യാറാക്കിയത്. ജീവചരിത്രം പോരാ ആത്മകഥയുടെ തുടർച്ചതന്നെ വേണമെന്ന് ഞാൻ ആഗ്രഹിച്ചത് ആ ജീവിതാനുഭവത്തിലെ തീക്ഷ്ണത ചോരാതിരിക്കാൻ തന്നെയായിരുന്നു. മറ്റൊരു സ്ത്രീക്കും പറയാനില്ലാത്ത വിധത്തിലുള്ള ജീവിതാനുഭവങ്ങളാൽ സമ്പന്നയായ അവരോട് നീതി പുലർത്താൻ സാധിക്കുന്ന വിധത്തിലാണ് പുസ്തകം തയ്യാറാക്കാൻ ഞാൻ ശ്രമിച്ചത്.

വാക്കുകൾ വേണ്ടാത്ത പാട്ട്

"**സോ**ഫിയയുടെ ഡയറി ടോൾസ്റ്റോയിയിലേക്ക് തുറക്കുന്ന കണ്ണാടിയാണ്" എന്ന് പറഞ്ഞ് ലോകചരിത്രത്തെ മാറ്റി മറിച്ച റഷ്യൻ വിപ്ലവകാരി ലെനിൻ ആണ്. ഒരുപക്ഷേ, ചരിത്രത്തിൽ പറ്റിപ്പോയ ഒരു തെറ്റിനെ തിരുത്താൻ പ്രേരകമായ വാക്കുകൾ ആയിരുന്നു അത്. ലോകം മുഴുവനും ആരാധിക്കുന്ന സമാനതകൾ ഇല്ലാത്ത സാഹിത്യപ്രതിഭ ലിയോ ടോൾസ്റ്റോയ് എന്ന റഷ്യൻ എഴുത്തുകാരന്റെ ഭാര്യ സോഫിയ അവർ എഴുതുന്ന ദിനചര്യകുറിപ്പിൽ ഇങ്ങനെ എഴുതിയിരിക്കുന്നു.

> വ്യഭിചാരിയായിരുന്ന ഒരു ഭർത്താവിനോടൊപ്പമുള്ള ഒരു ദാമ്പത്യ ജീവിതവും ഇതുവരെ വിജയിച്ചിട്ടില്ലെന്നിരിക്കെ ഞങ്ങളുടെ ബന്ധം ഇത്രകാലം നീണ്ടുനിന്നതെന്നെ അതിശയിപ്പിച്ചു. ഞങ്ങൾ സന്തോഷകരമായി ജീവിച്ചതിന് കാരണം എന്റെ ശൈശവോപമമായ നിഷ്കളങ്കത മാത്രമാണ്. ആ ഡയറികൾ മുഴുവൻ വായിച്ചിട്ടും ഞാൻ എല്ലാറ്റിനും നേരെ കണ്ണടയ്ക്കുക മാത്രമേ ചെയ്തിട്ടുള്ളുവല്ലോ. ചോദ്യങ്ങൾ ചോദിച്ചിരുന്നുവെങ്കിൽ ഞങ്ങളുടെ ജീവിതം തുലഞ്ഞുപോയേനെ. മാർഗ്ഗ ഭ്രംശത്തോടും അപഥസഞ്ചാരത്തോടുള്ള ലവോച്ച്ക്കയുടെ നിലപാടുകൾ വിഷമയങ്ങളായിരുന്നു. അത്തരം ഭൂതകാലമുള്ള ഒരാളെ ഒരു സ്ത്രീക്കും അംഗീകരിക്കുവാനാകുമായിരുന്നില്ല.

ടോൾസ്റ്റോയിയുടെ മാസ്റ്റർ പീസ് നോവൽ *അന്നകരിനീന*യിലെ ലെവിൻ എന്ന കഥാപാത്രം തന്റെ ഭാര്യയായ കിറ്റിക്ക് വിവാഹ ദിവസം വായിക്കാൻ കൊടുത്തിരുന്നപോലെ ടോൾസ്റ്റോയ് തന്റെ ജീവിതത്തിലൂടെ കടന്നുപോയ പ്രണയങ്ങൾക്കും കാമനകൾക്കും ലൈംഗികാ

സക്തികൾക്കും ഇരയായ സ്ത്രീകളെക്കുറിച്ചുള്ള തന്റെ കുറിപ്പുകൾ അടങ്ങിയ ഡയറി വിവാഹദിവസം സോഫിയയ്ക്ക് നല്കിയിരുന്നു. വളരെ ചെറുപ്പത്തിൽ വിവാഹ ജീവിതത്തിലേക്ക് കടന്നുവന്ന നിഷ്കളങ്കയായ സ്ത്രീക്ക് സഹിക്കാവുന്നതിൽ അപ്പുറമായിരുന്നു അത്. എങ്കിലും അവർ ജീവിതകാലം മുഴുവനും കരഞ്ഞും നിലവിളിച്ചും ചിരിച്ചും കലഹിച്ചും ഭ്രാന്തമായി ടോൾസ്റ്റോയിയെ പ്രണയിച്ചുകൊണ്ടിരുന്നു. ടോൾസ്റ്റോയിയുടെ മരണത്തിന് കാരണക്കാരിയായി മുദ്ര കുത്തിയതിനുശേഷവും സോഫിയയിൽനിന്നും ടോൾസ്റ്റോയിയോടുള്ള പ്രേമം അവരുടെ മരണം വരെ നിർലോഭം ഒഴുകിക്കൊണ്ടിരുന്നു. ലോകസാഹിത്യ ചരിത്രത്തിൽ ഇത്രയേറെ തെറ്റിദ്ധരിക്കപ്പെട്ട എഴുത്തുകാരന്റെ ഭാര്യ ഉണ്ടാവില്ല. 1910 നവംബർ 21 ന് അസ്സപ്പോവ് റെയിൽവേ സ്റ്റേഷനിലെ സ്റ്റേഷൻ മാസ്റ്ററുടെ വസതിയിൽ അവസാന നിമിഷം ജീവിതത്തിനോടും മരണത്തിനോടും മല്ലിടുമ്പോൾ ജീവിത യാഥാർത്ഥ്യത്തെ നേർരേഖയിൽ സാഹിത്യത്തിൽ പ്രതിഫലിപ്പിച്ച, റഷ്യൻ ജനതയെ ഒന്നടങ്കം സ്വപ്നം കാണാൻ പഠിപ്പിച്ച അതുല്യസാഹിത്യ പ്രതിഭയെ മരണശയ്യയിൽ അദ്ദേഹത്തിന്റെ ജീവസുറ്റ മുഖം നോക്കി ഒരു ജനസാഗരം സങ്കടപ്പെട്ട് ആർത്തുകരയുമ്പോഴും ടോൾസ്റ്റോയിയുടെ പതിമൂന്ന് കുട്ടികളെ പ്രസവിച്ച *യുദ്ധവും സമാധാനവു*മെന്ന ബൃഹത്തായ കൃതി ടൈപ്പ്റൈറ്റിങ് മെഷീൻപോലും ഇല്ലാത്ത കാലത്തു ആറ് പ്രാവശ്യം പകർത്തിയെഴുതിയ ടോൾസ്റ്റോയിയുടെ ഭാര്യമാത്രം മാറ്റി നിർത്തപ്പെട്ടു.

അന്നത്തെ പ്രഭാതം ഞെട്ടി ഉണർന്നിരുന്നത് മാധ്യമങ്ങൾ പങ്കുവെച്ച ഒരു അസാധാരണ ചിത്രം കണ്ടുകൊണ്ടാണ്. മരണാസന്നനായ തന്റെ പ്രാണേശ്വരനെ അവസാനമായി ഒന്ന് കാണാൻ വേണ്ടി ചില്ല് ജനാലയിലൂടെ ഏന്തിവലിഞ്ഞു നോക്കുന്ന വൃദ്ധസ്ത്രീയുടേതായിരുന്നു ആ ചിത്രം. ആരെയും കരളലിയിപ്പിക്കുന്ന കാഴ്ചയായിരുന്നു അത്. പക്ഷേ, സമൂഹത്തിന്റെ കുറ്റപത്രത്തിൽ അക്കമിട്ട് നിരത്തിവെച്ചിരിക്കുന്ന തെളിവുകൾ എല്ലാം അവർക്ക് എതിരായിരുന്നു.

“ഭർത്താവിന് സ്വൈര്യം കൊടുക്കാത്തവൾ” എന്ന് മുദ്രകുത്തി ടോൾസ്റ്റോയിയുടെ മരണത്തിന് കാരണക്കാരിയായി അവരെ ജനം അവരോധിച്ചു. അതിന്റെ സന്തോഷത്തിൽ റഷ്യൻ പാട്രിയാർക്കി പുതിയ കഥകൾ പ്രചരിപ്പിച്ചു. ഒടുവിൽ സോഫിയ മരണത്തിന് കീഴടങ്ങുന്നതു വരെ അവരെ വേട്ടയാടിയത് ചെയ്യാത്തകുറ്റം അവരിൽ സമൂഹം ചാർത്തിയതിൽ മനം നൊന്താണ്. ടോൾസ്റ്റോയിയുടെ പ്രിയ കഥാപാത്രം അന്ന കരിനീനയുടെ മരണത്തിന് കാരണക്കാരായ അതേ സമൂഹമാണ് സോഫിയയെ ക്രൂശിച്ചത്. അന്നയുടെയും സോഫിയയുടെയും ജീവിതത്തിലെ സമാനതകളിലേക്ക് ഇറങ്ങിച്ചെന്നാൽ യഥാർത്ഥ ജീവിതത്തിലുള്ള കഥാപാത്രം ടോൾസ്റ്റോയിയുടെ ഫിക്ഷൻ ക്യാരക്റ്ററിനോട് ഒരു പുച്ഛം നിറഞ്ഞ പുഞ്ചിരി സമ്മാനിക്കുന്നതായി കാണാൻ കഴിയും.

ഒരിക്കൽ സോഫിയതന്നെ പറഞ്ഞു അന്നകരിനീനയുടെ മാനസിക വിഹ്വലതകൾ പകർത്തിവെച്ച എഴുത്തുകാരന് സ്വന്തം ജീവിതത്തിൽ ദുരിതപൂർണ്ണമായ മാനസികാവസ്ഥയിലൂടെ കടന്നുപോവുന്ന സ്ത്രീക്ക് നേരെ കണ്ണടയ്ക്കുന്നത് വലിയ ഒരു വിരോധാഭാസമായി അനുഭവപ്പെട്ടു എന്നാണ്.

ടോൾസ്റ്റോയിയുടെ കൃതികൾ പകർത്തിക്കൊണ്ടിരുന്ന ഒരു ദിവസം അവർ തന്റെ ഡയറിയിൽ ഇങ്ങനെ എഴുതി: "സ്ത്രീകളെപ്പറ്റി എന്റെ ഭർത്താവ് എഴുതിയിരിക്കുന്നതുകണ്ട് ഞാൻ ഇന്ന് അന്തംവിട്ടുപോയി. ജീവിതത്തിലുടനീളം ഞാൻ എന്നെയും എന്റെ അഭിലാഷങ്ങളെയും അദ്ദേഹത്തിനുവേണ്ടി ത്യജിച്ചവളാണ്. എന്നിട്ടും എന്നിൽ മൃഗീയതയാണ് അദ്ദേഹം കാണുന്നതെങ്കിൽ."

സോഫിയയുടെ ജ്യേഷ്ഠസഹോദരി താനിയ വർഷങ്ങളോളം ടോൾസ്റ്റോയിയെ പ്രണയിച്ചിരുന്നു. അവളെ മാറ്റി നിർത്തിക്കൊണ്ട് വിവാഹത്തിന് ടോൾസ്റ്റോയ് സോഫിയയെ തെരഞ്ഞെടുത്തപ്പോൾ അത്യന്തം ആഹ്ലാദത്തോടെയാണ് സോഫിയ ദാമ്പത്യ ജീവിതത്തിലേക്ക് പ്രവേശിച്ചത്. അവർ തമ്മിലുള്ള പതിനാറ് വർഷത്തെ പ്രായവ്യത്യാസം പ്രണയത്തിലേക്കുള്ള ചവിട്ട് പടികളായി കണ്ടുകൊണ്ടാണ് സോഫിയ ടോൾസ്റ്റോയിയുടെ പ്രണയനായികയാവാൻ ശ്രമിച്ചത്. ഫലം നിരാശയായിരുന്നു. കൊസ്സാക്ക്യുവതികളിലും മറ്റ് സ്ത്രീകളിലും ധൂർത്തടിക്കപ്പെട്ട ലെവോച്ച്കയുടെ യൗവനവും പ്രണയവും അവരിൽ ഉൽക്കണ്ഠകളും ആശങ്കകളും കൂട്ടികൊണ്ടിരിക്കുമ്പോഴും സ്വയം താങ്ങായി സോഫിയ കണ്ടുകൊണ്ടിരുന്നത് മക്കളുടെ മുഖം മാത്രമായിരുന്നു. പക്ഷേ, അക്സീനിയ എന്ന അടിമപെണ്ണിൽ ഒരു കുഞ്ഞിന് ജന്മം നല്കിയ ടോൾസ്റ്റോയിയെ അവൾക്ക് ഉൾക്കൊള്ളാൻ കഴിഞ്ഞിരുന്നില്ല. പിന്നീട് ടോൾസ്റ്റോയിയെ കാണാൻ വരുന്ന മാധ്യമപ്രവർത്തകരായ സ്ത്രീകളിലും ആരാധകരായ സ്ത്രീകളിലും അവർ അക്സീനയെ കണ്ടു. സാഹിത്യകൃതികളിൽ പ്രണയത്തെ വായനക്കാരന്റെ അഗാധതലങ്ങളിൽ കൊത്തിവെച്ച എഴുത്തുകാരൻ പ്രണയത്തെക്കുറിച്ചു ഡയറിയിൽ എഴുതിവെച്ചത് കണ്ട് സോഫിയ ഞെട്ടി വിറച്ചു.

"സ്നേഹം എന്ന ഒന്നില്ല. ഭോഗമെന്ന ഭൗതീകാവശ്യം മാത്രം. ജീവിതത്തിൽ പ്രായോഗികതയ്ക്കുവേണ്ടി ഒരു പങ്കാളിയും" ഇരുപത്തൊമ്പത് വർഷങ്ങൾക്കുമുമ്പാണ് ഈ വരികൾ വായിച്ചിരുന്നതെങ്കിൽ ടോൾസ്റ്റോയിയെ ഞാൻ വിവാഹം കഴിക്കുമായിരുന്നില്ല എന്ന് സോഫിയ ചിന്തിച്ചിരുന്നു.

ഇതിന് തെളിവായി സോഫിയ പറഞ്ഞുവെക്കുന്നത് "എനിക്ക് ഭർത്താവിന്റെ ലൈംഗികമായ ആസക്തിയെ സഹിക്കാനാവില്ല" എന്നാണ്.

സോഫിയ ഇടവേളകളില്ലാതെ ഗർഭിണി ആയിക്കൊണ്ടിരുന്നു. പതിമൂന്ന് കുട്ടികളിൽ നാല് കുട്ടികൾ അവരുടെ ഇൻഫന്റ് സ്റ്റേജിൽ മരിച്ചി

രുന്നു. കുഞ്ഞുങ്ങളുമായിട്ടുള്ള വൈകാരിക അന്തരീക്ഷം സോഫിയയെ ജീവിതത്തിലുടനീളം അലോസരപ്പെടുത്തിയിരുന്നു. നിരന്തരമുള്ള പ്രസവം അവരെ ക്ഷീണിതയാക്കിയിരുന്നു. കുഞ്ഞിനെ മുലയൂട്ടാൻ മറ്റൊരു സ്ത്രീയെ ഏല്പിച്ചതിന് ടോൾസ്റ്റോയ് സോഫിയയെ കുറ്റപ്പെടുത്തിയിരുന്നു.

സാർ ഭരണകൂടം ടോൾസ്റ്റോയിയുടെ മതവിമർശനത്തെയും അടിമകളോടുള്ള സമീപനത്തെയും സ്പിരിചൽ റൈറ്റിങ്സിനെയും നിശിതമായി വിമർശിച്ചിരുന്നു. റഷ്യൻ ജനതയെ ഒന്നടങ്കം ഭയന്നിട്ടായിരുന്നു അദ്ദേഹത്തെ ഭരണകൂടം സൈബീരിയയിലേക്ക് നാട് കടത്താതിരുന്നത്.

ടോൾസ്റ്റോയ് തന്റെ സ്ത്രീകഥാപാത്രങ്ങളോട് ഒരു മിസോജെനിറ്റിക് കാഴ്ചപ്പാടാണ് പുലർത്തിയിരുന്നത്. *യുദ്ധവും സമാധാനവും* എന്ന കൃതിയിലെ നതാഷ, മരിയ, ലിസ, ഹെലൻ... എന്നീ സ്ത്രീകഥാപാത്രങ്ങളെ കുടുംബത്തിൽ തളച്ചിട്ടു. നതാഷ 13 വയസ്സുള്ള ചെറിയ കുട്ടിയിൽനിന്നും പക്വത എത്തിയ ഒരു സ്ത്രീയിലേക്ക് പരിണമിക്കുമ്പോൾ നിരവധി പ്രണയത്തിലൂടെ കടന്നുപോവുന്നു. നോവലിന്റെ ക്ലൈമാക്സിൽ ഭാര്യയും അമ്മയുമായി സന്തോഷത്തോടെ ജീവിക്കുന്ന നതാഷയെ ടോൾസ്റ്റോയി അവതരിപ്പിച്ചു. സോഫിയയിൽ എന്നപോലെ സ്ത്രീകഥാപാത്രങ്ങളുടെ ആനന്ദവും സ്വാതന്ത്ര്യവും കുടുംബത്തിനുള്ളിൽ ഒതുക്കി നിർത്തി.

ഉയർത്തെഴുന്നേല്പ് എന്ന കൃതിയിൽ ഒരു പട്ടാള ഉദ്യോഗസ്ഥനാൽ പ്രണയത്തിനെ മറയാക്കി ചതിക്കപ്പെട്ട 16 വയസ്സുള്ള പെൺകുട്ടി മാസ്ലോവ ലൈംഗികത്തൊഴിലാളിയാകുന്ന കഥയാണ് പറയുന്നതെങ്കിലും ഒരിക്കൽപ്പോലും ടോൾസ്റ്റോയ് നോവലിലെ നായികയുടെ ഭാഗത്തു നിന്നും ചിന്തിച്ചിരുന്നില്ല. ഒരു സദാചാര വാദിയെപ്പോലെ അവളെ തള്ളിമാറ്റി. കാരണം അവൾ ലൈംഗികത്തൊഴിലാളിയാണ്. മാസ്ലോവയെ അത്തരം സാഹചര്യത്തിലേക്ക് തള്ളിവിട്ട നായകനായ നെഹ്ലുദേവിനോടൊപ്പമായിരുന്നു ടോൾസ്റ്റോയ്. അതിന് കാരണം ചെറുപ്പത്തിൽ പതിനാറ് വയസ്സ് മാത്രമുള്ള ഒരു പെൺകുട്ടിയെ ലൈംഗികമായി ഉപയോഗിച്ചതിന്റെ കുറ്റബോധമാണ് എന്നാണ് ജീവചരിത്രകാരന്മാർ പറയുന്നത്. എന്നാൽ സോഫിയ ഡയറിയിൽ *ഉയർത്തെഴുന്നേല്പി*ലെ നായികയെ ക്കുറിച്ച് ഇങ്ങനെയാണ് രേഖപ്പെടുത്തിയത്:

> ആ സ്ത്രീയെയും എനിക്കറിയാം. 'ഗാഷ' എന്നാണവളുടെ പേര്. അവർക്കിപ്പോൾ എഴുപത് വയസ്സായിക്കാണും. അദ്ദേഹം തന്നെ എനിക്കവളെ ചൂണ്ടിക്കാട്ടിതന്നിട്ടുണ്ട്. അന്ന് ഞാൻ അനുഭവിച്ച നൈരാശ്യത്തിന്റെയും വെറുപ്പിന്റെയും ആഴം എത്രയാണെന്നോ? അധഃപതനത്തിൽനിന്നും പാപവിമുക്തിയിലേക്ക് താൻ കയറിയതെങ്ങനെയാണോ അതേ മട്ടിലാണ് നോവലിലെ നായകനെ വിമോചിപ്പിക്കുന്നത്. നോവലിൽ ധാർമ്മിക പരിണാമം അതിസ

മർത്ഥമായി വിസ്തരിച്ചെങ്കിലും സ്വജീവിതത്തിൽ ധാർമ്മിക പരിണാമം നേടിയെടുക്കാൻ കഴിയുന്നില്ല. സ്വന്തം വാക്കുകൾ വായിച്ചു കണ്ണീരണിയുന്നു ലൈംഗികതയോടുള്ള ആസക്തി തുടരുകയും ചെയ്യുന്നു.

ഇതൊക്കെക്കൊണ്ടായിരിക്കും സോഫിയ തന്നോടും പെണ്മക്കളോടുമുള്ള സമീപനത്തെ ഇങ്ങനെ രേഖപ്പെടുത്തിയത്.

"മൂന്ന് സ്ത്രീകളുടെ ജീവിതം അടിമകൾക്ക് സമാനമാക്കിയതിൽ അദ്ദേഹം സന്തോഷിക്കുന്നു. ഞങ്ങൾ അദ്ദേഹത്തിനുവേണ്ടി പുസ്തകങ്ങൾ പകർത്തിയെഴുതി, ശുശ്രൂഷിച്ചു, സസ്യഭക്ഷണം സദാ പാചകം ചെയ്തു. ഒരിക്കലും പിരിയാതെ കൂടെ കഴിയുകയും ചെയ്തു. പക്ഷേ, ഞങ്ങൾക്കും അല്പം ജീവിക്കണമെന്ന് ഞങ്ങൾ പ്രഖ്യാപനം ചെയ്തു."

സോഫിയ ടോൾസ്റ്റോയിയുടെ എഴുത്തുകൾ പകർത്തി എഴുതുകയും ഫിക്ഷൻ എഴുതാൻ പ്രോത്സാഹിപ്പിക്കുകയും ചെയ്തു. അതേസമയം സോഫിയയിൽ നല്ലൊരു സംഗീതജ്ഞ ഉണ്ടായിരുന്നു. പിയാനോ വായിക്കാനുള്ള അവളുടെ കഴിവിനെ ടോൾസ്റ്റോയ് ഒഴികെ എല്ലാവരും പ്രോത്സാഹിപ്പിച്ചു. അവർ ഇടവേളകളിൽ കഥകളും നോവലുകളും രചിച്ചു. ഒരിക്കൽപ്പോലും ടോൾസ്റ്റോയ് അത് കണ്ടതായി ഭാവിച്ചില്ല. മാത്രവുമല്ല അസാദ്ധ്യമായ കഴിവുകളുള്ള ഒരു ഫോട്ടോഗ്രാഫറും കൂടിയായിരുന്നു സോഫിയ. സ്വന്തം ജീവിതത്തിലെ അനർഘനിമിഷങ്ങൾ ആയിരത്തോളം ഫോട്ടോഗ്രാഫുകളായി പിറന്നുവീണു. ഒരുപക്ഷേ, തന്റെ ജീവിത സത്യങ്ങളുടെ തെളിവുകൾക്ക് വേണ്ടിയായിരിക്കാം ആധികാരികതയ്ക്ക് ഡയറികളും ഫോട്ടോഗ്രാഫുകളും ഡോക്യുമെന്റ് ചെയ്തത്. എന്നിരുന്നാലും സോഫിയയുടെ കണ്ണുകളുടെ ഫോക്കസിൽ ഫോട്ടോഗ്രാഫി മനോഹരമായ കലയായി വിടർന്നിരുന്നു.

ടോൾസ്റ്റോയിയുടെ നിഴൽപോലെ കൂടെ ജീവിച്ച സാധ്വിയായ സ്ത്രീ സമൂഹത്തിൽ തെറ്റിദ്ധരിപ്പിക്കപ്പെടാൻ കാരണമായത് അദ്ദേഹത്തിന്റെ ചെർത്കോവ് എന്ന ശിഷ്യന്റെ ഇടപെടൽ ആയിരുന്നു.

ടോൾസ്റ്റോയിയുടെ മതവിമർശനം അദ്ദേഹത്തിന് പുതിയ അനുയായികളെ സൃഷ്ടിച്ചു. ശിഷ്യന്മാരും കുടുംബവും അടങ്ങുന്ന വലിയ സമൂഹത്തിന്റെ ചെലവുകളും ഉത്തരവാദിത്വവുമെല്ലാം സോഫിയയുടെ ചുമലിലായി. ടോൾസ്റ്റോയ് വീട്ടിലെ കാര്യങ്ങൾ എങ്ങനെ പോകുന്നു എന്നതിനെക്കുറിച്ച് ചിന്തിക്കാറില്ല. മക്കളെ ശ്രദ്ധിക്കാറില്ല. പ്രഭുകുടുംബത്തിന്റെ വരവും ചെലവും നടത്തിപ്പോന്നത് ടോൾസ്റ്റോയിയുടെ കൃതികളുടെ റോയൽറ്റിയിൽനിന്നാണ്. അതുകൊണ്ടുതന്നെ ടോൾസ്റ്റോയ് ഫിക്ഷൻ എഴുതുമ്പോൾ വായനക്കാർ കൂടുന്നതുകൊണ്ട് സോഫിയ ഫിക്ഷൻ എഴുതാൻ പ്രോത്സാഹിപ്പിച്ചിരുന്നു. അതേസമയം ചെർത്കോവ് ആത്മീയമായ രചനകളിൽ ഏർപ്പെടാൻ ടോൾസ്റ്റോയിയെ നിർബ്ബന്ധിച്ചുകൊണ്ടേയിരുന്നു.

ഇതിനിടയിൽ ടോൾസ്റ്റോയിയും ചെർത്കോവും തമ്മിലുള്ള ബന്ധം ഒരു ഭാര്യക്കും സഹിക്കാൻ പറ്റാവുന്നതിൽ അപ്പുറമായിരുന്നു. ഭാര്യയെയും ഭർത്താവിനെയും തമ്മിൽ അകറ്റാൻ ചെർത്കോവ് പല സൂത്രങ്ങളും പ്രയോഗിച്ചു. അവർ തമ്മിൽ അടുക്കാതിരിക്കാൻ പ്രശ്നങ്ങൾ ഉണ്ടാക്കിക്കൊണ്ടിരുന്നു. ഒടുവിൽ പരസ്യമായി കൃതികളുടെ പകർപ്പവകാശത്തിനുവേണ്ടി സോഫിയയും ചെർത്കോവും പോരടിച്ചു.

ഗുരുവും ശിഷ്യനും തമ്മിലുള്ള നിഗൂഢബന്ധത്തിനെ സോഫിയ പലപ്പോഴായി ചോദ്യം ചെയ്തിരുന്നു. ഇതിനു തെളിവായി സോഫിയ പറയുന്നത് ചെർത്കോവിനെ ആദ്യമായി കണ്ട ദിവസം ടോൾസ്റ്റോയ് ഡയറിയിൽ ഇങ്ങനെ കുറിച്ചിരുന്നു. "ആദ്യകാഴ്ചയിൽത്തന്നെ ഞങ്ങൾ അനുരക്തരായി" മാത്രവുമല്ല സോഫിയ അവസാനത്തെ ഗർഭം ധരിച്ചത് ടോൾസ്റ്റോയ് ചെർത്കോവിൽനിന്നും മൂടിവെച്ചിരുന്നു.

ദാമ്പത്യ ജീവിതത്തിൽ ശിഷ്യന്റെ ഇടപെടൽ അസ്സഹനീയമായിരുന്നു. ഭാര്യയെന്ന നിലയിൽ തനിക്ക് ലഭിക്കേണ്ടിയിരുന്ന സർവ്വവും ചെർത്കോവ് തട്ടിപ്പറിക്കുന്നതായി തോന്നിയ സോഫിയ ടോൾസ്റ്റോയിയുമായി നിരന്തരമായി കലഹമുണ്ടാക്കിയിരുന്നു. സങ്കടവും നൈരാശ്യവും കൊണ്ട് ആത്മഹത്യക്ക് ശ്രമിച്ചിരുന്നു. ഒരേ സമയം ടോൾസ്റ്റോയിയോടുള്ള പ്രണയത്തിന്റെയും വെറുപ്പിന്റെയും ഇടയിൽപ്പെട്ടു ഭ്രാന്തമായി സോഫിയ അലറിക്കരഞ്ഞു.

"അദ്ദേഹത്തിന്റെ ശിഷ്യന്മാരായ നവക്രിസ്ത്യാനികൾ അഥവാ ടോൾസ്റ്റോയിയന്മാർ അദ്ദേഹത്തെ എനിക്കെതിരെ തിരിക്കുകയാണ്. കുറച്ചൊക്കെ അവരാ ഉദ്യമത്തിൽ വിജയിച്ചിട്ടുണ്ട്. ഇരുപത്തിയഞ്ചു വർഷങ്ങളോളമായി ഞാനും ഭർത്താവും തമ്മിൽ പുലർത്തിപ്പോന്ന സ്നേഹബന്ധം തകർക്കുകയാണ് ചെർത്കോവ് എന്ന നീചന്റെ ലക്ഷ്യം. എന്റെ ഭർത്താവ് ചെർത്കോവുമായുള്ള ഈ വഷളൻ ബന്ധം ഉപേക്ഷിച്ചേ തീരൂ. എത്രയുംവേഗം ഞങ്ങൾക്ക് ഈ ചതിയനിൽനിന്നും രക്ഷപ്പെടണം."

സോഫിയയുടെ വൈരുദ്ധ്യാത്മകമായ മനോഭാവമത്രയും അവരുടെ ദിവസേനയുള്ള ഡയറിക്കുറിപ്പിൽ വരച്ചിട്ടിരുന്നു. ഭർത്താവിനോടുള്ള പ്രണയപാരവശ്യമാണെങ്കിൽപ്പോലും അത്തരം ദിവസങ്ങളിൽ എഴുതുന്നത് വെറുപ്പ് നിറഞ്ഞ പ്രതികരണത്തോടെയായിരുന്നു.

"അദ്ദേഹത്തെ എത്രയേറെ അറിയുന്നുവോ അത്രയേറെ ഞാനിഷ്ടപ്പെട്ടു പോകുന്നു. ഓരോ ദിവസം എനിക്ക് തോന്നുമായിരുന്നു. ഈ ദിവസത്തോളം ഞാൻ അദ്ദേഹത്തെ സ്നേഹിച്ചിട്ടില്ലെന്ന്. അടുത്തദിവസം ഞാൻ അതിലേറെ അദ്ദേഹത്തെ സ്നേഹിക്കുന്നു. അദ്ദേഹത്തെ സംബന്ധിച്ചുള്ള മറ്റെന്തുമല്ലാതെ എന്നെ സംബന്ധിച്ചിടത്തോളം മറ്റൊന്നിനും അസ്തിത്വമില്ല."

ഒരുപക്ഷേ, സോഫിയയുടെ വൈരുദ്ധ്യാത്മകമായ സ്വഭാവം ടോൾസ്റ്റോയിയെപ്പോലെ തന്നെ റഷ്യൻ ജനതയെയും ആശ്ചര്യപ്പെടുത്തി.

അതിന് നിദാനമായത് ടോൾസ്റ്റോയിയുടെ *ക്രൂറ്റ്സർ സൊണാറ്റ* എന്ന കൃതിയുടെ പ്രസിദ്ധീകരണവുമായി ബന്ധപ്പെട്ടുകൊണ്ടാണ്.

സെർജി ഇവാനോവിച് എന്ന സംഗീതജ്ഞനുമായി സോഫിയ അഗാധമായ സൗഹൃദബന്ധം പുലർത്തിയിരുന്നു. ചെറുപ്പം മുതൽ സംഗീതത്തിനോടുള്ള സോഫിയയുടെ പ്രതിപത്തി അതിന് ആക്കംകൂട്ടി.

അതിനെക്കുറിച്ചു സോഫിയ ഇങ്ങനെ ഡയറിയിൽ എഴുതി

"ശാന്തവും ഗഹനവും നന്മയുടേതുമായ സൗഹാർദ്ദമാണ് ഞങ്ങളുടേത്. സായന്തനമത്രയും ഞങ്ങൾ സംസാരിച്ചു. കല, സംഗീതം, ലവോച്ച്ക്കയുടെ സാഹിത്യം എന്നിവയൊക്കെയായിരുന്നു വിഷയങ്ങൾ. സെർജിലെവോച്ചക്കയുടെ അർപ്പിതാരാധകനാണ്. മനോഹരമായ സിംഫണികൾ എനിക്കുവേണ്ടി സെർജി പിയാനോയിൽ മീട്ടി. അവ എന്നെ അഗാധമായി സ്വാധീനിച്ചു. അപാരമായിരുന്നു ആ പ്രകടനം, കുലീനമാണ് ആ സംഗീതം"

സോഫിയയും സെർജി ഇവാനോവിച്ചും തമ്മിലുള്ള സൗഹൃദം ഉൾക്കൊള്ളാൻ ടോൾസ്റ്റോയിക്ക് കഴിഞ്ഞിരുന്നില്ല. അതിൽ അയാൾ ഒരു സദാചാര വാദിയെപ്പോലെ കലഹിച്ചു. ടോൾസ്റ്റോയ് കുടുംബത്തിനും പുറത്തും സ്ത്രീക്ക് മാത്രമായ ഒരു പെരുമാറ്റ ചട്ടം ഫിക്ഷനിലും ജീവിതത്തിലും ഏർപ്പെടുത്തിയിരുന്നു. അതിന്റെ ഫലമാണല്ലോ *അന്നകരിനീന* എന്ന നോവലിൽ അന്നയെ ആത്മഹത്യയിലേക്ക് തള്ളിവിട്ടത്. അത്തരത്തിലുള്ള സദാചാരനിയമങ്ങൾ ജീവിതത്തിലും സാഹിത്യത്തിലും ടോൾസ്റ്റോയ് കൊണ്ടുവന്നു. സോഫിയയും അന്നയും അതിന്റെ പ്രത്യക്ഷ ഇരകളായിരുന്നു. അതിന് മറുപടിയായി സോഫിയ പറയുന്നു.

"എന്തിനെന്നറിയാതെ ഒരാളെ സ്നേഹിക്കുമ്പോൾ അതിൽ കാമം ആരോപിക്കുന്നത് എന്തിന്"

എന്നാൽ ഒരിക്കലും വിട്ടുമാറാത്ത സംശയത്തിന്റെ മുനകൾ പ്രതിഫലിച്ചത് ടോൾസ്റ്റോയിയുടെ *ക്രൂറ്റ്സർ സൊണാറ്റ* എന്ന കൃതിയിൽ ആയിരുന്നു. നോവൽ പകർത്തി എഴുതുമ്പോൾ സോഫിയ അത് വേദനയോടെ തിരിച്ചറിഞ്ഞു. നോവൽ സോഫിയയെ കഠിനമായി പീഡിപ്പിച്ചു. അതിനെക്കുറിച്ചു സോഫിയ പറഞ്ഞു:

"*ക്രൂറ്റ്സർ സൊണാറ്റ* അസത്യം പറയുന്നു. കുട്ടികളെ പോറ്റുന്ന ഒരു യുവതിക്ക് അത്തരം ആസക്തികൾ ഉണ്ടാവുകയില്ല. അവൾ സദാ തിരക്കിലാണ്."

സോഫിയയ്ക്ക് എതിരായുള്ള നോവൽ ആയിട്ടുപോലും സോഫിയ *ക്രൂറ്റ്സർ സൊണാറ്റ* പ്രസിദ്ധീകരിക്കാൻ മുന്നിൽ നിന്നു. സ്വന്തം വിവാഹജീവിതവുമായി ബന്ധപ്പെടുത്തി ജനങ്ങൾ കഥകൾ മെനയാൻ തുടങ്ങി. പ്രശസ്ത എഴുത്തുകാരന്റെ ദാമ്പത്യ ജീവിതത്തിലെ അസ്വാരസ്യങ്ങളും ഭാര്യയുടെ പരപുരുഷ ബന്ധവും തൊങ്ങലും തോരണവും വെച്ചു ജനങ്ങൾ ആഘോഷിച്ചു. എന്തിന് ചക്രവർത്തിവരെ ഇതിനെ

ക്കുറിച്ച് സംസാരിച്ചു.

പക്ഷേ, *ക്രൂറ്റ്സർ സൊണാറ്റ* വ്യാപകമായി ചർച്ചചെയ്യപ്പെട്ടതിനിടയിൽ സാർ ചക്രവർത്തി നോവൽ നിരോധിച്ചുകൊണ്ടുള്ള ഉത്തരവ് ഇറക്കി. സമൂഹത്തിന്റെ സദാചാരസംഹിതകൾക്കെതിരെ നില്ക്കുന്ന നോവൽ എന്ന് ആരോപിച്ചുകൊണ്ടായിരുന്നു നിരോധനം. എന്നാൽ ഏവരെയും ഞെട്ടിച്ചുകൊണ്ട് നിരോധനം നീക്കാൻവേണ്ടി സോഫിയ ചക്രവർത്തിയെ കാണുകയും ടോൾസ്റ്റോയ് ഫിക്ഷൻ രചനകളിൽ മാത്രമേ ഏർപ്പെടുന്നുള്ളുവെന്നും മതപരവും ആത്മീയവുമായ രചനകളിൽ ഏർപ്പെടുന്നില്ല എന്ന് ആണയിടുകയും ചെയ്തു. നിങ്ങൾ സ്വന്തം കുട്ടികൾക്ക് നോവൽ വായിക്കാൻ കൊടുക്കുമോ എന്ന് ചോദിച്ചു ചക്രവർത്തി നോവൽ മാറ്റി എഴുതുവാൻ നിർദ്ദേശം വെക്കുകയും ചെയ്തു. പക്ഷേ, സോഫിയ ചക്രവർത്തിക്ക് കൊടുത്ത മറുപടി ഇങ്ങനെയായിരുന്നു.

"ഇല്ല പ്രഭോ അദ്ദേഹം സ്വന്തം കൃതികൾ പ്രസിദ്ധീകരിച്ചതിനുശേഷം തിരുത്താറില്ല. മാത്രമല്ല നോവലിനെ അദ്ദേഹം വെറുത്തു തുടങ്ങിയിരിക്കുന്നു."

നിരോധനം നീക്കികൊടുത്താൽ ഫിക്ഷൻ രചനയ്ക്ക് അതൊരു പ്രോത്സാഹനമായിരിക്കുമെന്നും അവർ കൂട്ടിച്ചേർത്തു.

ഒടുവിൽ സോഫിയ വിജയിച്ചു. നോവലിനു വീണ്ടും പ്രസിദ്ധീകരണാനുമതി ലഭിച്ചു. പക്ഷേ, തന്റെ സുഹൃദ്ബന്ധത്തിൽ കാമം ആരോപിച്ച ഭർത്താവിന് കൃത്യമായി മറുപടി കൊടുക്കാൻ സോഫിയ അവളുടെ ഭാഗത്തെ ന്യായീകരിച്ചുകൊണ്ട് രണ്ട് നോവലുകൾ എഴുതി. *Whose falt?* (1891), *song without words* (1898) ആദ്യത്തെ കൃതിയിൽ വൈകാരികമായും മാനസികമായുമുള്ള ആവശ്യങ്ങൾക്ക് മുന്നിൽ അന്ധത ബാധിച്ച ഭർത്താവിനെ അവതരിപ്പിക്കുകയും രണ്ടാമത്തേതിൽ പിയാനിസ്റ്റുമായി അഗാധമായ ഹൃദയബന്ധം സൂക്ഷിക്കുന്ന നിഷ്കളങ്കമായ യുവതിയുടെ ചിത്രം വരച്ചിടുകയും ചെയ്തു. പക്ഷേ, നിർഭാഗ്യകരമെന്ന് പറയട്ടെ സോഫിയയുടെ രചനകൾ പുറംലോകം കണ്ടില്ല. കുടുംബത്തിന്റെയും സുഹൃത്തുക്കളുടെയും സമ്മർദ്ദത്തെ അതിജീവിക്കാൻ സോഫിയക്ക് കഴിഞ്ഞില്ല. സോഫിയ വൈകാരികമായി വരച്ചിട്ട ജീവിതഗന്ധിയായ സത്യം അർകൈവ്സിലേക്ക് അപ്രത്യക്ഷമായി. ടോൾസ്റ്റോയ് എപ്പോഴും ചിന്തിച്ചിരുന്നത് ആകസ്മികമായി സംഭവിക്കുകയായിരുന്നു. അദ്ദേഹത്തിന്റെ അഭിപ്രായത്തിൽ

"Women had no place in the literary world"

ടോൾസ്റ്റോയി ഒരിക്കൽപ്പോലും സോഫിയയിലെ സർഗ്ഗാത്മകതയെ പ്രോത്സാഹിപ്പിച്ചിരുന്നില്ല. മറിച്ചു സൂത്രശാലിയായും തന്റെ പ്രവചനാത്മകമായ ആശയങ്ങളെ ഉൾക്കൊള്ളാൻ കഴിയാത്ത വിഡ്ഢിയായും പൊതുസമൂഹത്തിനു മുന്നിൽ അവതരിപ്പിച്ചു. എന്നിട്ടും ആദർശത്തിനൊത്ത് ജീവിക്കാൻ കഴിയാത്ത എഴുത്തുകാരനാണ് തന്റെ ഭർത്താവെന്ന് പരസ്യമായി സോഫിയ എവിടെയും സൂചിപ്പിച്ചില്ല. മക്കളെ ശ്രദ്ധി

ക്കാത്ത അച്ഛനെ മാഷ ഒഴികെയുള്ള മക്കളും സ്നേഹിച്ചില്ല. ആൺമക്കൾ അവസാന സമയം ടോൾസ്റ്റോയിയെ കിഴവൻ എന്നു മാത്രമാണ് വിളിച്ചിരുന്നത്. ഒരു ദിവസം വീട്ടിൽ നടന്ന ചർച്ചയിൽ ലവോച്ക്ക സ്ത്രീകളും കുട്ടികളും അഹങ്കാരികളാണെന്നും പുരുഷന്മാർക്കേ ആത്മത്യാഗ സന്നദ്ധതയുള്ളൂവെന്നും തർക്കിച്ചു. പക്ഷേ, ഞങ്ങൾ വിട്ടുകൊടുത്തില്ല. ചർച്ചയിലേക്ക് കയറിച്ചെന്ന് സ്ത്രീപക്ഷത്തിനു വേണ്ടി വാദിച്ചു. ആ സന്ദർഭത്തിൽ സോഫിയ അടയാളപ്പെടുത്തിയത് തരംതാഴ്ന്ന ചർച്ച എന്നായിരുന്നു. ഇങ്ങനെയൊക്കെയായിരുന്നാലും രണ്ടുപേരും തമ്മിലുള്ള സ്നേഹത്തിന് അങ്ങേയറ്റം പൊസസ്സീവായിരുന്നുവെന്നും കാണാം. വൈരുദ്ധ്യാത്മകമായ സ്വഭാവം സോഫിയയിൽ എന്നപോലെ ടോൾസ്റ്റോയിയിലും നിഴലിച്ചിരുന്നു.

ജീവിതത്തോട് സോഫിയ പുലർത്തിയിരുന്ന ആത്മാർത്ഥത ടോൾസ്റ്റോയിയിൽ കാണാൻ കഴിഞ്ഞില്ല. അവരുടെ ഭൗതിക സത്യസന്ധത, സർഗ്ഗാത്മകത, സാമാന്യബോധം, കഠിനാദ്ധ്വാനവും, വീടും കുടുംബവും, സ്വത്തുവകകളും നോക്കിക്കൊണ്ടുനടക്കാനുള്ള അസാമാന്യപാടവവും ആരെയും അതിശയിപ്പിക്കുന്നതാണ്. ഇതിനിടയിൽ പതിമൂന്ന് തവണ അവർ ഗർഭിണിയായി. നാലു കുഞ്ഞുങ്ങളുടെ മരണത്തിൽ നില വിട്ടുപോകുമായിരുന്ന ജീവിതത്തെ മെരുക്കിയെടുക്കുന്നതിൽ സോഫിയ കാണിച്ച ആർജ്ജവം പ്രശംസനീയമാണ്. ഒരുപക്ഷേ, അക്കാലത്തെ ഏതൊരു സ്ത്രീയും അനുഭവിച്ചതാണത്. പുരുഷന്റെ പ്രിവിലേജ് (പ്രത്യുല്പാദനത്തിന്റെ അധിക ബാദ്ധ്യത പേറേണ്ടിവരുന്നില്ല) എന്നുകൂടി ഇവിടെ നമ്മൾ ഓർക്കണം. സാർവ്വലൗകിക സ്നേഹത്തെക്കുറിച്ച് കൃതികൾ രചിക്കുന്ന ഭർത്താവ് ഭാര്യയോട് പോരുകോഴിയെപ്പോലെ പോരാടുന്നത് വിരോധാഭാസമായി സോഫിയയെ അനുഭവപ്പെടുത്തി. അവസാനമായി ടോൾസ്റ്റോയി സോഫിയയോട് വഴക്കിട്ടിറങ്ങിയ രാത്രിയിൽ സോഫിയ കുളത്തിൽ ചാടി ആത്മഹത്യയ്ക്ക് ശ്രമിച്ചു. കടുത്ത ന്യുമോണിയ ബാധിച്ച ടോൾസ്റ്റോയ് അസ്തപ്പോ റെയിൽവേസ്റ്റേഷനിലെ സ്റ്റേഷൻമാസ്റ്ററുടെ വസതിയിൽ അഭയംപ്രാപിച്ചു. ടോൾസ്റ്റോയിയുടെ അന്ത്യനിമിഷത്തിൽ സോഫിയയെ അവിടേക്ക് പ്രവേശിപ്പിക്കാതെയിരിക്കുക എന്നത് ചെർത്കോവിന്റെ ലക്ഷ്യമായിരുന്നു. ജനാലയ്ക്കരികിൽ നിന്ന് തന്റെ പ്രിയതമനെ ഒരു നോക്കുകാണാൻ വേണ്ടി സോഫിയ ഉണ്ടാക്കിയ സംഘർഷഭരിതമായ അന്തരീക്ഷത്തിൽ ചെർത്കോവിനുണ്ടായ നിഗൂഢമായ ആനന്ദത്തിൽ അതിന് ഉത്തരമുണ്ട്. ഒടുവിൽ യാചിക്കുന്ന കണ്ണുകളോടെ സോഫിയ ചെർത്കോവിനെ ദയനീയമായി നോക്കി. സോഫിയയുടെ നോട്ടത്തിനെ എതിരിടാനുള്ള ശക്തി അയാൾക്കുണ്ടായിരുന്നില്ല. അതിനെക്കുറിച്ച് അയാൾ പിന്നീട് ഇങ്ങനെ എഴുതി. “ഞാൻ കണ്ണുകൾ താഴ്ത്തി അവരുടെ കണ്ണുകളിൽ നോക്കാൻ എനിക്കു കഴിയുമായിരുന്നില്ല. സമയാസമയങ്ങളിൽ എനിക്ക് ആഹാരം തന്ന മാതൃസദൃശയാണവർ” ഇതിനിടയിലും ചെർത്കോവ് തിരക്കിട്ട് യാസ്നയ

ഹോളിയാനയിൽ പോയത് ടോൾസ്റ്റോയിയുടെ രചനകളുടെ പകർപ്പവകാശം കരസ്ഥമാക്കാനായിരുന്നു.

ടോൾസ്റ്റോയിയുടെ അവസാന നിമിഷത്തിൽ അദ്ദേഹത്തോടു ചേർന്നിരുന്നത് മകൾ താനിയ മാത്രമാണ്. അങ്ങനെ ലോകം മുഴുവനും ആരാധിക്കുന്ന സാഹിത്യപ്രതിഭയുടെ അവസാന നിമിഷത്തിൽ അദ്ദേഹത്തിന്റെ ഭാര്യമാത്രം അപ്രസക്തമാക്കപ്പെട്ടു. നീണ്ട 48 വർഷം ടോൾസ്റ്റോയിയോടൊപ്പം ജീവിച്ച അദ്ദേഹത്തിന്റെ ഭാര്യ എന്ന സോഫിയയ്ക്ക് മരണാസന്നനായ ഭർത്താവിനെ കാണാനുള്ള അനുവാദം നിഷേധിക്കപ്പെട്ടു. കുറ്റപ്പെടുത്തലിന്റെ ചൂണ്ടുവിരൽ മുഴുവൻ പതിഞ്ഞത് സോഫിയയിലാണ്. ഒരേ സമയം അനുഗ്രഹവും ശാപവുമായ ടോൾസ്റ്റോയിയുടെ ഭാര്യാപദവി സോഫിയായുടെ ജീവിതാന്ത്യംവരെ അവരെ വേട്ടയാടി. അവർ വൈകാരികമായി എഴുതിയിട്ട ഡയറിക്കുറിപ്പിൽ ഒരു പെണ്ണിന്റെ നിസ്വാർത്ഥമായ ജീവിതം പിടിച്ചുനിന്നിരുന്നു. ആരും കാണാതെ, ആരും കേൾക്കാതെ കാലത്തിന്റെ അഴുക്കും പൊടിയും അതിന്മേൽ കട്ടപിടിച്ചു നിന്നിരുന്നു. സോഫിയ പറഞ്ഞതുപോൽ 'ചിത്രകാരൻ വരുമ്പോഴൊക്കെ ലിയോ എന്റെ ചിത്രം വരപ്പിക്കുമായിരുന്നു. രേഖാചിത്രങ്ങളായിരിക്കുമ്പോൾ അവയിൽ എന്നെ കണ്ടുവെങ്കിലും അതിൽ ചായമിടുന്നതോടെ ഞാൻ ഇല്ലാതാവും.' *അന്നാകരിനീന* എന്ന നോവലിന്റെ തുടക്കത്തിൽ ടോൾസ്റ്റോയ് എഴുതിയ പ്രശസ്തമായ വാചകം സോഫിയയുടേതായിരുന്നു. "Happy families are all alike every unhappy families unhappy in its own way."

കുറ്റം ചെയ്തതിനേക്കാളും കുറ്റം ചാർത്തപ്പെട്ടു

'All happy families resemble one another, each unhappy family is unhappy in its own way'

വിശ്വവിഖ്യാത എഴുത്തുകാരൻ ലിയോ ടോൾസ്റ്റോയി തന്റെ മാസ്റ്റർ പീസ് നോവലായ *അന്നാകരിനീന*യുടെ തുടക്കത്തിൽ കോറിയിട്ട ആ വാക്കുകളിൽ ഒരു ജീവിതമുണ്ടായിരുന്നു. ഒരുപക്ഷേ, അത് കഥാപാത്രമായ അന്നയുടെ ജീവിതമാണെന്ന് നിങ്ങൾക്ക് തോന്നിയേക്കാം. അല്ലെങ്കിൽ എഴുത്തുകാരന്റെ ആത്മവിലാപമാണെന്ന് നിങ്ങൾ കരുതിയേക്കാം. പക്ഷേ, ഇത് രണ്ടുമല്ല, അതിൽ ഒരു പെണ്ണിന്റെ കണ്ണീരിൽ കുതിർന്ന ജീവിതമുണ്ടായിരുന്നു. ആ ജീവിതം ടോൾസ്റ്റോയിയുടെ ഭാര്യ സോഫിയ ആൻന്ദ്രേവ്നയുടെതാണെന്ന് മാത്രം.

ലോക സാഹിത്യ ചരിത്രത്തിൽ ഇത്രയധികം തെറ്റിദ്ധരിക്കപ്പെട്ട എഴുത്തുകാരന്റെ ഭാര്യ വേറെ ഉണ്ടാവില്ല. കുറ്റപ്പെടുത്തലിന്റെയും പഴിചാരലിന്റെയും ചൂണ്ടുവിരൽ സോഫിയയുടെ മേൽ കാലങ്ങളായി പതിഞ്ഞിട്ടുണ്ട്. അത്രമേൽ ആരോപണങ്ങൾക്ക് നടുവിൽ ടോൾസ്റ്റോയിയുടെ ദാരുണമായ അന്ത്യത്തിന് കാരണക്കാരിയായി പ്രതിചേർക്കപ്പെട്ട സോഫിയയുടെ ഭാഗത്തുനിന്ന് ആ ജീവിതത്തെ ഒരിക്കൽക്കൂടി വായനക്കാർ വായിക്കണം. എന്നാൽ എഴുത്തുകാരന്റെ വ്യക്തിജീവിതത്തിലേക്ക് ചൂഴ്ന്നു നോക്കുന്നത് ശരിയാണോ എന്ന് നമ്മൾ സ്വയം ചോദിച്ചേക്കാം. പക്ഷേ, സോഫിയയ്ക്ക് മേൽ ചാർത്തിക്കിട്ടിയ തെറ്റിദ്ധാരണയുടെ കരിമേഘക്കൂട്ടങ്ങൾ പെയ്തൊഴിഞ്ഞ് പോകണം. അത് കാലത്തിന്റെ കാവ്യനീതികൂടിയാണ്.

1910 ലെ നവംബർ 20 ആയിരുന്നു ആ ദിവസം. അന്നത്തെ പ്രഭാതത്തിനുപോലും മരണത്തിന്റെ നേർത്ത തണുപ്പ് അനുഭവപ്പെട്ടിരുന്നു.

അന്ന് റഷ്യ ഉണർന്നത് വിശ്വപ്രസിദ്ധ എഴുത്തുകാരൻ ടോൾസ്റ്റോയിയുടെ മരണവാർത്ത കേട്ടായിരുന്നു. എല്ലാ മാധ്യമങ്ങളും പങ്കുവെച്ചത് ഒരു വൃദ്ധ സ്ത്രീയുടെ മുഖചിത്രമാണ്. വെള്ളിനൂലുപോലുള്ള നരച്ച മുടി മുഖത്തേക്ക് തൂങ്ങിക്കിടക്കുന്നു. ദൈന്യതയാർന്ന കണ്ണുകളിൽനിന്നും ഇറ്റിറ്റു വീഴുന്ന കണ്ണുനീർത്തുള്ളികൾ ചുക്കിച്ചുളിഞ്ഞ ആ മുഖത്തിലൂടെ ഊർന്നിറങ്ങിക്കൊണ്ടിരുന്നു. അവസാനമായി തന്റെ പ്രാണേശ്വരനെ ഒരു നോക്ക് കാണാൻവേണ്ടി അസ്തപ്പോ റെയിവേ സ്റ്റേഷനിലെ സ്റ്റേഷൻമാസ്റ്ററുടെ വസതിയിൽ ചില്ലുജാലകത്തിലൂടെ ഏന്തിവലിഞ്ഞു നോക്കുന്ന വൃദ്ധസ്ത്രീയുടെ ചിത്രം ആരെയും കരളലിയിപ്പിക്കുന്നതായിരുന്നു. എന്നിട്ടും സോഫിയയ്ക്ക് അവസാനമായി ആ മുഖമൊന്ന് കാണാൻ കഴിഞ്ഞില്ല. ടോൾസ്റ്റോയിയുടെ 13 കുട്ടികളെ പ്രസവിച്ച, *യുദ്ധവും സമാധാനവു*മെന്ന ബൃഹത്തായ നോവലടക്കം ടോൾസ്റ്റോയിയുടെ എല്ലാ കൃതികളും പലവട്ടം പകർത്തിയെഴുതിയ അദ്ദേഹത്തിന്റെ നിഴലിൽനിന്നും ഒരിക്കലും നീങ്ങിനിന്നിട്ടില്ലാത്ത ഒരു ഭാര്യയായിരുന്നു സോഫിയ.

നീണ്ട നാല്പത്തിയെട്ട് വർഷം തനിക്കൊപ്പം ജീവിച്ച സാധ്വിയായ ഭാര്യക്ക് മരണാസന്നനായ ഭർത്താവിനെ ഒരു നോക്കുകാണാൻ അനുവാദം നിഷേധിക്കപ്പെട്ടു എന്ന വാർത്തയാണ് അന്ന് റഷ്യൻ ജനതയെ നടുക്കിയത്. സമൂഹത്തിന് മുന്നിൽ ഒരു അപരാധിയായി മുദ്രകുത്താൻ ഈ നാടകീയ രംഗങ്ങൾ ധാരാളമായിരുന്നു. അന്ന് ടോൾസ്റ്റോയിയെ ചികിത്സിച്ച ഡോക്ടർ മക്കോവിറ്റ്സ്കി പറയുന്നു, "ദയനീയമായി അവർ എന്നെ നോക്കി ഞാൻ തലകുനിച്ചു കളഞ്ഞു. അവരുടെ കണ്ണുകളിൽ നോക്കാനെനിക്ക് കഴിയുമായിരുന്നില്ല. എനിക്ക് സമയാസമയങ്ങളിൽ ആഹാരം തരുന്ന മാതൃസദൃശയാണവർ."

110 മത്തെ ടോൾസ്റ്റോയിയുടെ ചരമദിനം ആചരിക്കുമ്പോഴെങ്കിലും സോഫിയയ്ക്ക് നീതി കിട്ടണം. ചരിത്രത്തിൽ പറ്റിയ തെറ്റിനെ വിചാരണ ചെയ്യണം, സോഫിയയുടെ ഡയറിക്കുറിപ്പിലൂടെ വായനക്കാർക്ക് സോഫിയയോട് നീതിപുലർത്താൻ കഴിയുമെന്നുറപ്പുണ്ട്. ഓരോ ദിവസവും അവർ വരച്ചിടുന്ന കുറിപ്പുകളിൽ ആ ജീവിതത്തിലെ സന്തോഷവും ദുഃഖവും വേവലാതികളും നിലവിളിയും അടയാളപ്പെടുത്തിയിരുന്നു. 'ലവോച്ച്ക്ക' എന്നായിരുന്നു സോഫിയ ടോൾസ്റ്റോയിയെ വിളിച്ചിരുന്നത്.

സോഫിയയ്ക്ക് ടോൾസ്റ്റോയിയോട് അഗാധമായ പ്രണയമായിരുന്നു. കൗമാരകാലം മുതൽ തുടങ്ങിയ പ്രണയം അതിന്റെ എല്ലാ തീവ്രതയോടെയും അവസാന ശ്വാസംവരെ നിലനിർത്താൻ അവർക്ക് കഴിഞ്ഞിരുന്നു. ഒരുപക്ഷേ, ടോൾസ്റ്റോയിയുടെ മരണംവരെയും അദ്ദേഹത്തിനെപോലും വേട്ടയാടിയതും സോഫിയയുടെ ഭ്രാന്തമായ പ്രണയമായിരുന്നു. സോഫിയയുടെ വാക്കുകൾ ഇങ്ങനെയാണ് "ഒരു നവജാത ശിശു

വിനെപ്പോലെ ഞാൻ ലവോച്ച്ക്കയെ സ്നേഹിച്ചു. അത്രയും ഗഹനമായും, ഹാർദ്ദമായും ഞാൻ മറ്റൊരാളെ സ്നേഹിച്ചിട്ടില്ല."

ടോൾസ്റ്റോയിക്ക് എഴുത്ത് പൂർണ്ണമായും ആത്മസമർപ്പണമായിരുന്നു. സോഫിയയാകട്ടെ ടോൾസ്റ്റോയ് എഴുതുന്നതൊക്കെയും മടുപ്പില്ലാതെ പകർത്തിക്കൊണ്ടേയിരുന്നു. അദ്ദേഹം ജീവിതത്തിന്റെ ഉത്തരവാദിത്വത്തിൽനിന്നും സ്വയം മാറി നടന്നു. സ്വന്തം കുട്ടികളോടുപോലും ഹൃദയബന്ധം കാത്തുസൂക്ഷിക്കാൻ അദ്ദേഹം മിനക്കെട്ടില്ല. സാർവ്വലൗകിക സ്നേഹത്തെപ്പറ്റി നിരന്തരം സാഹിത്യമെഴുതുന്ന ഭർത്താവ് സ്വന്തം ജീവിതത്തിൽ കാണിക്കുന്ന നിരർത്ഥകതയെച്ചൊല്ലി സോഫിയയും ടോൾസ്റ്റോയിയും തമ്മിൽ കലഹം പതിവായിരുന്നു. അദ്ദേഹത്തിന്റെ ശിഷ്യന്മാരടക്കമുള്ള ഒരു വലിയ കുടുംബത്തിന്റെ ഉത്തരവാദിത്വം മുഴുവനും സോഫിയ ഒറ്റയ്ക്ക് തലയിലേറ്റി. മാത്രമല്ല കൃതികളുടെ പകർപ്പവകാശം വെച്ച് കുടുംബംപോറ്റാനുള്ള വരുമാനവും ഉണ്ടാക്കിയിരുന്നു.

ഒരിക്കൽ *What is Art?* എന്ന പുസ്തകത്തിന് അനുബന്ധങ്ങൾ ചേർക്കണമെന്ന്, ടോൾസ്റ്റോയ് വാദിച്ചപ്പോൾ സോഫിയ അത് 3000 കോപ്പി അടിക്കാൻ പ്രസിദ്ധീകരണസ്ഥാപനത്തിനോട് ആവശ്യപ്പെട്ടതായി അദ്ദേഹമറിഞ്ഞു. പക്ഷേ, പുസ്തകങ്ങൾ വില്ക്കുന്നതിനോട് ടോൾസ്റ്റോയിക്ക് ഒട്ടും യോജിപ്പില്ലായിരുന്നു. ആ സമയത്ത് സോഫിയ-പറയുന്നുണ്ട് "ഞാനല്ല ആ പണം ചെലവഴിക്കുന്നത്, ലവോച്ച്ക്ക തിരിഞ്ഞുനോക്കാത്ത സ്വന്തം കുട്ടികൾക്ക് വേണ്ടിയാണ് ടോൾസ്റ്റോയിയുടെ പോലും സകല ചെലവുകളും ഈ പണം കൊണ്ടാണ് നിർവ്വഹിക്കുന്നത്" എന്നും അവർ ആണയിട്ടു. ഈ വിഷയത്തിന്റെ പേരിൽ കലഹം മൂത്തപ്പോൾ സോഫിയ ടോൾസ്റ്റോയിയോട് തന്നെ ടീച്ചറുടെയോ പ്രൂഫ് റീഡറുടെയോ ജോലിക്ക് പോവാൻ അനുവദിക്കണമെന്ന് കേണപേക്ഷിച്ചു. ഇതിനിടയിലാണ് സോഫിയ-ടോൾസ്റ്റോയി ദമ്പതികളുടെ ദാമ്പത്യ ജീവിതത്തിലേക്ക് 'ചെർത്കോവ്' എന്ന ശിഷ്യന്റെ കടന്നുവരവ്. അത് അവരുടെ ജീവിതത്തെ ദുസ്സഹമാക്കി. ടോൾസ്റ്റോയിയുടെ മനസ്സ് കരസ്ഥമാക്കാൻ ചെർത്കോവിന് കഴിഞ്ഞില്ല. ഭാര്യയുടെ എല്ലാ അവകാശങ്ങളും തട്ടിയെടുക്കുക വഴി ഒരു നിഗൂഢമായ ആനന്ദം അയാൾ അനുഭവിച്ചു. എന്തിന് സോഫിയ അവസാനമായി ഗർഭം ധരിച്ച കാര്യംപോലും ടോൾസ്റ്റോയി ചെർത്ക്കോവിൽനിന്നും മറച്ചുവച്ചു. പക്ഷേ, ചെർത്കോവ് സമ്മതിക്കുന്നുണ്ട്. 'ഒരു സ്ത്രീ എന്ന നിലയിൽ കുലീനമായ ഹൃദയത്തിനുടമയാണ് സോഫിയ' എന്ന്. സോഫിയ അറിയാതെ ചെർത്കോവ് തനിക്ക് അനുകൂലമായി മരണപത്രം ടോൾസ്റ്റോയിയെക്കൊണ്ട് എഴുതിപ്പിച്ചു. പിന്നീട് ടോൾസ്റ്റോയിയെ തിരിച്ചുകിട്ടാനുള്ള യുദ്ധമായിരുന്നു സോഫിയയുടെ ജീവിതം. ഏതൊരു ഭാര്യയെയും പോലെ അവർ സ്വന്തം ഭർത്താവിൽ സ്വാർത്ഥമതിയായിരുന്നു. അതിരറ്റ സ്നേഹം തന്നെയാണ് ഈ സ്വാർത്ഥതയുടെ ഉള്ളടക്കം. സോഫിയയുമായുള്ള വിവാഹജീവിതം ആരംഭിച്ചതിനുശേഷമാണ് ടോൾസ്റ്റോയ്

മഹത്തായ കൃതികളെഴുതിയത്. 'സാഹിത്യരചനയ്ക്കായി ലിയോയോടൊപ്പം കൂടുക എന്നതാണ് ജീവിതത്തിൽ എനിക്ക് ഏറ്റവും അനുഭൂതി പകർന്നിരുന്നത്.' എന്ന് സോഫിയ ഒരിക്കൽ പറഞ്ഞിരുന്നു. അതിന്റെ സത്യസന്ധമായ തെളിവാണ് ടൈപ്പ്റൈറ്റിങ് മെഷീൻപോലും ഇല്ലാത്ത കാലത്ത് അവർ ആറ് പ്രാവശ്യം പകർത്തിയെഴുതിയ *യുദ്ധവും സമാധാനവും* എന്ന കൃതി. 'ടോൾസ്റ്റോയിയും സോഫിയ അർഹിക്കുന്ന തരത്തിൽ അവളെ സ്നേഹിച്ചു. ടോൾസ്റ്റോയിയുടെ കൺവെട്ടത്തിൽ ജീവിക്കാനാഗ്രഹിച്ച സോഫിയ വേവലാതികളും പരിഭവങ്ങളുംകൊണ്ട് ടോൾസ്റ്റോയിയെ അലോസരപ്പെടുത്തി. ടോൾസ്റ്റോയി നിരന്തരം പറയുമായിരുന്നു 'ഞാൻ ഇഷ്ടപ്പെടുന്നത് അവൾ ഇഷ്ടപ്പെടുന്നില്ല.' എന്നിട്ടും നിഷ്കളങ്കമായ ബാല്യത്തിലെന്നപ്പോലെ അവർ ഇണങ്ങിയും പിണങ്ങിയും ആ ദാമ്പത്യബന്ധം പ്രണയാധുരമാക്കി. അതിനെക്കുറിച്ച് സോഫിയ ഇങ്ങനെ പറയുന്നു: "ഞങ്ങൾ ഇരുവരും കരഞ്ഞു. ബാഹ്യമായി ഞങ്ങളെ എന്തൊക്കെതന്നെ വേർപിരിച്ചു. എന്നാലും കഴിഞ്ഞ മുപ്പത്തിയഞ്ചു വർഷങ്ങളായി ഞങ്ങൾക്കിടയിലുണ്ടായിരുന്ന സ്നേഹത്തെ ബാധിക്കുവാൻ ഒന്നിനും കഴിഞ്ഞിട്ടില്ല എന്നതിനെ മറ്റെന്തിനേക്കാളും ഞാൻ വിലമതിക്കുന്നു."

സാഷയെയും മാഷയെയും മാറ്റി നിർത്തിയാൽ മക്കളെന്ന നിലയിൽ മറ്റുള്ളവരൊക്കെയും കടുത്ത പരാജയമായിരുന്നു. തനയേവ് എന്ന പിയാനിസ്റ്റുമായുള്ള സോഫിയയുടെ സൗഹൃദത്തെ ടോൾസ്റ്റോയി എതിർത്തു. അവിടെ ടോൾസ്റ്റോയിക്ക് ഭാര്യയോടുള്ള സ്വാർത്ഥത എത്രമാത്രമാണെന്ന് വെളിപ്പെടുന്നു. അതിന്റെ പ്രതിഫലനമെന്നോണം എഴുതിയ കൃതിയാണ് *ക്രൂറ്റ്സർ സൊണാറ്റ. ഉയർത്തെഴുന്നേല്പ്* എന്ന കൃതിയിൽ ടോൾസ്റ്റോയിയുടെ ആത്മാംശം ഉണ്ട്. ഒരു പെൺകുട്ടിയെ വഴിയാധാരമാക്കിയതിന്റെ ടോൾസ്റ്റോയിയുടെ ന്യായീകരണമായിരുന്നു ആ കൃതി. അതുകൊണ്ടുതന്നെ സോഫിയയുടെ ഹൃദയത്തിലെ മുറിവാണ് *ഉയർത്തെഴുന്നേല്പ്* എന്ന കൃതി.

എന്തൊക്കെയായാലും ടോൾസ്റ്റോയ് സ്ത്രീ കഥാപാത്രങ്ങളോടൊന്നും നീതി പുലർത്തിയിരുന്നില്ല. സ്വന്തം ഭാര്യയെ കുടുംബത്തിൽ തളച്ചിട്ടതുപോലെ സ്ത്രീയുടെ ആനന്ദവും സ്വാതന്ത്ര്യവും കുടുംബത്തിൽ ഒതുക്കി നിർത്തി. എന്നാൽ സോഫിയ തുടർച്ചയായ ഒരു പൊരുതൽ കാഴ്ചവെച്ചു. സോഫിയ പറയുന്നുണ്ട്: "ഒരിക്കൽ വീട്ടിൽ നടന്ന ചർച്ചയിൽ ലവോച്ച്ക്ക സ്ത്രീകളും കുട്ടികളും അഹങ്കാരികളാണെന്ന വാദം ഉയർത്തി. പുരുഷന്മാർക്ക് മാത്രമേ ആത്മത്യാഗസന്നദ്ധതയുള്ളുവെന്ന് തർക്കിച്ചു." ആ സമയത്ത് സോഫിയ ചർച്ചയിലേക്ക് കടന്നുചെന്ന് സ്ത്രീപക്ഷത്തിനുവേണ്ടി വാദിച്ചു. അതിനെക്കുറിച്ച് സോഫിയ പിന്നീട് ഡയറിയിൽ ഇങ്ങനെ എഴുതി 'തരംതാഴ്ന്ന ചർച്ചയായിരുന്നു' അത് എന്നാണ്.

സോഫിയ ഒരിക്കലും മാതൃകയാക്കപ്പെടേണ്ട ഭാര്യയായിരുന്നില്ല. അവൾ സമൂഹം നിഷ്കർഷിച്ച പാതയിൽ തന്റെ വികാരങ്ങളെ അടക്കി വെച്ചില്ല. ഓരോ നിമിഷവും നിഷ്കളങ്കമായിത്തന്നെ ജീവിതത്തോടു പ്രതികരിച്ചു. അതിനാൽ സമൂഹത്തിന്റെ കണ്ണിലെ കരടായി. അവർ ദസ്തേവ്സ്കിയുടെ ഭാര്യ അന്നയെപ്പോലെ വാഴ്ത്തപ്പെട്ടില്ല. അവസാനമായി ടോൾസ്റ്റോയി വീടുവിട്ടിറങ്ങിയപ്പോൾ സോഫിയ കുളത്തിൽ ചാടി ആത്മഹത്യയ്ക്ക് ശ്രമിച്ചത് അവരുടെ നിസ്സീമമായ സ്നേഹത്തിന്റെ തെളിവായിരുന്നു. ചെർത്കോവിന്റെ ഗൂഢപ്രവർത്തനങ്ങൾക്ക് ഇരയായ സോഫിയ ജനങ്ങളാലും വായനക്കാരാലും ക്രൂശിക്കപ്പെടുകയായിരുന്നു. 'ഭർത്താവിന് സ്വൈരം കൊടുക്കാത്തവൾ' എന്ന ചീത്തപേരിന് ലോകം അവളെ വിധിച്ചു. യാഥാർത്ഥ്യം എന്തെന്ന് മനസ്സിലാക്കാതെ ചരിത്രത്തിലെ കറുത്ത അദ്ധ്യായം അവളെ തളച്ചിട്ടു. ടോൾസ്റ്റോയിയുടെ അന്ത്യ നിമിഷത്തിൽപ്പോലും അദ്ദേഹത്തിന്റെ പ്രിയതമ അപ്രസക്തമാക്കപ്പെട്ടു. സോഫിയയുടെ ഡയറിക്കുറിപ്പിലെ അവസാനതാളുകൾ മറിച്ചപ്പോൾ സോഫിയ എഴുതിയിട്ട ഈ വാക്കുകൾ ആ ജീവിത പശ്ചാത്തലത്തിൽ അത്രമാത്രം അർത്ഥപൂർണ്ണമാണ്. അത് ഇങ്ങനെയായിരുന്നു. 'ചിത്രകാരന്മാർ വരയ്ക്കുമ്പോഴൊക്കെ ലിയോ എന്നെ വരപ്പിക്കുമായിരുന്നു. രേഖാചിത്രങ്ങളായിരിക്കുമ്പോൾ അവയിൽ ഞാൻ എന്നെ കണ്ടുവെങ്കിലും ചായമിടുന്നതോടെ അവയിൽ ഞാൻ ഇല്ലാതാവും.'

ടോൾസ്റ്റോയ്
വൈരുദ്ധ്യത്തിന്റെ രാഷ്ട്രീയ ജീവിതം

'I lived with Lev Nikolayevich Tolstoy,
forty eight years, but I never really learned
what kind of man he was'
'അവസാനംവരെ താൻ ജീവിച്ച ജീവിതം
ചോദ്യചിഹ്നമായി ടോൾസ്റ്റോയിയെ വേട്ടയാടി."

ബൃഹത്തായ ഒരു കാലഘട്ടം സ്നേഹിച്ചും കലഹിച്ചും ഒരുമിച്ചു നയിച്ച ജീവിതത്തിന് തിരശ്ശീല വീണതിനുശേഷം അവശേഷിക്കുന്ന പ്രണയത്തിന്റെയും ആഴത്തിലുള്ള മുറിവുകളുടെയും മായ്ക്കാനാകാത്ത പാടുകൾ നോക്കി ടോൾസ്റ്റോയിയുടെ ഭാര്യ സോഫിയ പറഞ്ഞ വാക്കുകളാണിത്. നീണ്ട നാല്പത്തിയെട്ട് വർഷം പിന്നിട്ടിട്ടും എനിക്ക് അദ്ദേഹത്തിനെ പഠിക്കാൻ കഴിഞ്ഞിട്ടില്ല എന്നാണ് സോഫിയ ആണയിട്ട് പറഞ്ഞിരുന്നത്.

ഇതേ ഉത്തരം തന്നെയായിരിക്കും ടോൾസ്റ്റോയിയെക്കുറിച്ച് പഠിച്ചും ഗവേഷണം ചെയ്തും അദ്ദേഹത്തിന്റെ കൃതികൾ വിമർശനാത്മകമായി വിലയിരുത്തിയ ഓരോരുത്തരുടെയും അഭിപ്രായം. എന്നാൽ ടോൾസ്റ്റോയിയും ജീവിതത്തിൽ ഉടനീളം തന്നോട് ചോദിച്ചുകൊണ്ടിരുന്ന ചോദ്യവും "ഞാൻ എന്താണ്" എന്നാണ്. അതിന്റെ പ്രതിഫലനമെന്നോണമാണ് ആത്മീയതയിലേക്കും തുടർന്ന് അരാജകവാദത്തിലേക്കും അദ്ദേഹത്തെ വഴിതെളിച്ചത്.

ജീവിതംകൊണ്ടും ആഖ്യാനങ്ങൾകൊണ്ടും ലോകജനതയെ സ്വാധീനിച്ച സമാനതകളില്ലാത്ത വ്യക്തിത്വങ്ങളാണ് ഗാന്ധിയും ടോൾസ്റ്റോയിയും. ദീർഘകാലം സുഹൃത്തുക്കളും കൂടിയായിരുന്നു.

രണ്ടുപേരും സാമൂഹിക വീക്ഷണങ്ങളിൽ സമാന ചിന്താഗതി പുലർത്തിയിരുന്നതിനാൽ അവർ തമ്മിൽ പരസ്പരം കത്തിടപാടുകൾ നടത്തിയിരുന്നു. ബ്രിട്ടീഷ് കൊളോണിയൽ ഭരണകൂടത്തിനെതിരെ നടന്ന സമരങ്ങളുടെ നായകത്വം മാത്രമല്ലായിരുന്നില്ലല്ലോ ഗാന്ധിക്ക് ഉണ്ടായിരുന്നത്. ഒരു ജനതയുടെ ജീവിത ലോകവീക്ഷണങ്ങളെ രൂപപ്പെടുത്തിയ തത്ത്വചിന്തകന്റെ പരിവേഷം കൂടി അദ്ദേഹത്തിനുണ്ടായിരുന്നു. ടോൾസ്റ്റോയിയുടെ *Kingdom Of God with in You* എന്ന പുസ്തകവും Christianity and Patriotism എന്ന ലേഖനവും ഗാന്ധിയിൽ ഏറെ സ്വാധീനം ചെലുത്തിയിരുന്നു. ടോൾസ്റ്റോയിയും അഹിംസയ്ക്കും സത്യത്തിനും വേണ്ടി അഹോരാത്രം നിലകൊണ്ടു. അരികുവല്ക്കരിക്കപ്പെട്ടവന്റെ പ്രശ്നങ്ങൾ അവരോടൊപ്പം ചേർന്ന് ഉന്നയിച്ചു. റഷ്യൻ ഭരണകൂടം അടിമകളെ വിട്ടയക്കുന്നതിന് ആറ് വർഷം മുന്നേ സ്വന്തം വീട്ടിലെ അടിമകളെ അദ്ദേഹം വിട്ടയച്ചു. പക്ഷേ, ഗാന്ധിയെപ്പോലെ ആദർശങ്ങൾക്ക് അനുസരണമായി ജീവിക്കാൻ ടോൾസ്റ്റോയിക്ക് ഒരിക്കലും കഴിഞ്ഞിരുന്നില്ല. രാഷ്ട്രീയമായും സാമൂഹികമായും താൻ സ്വീകരിച്ച പല നിലപാടുകളും സ്വന്തം ജീവിതത്തിൽനിന്ന് പാളിപ്പോയി. അനുഭവിച്ചുകൊണ്ടിരുന്ന പ്രിവിലേജുകളിൽ നിന്ന് വിടുതൽ നേടാൻ അദ്ദേഹത്തിന് കഴിഞ്ഞില്ല. അതുകൊണ്ട് തന്നെ ടോൾസ്റ്റോയിയുടെ ജീവിതവും, കാഴ്ചപ്പാടുകളും സർഗ്ഗാത്മകരചനകളും വൈരുദ്ധ്യതയുടെ പ്രതിനിധാനമായി മാറി. അദ്ദേഹം *യുദ്ധവും സമാധാനവും* എന്ന കൃതിയിൽ എഴുതിയതും ആ വൈരുദ്ധ്യാത്മകതയുടെ നിർവ്വചനമാണ്.

'We can know only that we know nothing. And that is the highest degree of human wisdom.'

പ്രഭുകുമാരനായി ജനിക്കുകയും ഫ്യൂഡൽ ജീവിതം നയിക്കുകയും ചെയ്ത ടോൾസ്റ്റോയി അതിൽനിന്നുകൊണ്ടുള്ള വിപ്ലവം മാത്രമാണ് കാഴ്ചവെച്ചിരിക്കുന്നത്. അവസാനം വരെ താൻ ജീവിച്ച ജീവിതം ഒരു ചോദ്യചിഹ്നമായി അദ്ദേഹത്തിനെ വേട്ടയാടിയിരുന്നു. ചെറുപ്പകാലത്തിൽ സമ്പത്ത് ധാർഷ്ട്യത്തിന്റെയും ആക്രമണത്തിന്റെയും ഭാവങ്ങളായി അദ്ദേഹത്തിൽ ചൂഴ്ന്ന് നിന്നിരുന്നു. ടോൾസ്റ്റോയ് തന്നെ എഴുതി:

'I killed men in wars and challenged men to duels in order to kill them, I lost at cards, consumed the labour of the peasant, sentenced them to punishments, lived loosely, and deceived people... so I lived for ten years.'

അവിടെ നിന്നുമാണ് യുക്തിവാദിയും പാരമ്പര്യേതരവാദിയും അഹിംസാവാദിയുമായ ടോൾസ്റ്റോയിയെ സ്വയം വാർത്തെടുക്കുന്നത്. പുതിയ ജീവിതാനുഭവങ്ങളിലൂടെ സ്വന്തം മനസ്സിനെ മാറ്റിയെടുക്കാൻ അസാമാന്യ കഴിവ് അദ്ദേഹം പ്രകടിപ്പിച്ചിരുന്നു. അതിന്റെ പ്രതിഫലനമെന്നോണം സർഗ്ഗാത്മക കൃതികളിലൂടെ രാഷ്ട്രീയമായും സാമൂഹികമായും ശരിയായ ദിശയിലേക്ക് എത്തിച്ചേരുകയും ചെയ്തുവെങ്കിലും

തന്റെ കൃതികളിൽ ബോധത്തിലും അബോധത്തിലും തന്നെ ചൂഴ്ന്നുനില്ക്കുന്ന പുരുഷാധിപത്യത്തിന്റെയും സദാചാരവാദത്തിന്റെയും പ്രതിനിധിയായി സ്വയം മാറുന്ന ദയനീയമായ ദൃശ്യമാണ് കാണാൻ കഴിഞ്ഞത്. ടോൾസ്റ്റോയിയുടെ സ്വന്തം ജീവിതവും അദ്ദേഹം സൃഷ്ടിച്ച കഥാപാത്രങ്ങളും തന്റെ രാഷ്ട്രീയ നിലപാടിന്റെ വൈരുദ്ധ്യത എത്രമാത്രം ആഴം നിറഞ്ഞതാണെന്ന് വെളിപ്പെടുത്തുന്നു.

സാർവ്വലൗകിക സ്നേഹത്തെക്കുറിച്ചു ആത്മീയലേഖനങ്ങൾ എഴുതിയ ടോൾസ്റ്റോയ് സ്വന്തം ജീവിതത്തിൽ സ്നേഹത്തെ മുൻനിർത്തി പലപ്പോഴും പരാജയപ്പെടുന്നുണ്ട്. അതിന്റെ ഏറ്റവും വലിയ തെളിവ് തകർന്ന ദാമ്പത്യജീവിതം തന്നെയാണ്. പ്രത്യേകിച്ചും personal is political എന്ന് ഓരോരുത്തരുടെയും ജീവിതത്തെ അടയാളപ്പെടുത്തുന്ന ഉത്തരാധുനിക കാലത്തുനിന്ന് ടോൾസ്റ്റോയിയുടെ ജീവിതം വായിക്കുമ്പോൾ തീർത്തും വൈരുദ്ധ്യാത്മകത നിറഞ്ഞതാണ് എന്ന് തോന്നും. വൈരുദ്ധ്യം ഉത്തരാധുനികതയുടെ സവിശേഷതയാകുമ്പോൾ ടോൾസ്റ്റോയിയുടെ കഥാപാത്രങ്ങൾ ഡയലക്റ്റ്സ്, സന്ദർഭങ്ങൾ, ജീവിതവും ഒക്കെ ഉത്തരാധുനികമായി തോന്നിയേക്കാം. അതിന്റെ നിരവധി തെളിവുകൾ കഥാസന്ദർഭങ്ങളെ മുൻനിർത്തി ആലോചിച്ചാൽ കണ്ടെടുക്കാൻ കഴിയും. പതിനെട്ടാം നൂറ്റാണ്ടിലെ പാട്രിയാർക്കൽ മൂല്യങ്ങളെ സ്വാംശീകരിച്ച ഒരു വ്യക്തി എന്ന നിലയിൽ ടോൾസ്റ്റോയി എന്താണോ പറയാൻ ശ്രമിച്ചത് അത് തീർത്തും തിരിച്ചടിക്കുകയാണ് ചെയ്തത്. ഉന്നതകുലജാതയായ ഒരു സ്ത്രീയുടെ വിവാഹേതരബന്ധം സ്വന്തം ജീവിതത്തെ എങ്ങനെയാണ് തകർത്തെറിഞ്ഞത് എന്ന ആശയമാണ് *അന്നകരിനീന*യിലൂടെ പറയാൻ ശ്രമിക്കുന്നത് എന്ന് 1870 ൽ ടോൾസ്റ്റോയ് സോഫിയയോട് സൂചിപ്പിച്ചിരുന്നു. *അന്നകരേനിന* പ്രസിദ്ധീകരിക്കപ്പെട്ട കാലത്ത് അതിന് ഫെമിനിസ്റ്റ് ഛായ നല്കി പ്രോത്സാഹിപ്പിക്കപ്പെടുകയും ചെയ്തു. പക്ഷേ, യഥാർത്ഥത്തിൽ ടോൾസ്റ്റോയിയുടെ ഉള്ളിൽ നിറഞ്ഞുനില്ക്കുന്ന സദാചാരവാദിയുടെ മുഖം മറനീക്കി കാണിക്കുകയാണ് അദ്ദേഹത്തിന്റേതായ ക്ലാസിക് രചന ചെയ്ത പ്രവൃത്തി. മാത്രവുമല്ല വൈരുദ്ധ്യത നോവലിന്റെ താളവും ഭാവവുമായി മാറി. പ്രണയബന്ധം തകർത്തെറിഞ്ഞ കുടുംബത്തിന്റെ പശ്ചാത്തലത്തിൽ എങ്ങനെയായിരിക്കണം ഒരു മാതൃകാകുടുംബം കെട്ടിപ്പടുക്കേണ്ടത് എന്ന കാഴ്ച ടോൾസ്റ്റോയിയുടെ വക്താവ് ആയ ലെവിൻ എന്ന കഥാപാത്രത്തെ മുൻനിർത്തി പ്രകടിപ്പിക്കുകയും ചെയ്തു. അദ്ദേഹത്തിന്റെ ഉള്ളിലെ വൈരുദ്ധ്യത തന്റെ കഥാപാത്രത്തിലൂടെ കഥയിൽ ഉടനീളം കാണാൻ കഴിയും.

അതിന്റെ മറ്റൊരു തെളിവാണ് *യുദ്ധവും സമാധാനവും* എന്ന കൃതിയിലെ പിയർ എന്ന നായകൻ. ടോൾസ്റ്റോയ് തന്റെ തത്ത്വചിന്തകളും ആദർശങ്ങളും പറയാൻവേണ്ടി കൃതികളിലൊക്കെത്തന്നെയും തന്റെ

അപരനെ സൃഷ്ടിച്ചിരുന്നു. യഥാർത്ഥത്തിൽ ടോൾസ്റ്റോയ് തന്നെയാണ് പിയർ.

പിയറിന്റെ രാഷ്ട്രീയ നിലപാടിലുള്ള വൈരുദ്ധ്യത വ്യക്തമാക്കുന്ന സന്ദർഭം നോവലിന്റെ തുടക്കത്തിൽത്തന്നെ കാണാൻ കഴിയും. സമൂഹത്തിന്റെ ഉന്നതർക്കുവേണ്ടി നടത്തുന്ന സൽക്കാരത്തിൽ പിയർ ഫ്രഞ്ച് വിപ്ലവത്തെ പിന്താങ്ങുകയും സമ്പത്തിനെ തുല്യമായി വീതിച്ചുകൊണ്ട് ഉള്ളവനും ഇല്ലാത്തവനും തമ്മിലുള്ള അകലം കുറയ്ക്കണമെന്ന് പറയുമ്പോഴും തന്റെ പിതാവിന്റെ പാരമ്പര്യമായ സ്വത്തിൽ ആഡംബര ജീവിതം നയിക്കുന്ന പിയറിനെ കാണാനും കഴിയും. യഥാർത്ഥ ജീവിതത്തിലെ ടോൾസ്റ്റോയിയുടെ പൊളിറ്റിക്കൽ നിലപാടും പ്രിവിലേജിന്റെ സൗകര്യങ്ങളിൽനിന്നും വിട്ടുനിന്നിരുന്നില്ല. മാത്രവുമല്ല സാമ്പത്തികമായി പിന്നോക്കം നില്ക്കുന്ന ഒരു യുവാവുമായി പ്രണയത്തിൽ ഏർപ്പെട്ട തന്റെ മകളെ വിവാഹത്തിൽനിന്ന് ടോൾസ്റ്റോയ് പിന്തിരിപ്പിക്കുകപോലും ചെയ്തിരുന്നു.

1899 ൽ സാർ നിക്കോളാസ് ഭരണകൂടത്തിന്റെ രാഷ്ട്രീയമായ അടിച്ചമർത്തപ്പെട്ട സാമൂഹിക അന്തരീക്ഷത്തിന്റെ പശ്ചാത്തലത്തിൽ ഒരു നിരാലംബയും നിസ്സഹായയുമായ ഒരു സ്ത്രീക്ക് അനുഭവിക്കേണ്ടി വന്ന നീതി നിഷേധം എത്രമാത്രം വലുതാണെന്ന് സമൂഹത്തെക്കൊണ്ട് ചിന്തിപ്പിക്കണം എന്ന ഉദ്ദേശ്യത്തിൽ എഴുതിയ നോവലായ *ഉയർത്തെഴുന്നേല്പ്* ടോൾസ്റ്റോയിയുടെ ഉള്ളിലെ ഉള്ളവനോടുള്ള കൂറ് പ്രഖ്യാപിച്ചുകൊണ്ടുള്ള എഴുത്തായി ടോൾസ്റ്റോയിയെ തിരിച്ചടിക്കുകയാണ് ചെയ്തത്. ഇവിടെയും ടോൾസ്റ്റോയ് ഉയർത്തിപ്പിടിച്ച രാഷ്ട്രീയമായ നിലപാടിന് ഘടകവിരുദ്ധമായ നിലപാട് പുറത്തേക്കുയരുകയാണുണ്ടായത്. സ്വാഭാവികമായും അരികുവല്ക്കരിക്കപ്പെട്ടവന്റെ ശബ്ദമായി മാറി. ടോൾസ്റ്റോയ് തന്റെ വക്താവ് ആയിരുന്ന കഥാപാത്രമായ നെഹ്ലുദേവിനെ താൻ ചെയ്തുപോയ കൊടിയ പാപത്തിൽനിന്നും രക്ഷിച്ചെടുക്കുകയാണ് ചെയ്തത്.

ഉയിർത്തെഴുന്നേല്പിൽ പ്രഭുകുമാരനാൽ ലൈംഗികമായി പീഡിപ്പിക്കപ്പെട്ട യുവതിയുടെ കഥയാണ്. ഒടുവിൽ ലൈംഗിക തൊഴിലാളിയായും മോഷ്ടാവും കൊലയാളിയുമായി മുദ്രകുത്തി അനീതിക്ക് ഇരയായ നായികകഥാപാത്രമായ കാത്യുഷ മാസ്ലോവയെ ടോൾസ്റ്റോയി അവഗണിക്കുകയായിരുന്നു. അതിന്റെ കാരണങ്ങളും ടോൾസ്റ്റോയിയുടെ ഉള്ളിലെ പാട്രിയാർക്കൽ മോറൽ നിലപാട് തന്നെയാണ്. അങ്ങനെ രാഷ്ട്രീയമായ ശരിക്കുവേണ്ടി എഴുതപ്പെട്ട നോവലിൽ ടോൾസ്റ്റോയിയുടെ വൈരുദ്ധ്യ ജീവിതത്തിന്റെയും ചിന്തയുടെയും ഹൈപ്പോക്രസി രേഖപ്പെടുത്തുകയായിരുന്നു.

ടോൾസ്റ്റോയ് പ്രണയത്തിൽ സ്ത്രീയുടെ ചാപല്യങ്ങളാണ് തിരഞ്ഞിരുന്നത്. ആണിന്റെ കാഴ്ചപ്പാടിലെ പ്രണയം എന്താണ് എന്ന് എവിടെയും ടോൾസ്റ്റോയ് വ്യക്തമാക്കിയിരുന്നില്ല. *യുദ്ധവും സമാധാനവും*

എന്ന നോവലിൽ നതാഷ എന്ന പെൺകുട്ടിയുടെ പ്രണയചാപല്യങ്ങളിലൂടെയും *അന്നകരിനീന*യിൽ അന്നയുടെ പ്രണയചാപല്യങ്ങളെയും കാണിക്കാനാണ് ടോൾസ്റ്റോയ് ശ്രമിച്ചിരുന്നത്. അതേ സമയം യഥാർത്ഥ ജീവിതത്തിൽ സ്വന്തം ഭാര്യയും ഭാര്യയുടെ സുഹൃത്തും തമ്മിലുള്ള സുഹൃത് ബന്ധത്തെ വികലമാക്കിക്കൊണ്ട് *ക്രൂറ്റ്സർ സൊണാറ്റ* എന്ന കൃതി പ്രസിദ്ധീകരിക്കുകയും ചെയ്തു. വൈവാഹിക ജീവിതത്തിൽനിന്നും ഒരു പെണ്ണിനെ പ്രണയിക്കാൻ പഠിപ്പിച്ച നോവലിസ്റ്റിന് സ്വന്തം ജീവിതത്തിലെ സ്ത്രീപുരുഷ ബന്ധങ്ങളെ നോക്കിക്കാണുന്നതിന്റെ വൈരുദ്ധ്യത ഇതിലൂടെ വ്യക്തമാവുന്നു.

ടോൾസ്റ്റോയ് യാഥാസ്ഥിതികമായ മതജീവിതത്തെയും ക്രിസ്ത്യാനിറ്റിയെയും രൂക്ഷമായി വിമർശിച്ചിരുന്നു. അതുകൊണ്ട് തന്നെ തന്റെ മതത്തിൽനിന്നും പുറത്താക്കപ്പെട്ടു. മതത്തെ വെല്ലുവിളിച്ചുകൊണ്ട് സ്വന്തമായി അഞ്ചുകല്പനകൾ പുറപ്പെടുവിക്കുകയും ടോൾസ്റ്റോയിയൻ എന്ന മതവും അനുയായികളെയും സൃഷ്ടിച്ചു. തന്റെ വീക്ഷണക്കോണിൽ നിന്നും ആത്മീയ ലേഖനങ്ങൾ രചിച്ചു. അദ്ദേഹത്തെ പള്ളിയിൽനിന്നും പുറത്താക്കി. സാർ ഭരണകൂടത്തിന് ടോൾസ്റ്റോയിയെ പുറത്താക്കണമെന്നുണ്ടെങ്കിലും അദ്ദേഹത്തിന്റെ ആരാധകവൃന്ദമായ ജനങ്ങളെ അവർ ഭയന്ന് പിന്മാറി. ഒടുവിൽ വൈരുദ്ധ്യാത്മകമായ ജീവിതവും രാഷ്ട്രീയവും നയിച്ച വിശ്വസാഹിത്യകാരന്റെ മരണവും മരണാനന്തര ചടങ്ങുകളും അദ്ദേഹത്തിന്റെ നിലപാടിന് വിരുദ്ധമായി സംഭവിച്ചു.

1910 നവംബർ 20 ന് റഷ്യൻ ഗവൺമെന്റിന്റെ രൂക്ഷ വിമർശകൻ അസ്തപോവ് റെയിൽവേ സ്റ്റേഷനിൽവെച്ചു ന്യുമോണിയ ബാധിച്ചു മരണപ്പെടുകയായിരുന്നു.

അന്നത്തെ റഷ്യൻ സർവ്വകലാശാലകളിൽ വിദ്യാർത്ഥികൾ തങ്ങളുടെ എന്നത്തെയും വിമതന് കൂട്ടമായി ആദരാഞ്ജലികൾ അർപ്പിച്ചു. ആയിരക്കണക്കിന് ആളുകൾ ടോൾസ്റ്റോയിയുടെ മരണത്തിൽ ദുഃഖാർത്ഥരായി വാർത്താകേന്ദ്രങ്ങളിലും, ന്യൂസ് ഏജൻസികളിലും ടെലിഗ്രാഫ് ഓഫീസിലും നിറഞ്ഞുനിന്നു. ലെനിൻ ഏഴുവർഷത്തിനുശേഷം ഭരണം പിടിച്ചെടുത്തെങ്കിലും അനൗദ്യോഗികമായി അത് "ടോൾസ്റ്റോയിയൻ റെവല്യൂഷൻ" എന്നറിയപ്പെട്ടു. അന്നത്തെ എല്ലാ വാർത്താമാധ്യമങ്ങളും സത്യത്തിൽനിന്നും ഏറെ മുന്നേറി വാർത്തകൾ റിപ്പോർട്ട് ചെയ്തിരുന്നു. പക്ഷേ, വൈരുദ്ധ്യത ഏറെ ഉണ്ടെങ്കിലും ടോൾസ്റ്റോയിയും വിപ്ലവവും ജനഹൃദയങ്ങളിൽ അംഗീകാരം നേടിയെടുത്തു. സമ്പത്തിന്റെയും പ്രതാപത്തിന്റെയും നെറുകയിൽ ജീവിച്ച ടോൾസ്റ്റോയിയുടെ ശവശരീരം അസ്തപോവ് റെയിൽവേ സ്റ്റേഷനിൽ പൊതുദർശനത്തിന് വെച്ചു. ഭാര്യയുമായുള്ള കലഹത്തെതുടർന്ന് വീട് വിട്ടിറങ്ങിയ ടോൾസ്റ്റോയി ന്യുമോണിയ പിടിപെട്ട് സ്റ്റേഷൻ മാസ്റ്ററുടെ വസതിയിൽ വെച്ചുമരണപ്പെടുകയായിരുന്നു.

ഉയർത്തെഴുന്നേല്പ് എന്ന കൃതിയിൽ ചിത്രങ്ങൾ വരച്ച ചിത്രകാ

രൻ ടോൾസ്റ്റോയിയുടെ അവസാനത്തെ സ്കെച്ച് വരയ്ക്കാൻ മോസ്കോവിൽനിന്നും വന്നു. ടോൾസ്റ്റോയിയൻ അനുഭാവിയായ മെഡിക്കൽ വിദ്യാർത്ഥി ക്യാമറയിൽ ശവശരീരത്തിന് നല്ല കാഴ്ച ഉണ്ടാവാൻ ഫോർമാൽഡിഹൈഡ് ഇൻജെക്റ്റ് ചെയ്യാൻ ഉപദേശിച്ചു. ടോൾസ്റ്റോയിയുടെ നിർജ്ജീവമായ ശവശരീരത്തിൽ ക്യാമറകൾ ഫ്ളാഷുകൾ പൊഴിച്ചുകൊണ്ടിരുന്നു. ജീവിതത്തിൽ റസ്റ്റ്ലെസ്സ് ആയിരുന്നുവെങ്കിലും മരണത്തിൽ ശാന്തനായി കാണപ്പെട്ടു. മരിച്ചതിനുശേഷമുള്ള ഫോട്ടോഗ്രാഫ്സിൽ അദ്ദേഹം ക്യാമറയിലേക്ക് ആഢ്യത്വത്തിന്റെ ഭാവങ്ങളോടെ തുറിച്ചു നോക്കിയില്ല. പക്ഷേ, നിശ്ചലമായ ശരീരത്തിൽ സമാധാനവും, ശാന്തതയും ആത്മീയഭാവവും തുടിച്ചുനിന്നിരുന്നു. ചിലപ്പോ ഫോർമാൽഡിഹൈഡ് ശരീരത്തിൽ പുരട്ടിയതുകൊണ്ട് അങ്ങനെ ഒരു പ്രതീതി ഉണ്ടാക്കിയിരിക്കാം. അദ്ദേഹത്തിന്റെ ശവപ്പെട്ടി വലിച്ചുകൊണ്ടുള്ള ട്രെയിൻ പുലർച്ചെ 6.30 ന് എത്തിയപ്പോൾ ഒരു ജനസാഗരത്തിന്റെ വിലാപം റഷ്യൻ നഗരത്തിന്റെ കാതുകളിൽ ഇരമ്പി. ടോൾസ്റ്റോയിയുടെ നാല് ആൺമക്കളും ചേർന്ന് ശവമഞ്ചം പുറത്തിറക്കി. പിന്നീട് യാസനായ പോളിയനയിലേക്കുള്ള യാത്രയായിരുന്നു. അവിടെയും ജനക്കൂട്ടം തടിച്ചുകൂടിയിരുന്നു. അവിടെ കർഷകർ ബാനർ പിടിച്ചുനിന്നിരുന്നു. അതിൽ ഇങ്ങനെ എഴുതിയിരുന്നു.

dear lev nikolayevich, 'the memory of your goodness will not die among us'

എന്ന് പറഞ്ഞുകൊണ്ട് യസനായ പോളിയനയിലെ അനാഥരാക്കപ്പെട്ട കർഷകർ ആർത്തുവിളിച്ചു കരഞ്ഞു.

കർഷകർക്കൊപ്പം അവരുടെ അവകാശങ്ങൾക്കുവേണ്ടി വാദിച്ച ടോൾസ്റ്റോയിക്ക് തന്റെ സ്വത്തുവകകൾ കർഷകർക്കും പൊതുജനങ്ങൾക്കും വിട്ടുകൊടുക്കണമെന്ന് ആഗ്രഹം ഉണ്ടായിരുന്നു. എന്തിന് തന്റെ പുസ്തകത്തിന്റെ റോയൽറ്റിപോലും ജനങ്ങൾക്ക് കൊടുക്കാൻ അത്രമേൽ ആഗ്രഹിച്ചിരുന്നു. പക്ഷേ, ആഗ്രഹങ്ങൾ പ്രാവർത്തികമാക്കാൻ കഴിയാതെ അദ്ദേഹം പലപ്പോഴും നിസ്സഹായനായി നില്ക്കേണ്ടിവന്നു.

ഇതിനിടയിൽ മതപരമായ ശവസംസ്കാരത്തിനുവേണ്ടി മകൻ ആന്ദ്രേടോൾസ്റ്റോയ് ബിഷപ്പിനോട് അപേക്ഷിച്ചുവെങ്കിലും പള്ളിയുടെ അധികാരികൾ അത് കർശനമായി വിലക്കി. അതുകൊണ്ടുതന്നെ റഷ്യയുടെ ചരിത്രത്തിൽ പള്ളിയിലെ അധികാരികളും പുരോഹിതന്മാരും പങ്കെടുക്കാത്ത പൊതുജനങ്ങളുടെ മദ്ധ്യേയുള്ള ആദ്യത്തെ ശവസംസ്കാര ചടങ്ങായിരുന്നു. ജീവിതവും മരണവും തികച്ചും സെക്കുലർ ആവണമെന്ന് വാശിപിടിച്ച അരാജകവാദിയുടെ ശവസംസ്കാരച്ചടങ്ങിൽ പങ്കെടുത്തവർ അത്യന്തം ബഹുമാനത്തോടെ പുരോഹിതവർഗ്ഗത്തെ തിരസ്കരിച്ചുകൊണ്ട് പുരാതനമായ റഷ്യൻ വിലാപ കാവ്യങ്ങൾ ചൊല്ലിക്കൊണ്ട് വിലാപയാത്ര നടത്തി. ശവമഞ്ചം വഹിച്ചുകൊണ്ടുള്ള വാഹനം കടന്ന്

പോകുമ്പോൾ പൊലീസ് ഒഴികെയുള്ള ഓരോ ജനങ്ങളും തലയിലെ തൊപ്പി ഊരി മുട്ടുകാലിൽ നിന്നു. ഇത് ലോക ചരിത്രത്തിൽത്തന്നെ അസാധാരണമായ ഒരു കാഴ്ചയായിരുന്നു. ഒരു നോവലിസ്റ്റിനും അങ്ങനെ ഒരു ശവസംസ്കാരച്ചടങ്ങ് ലഭ്യമായിട്ടുണ്ടാവില്ല. അതൊരിക്കലും അദ്ദേഹത്തിന്റെ നോവലിന്റെ പ്രഭാവത്തിൽനിന്നും ഉണ്ടായതല്ല. അദ്ദേഹത്തിന്റെ വ്യക്തിത്വത്തിന്റെയും പ്രവൃത്തിയുടെയും പ്രകാശത്തിൽനിന്നും ഉണ്ടായതാണ്. അവസാനമായി ടോൾസ്റ്റോയിയുടെ ശവശരീരം അദ്ദേഹത്തിന്റെ ചെറുപ്പകാലം മുതലേ അദ്ദേഹത്തിന് ഇഷ്ടപ്പെട്ട ഒരു സ്ഥലത്ത് മറവ് ചെയ്യുമ്പോൾപോലും അതിൽ പങ്കെടുത്തവർ ഏറെയും യാഥാസ്ഥിതിക ക്രിസ്ത്യൻ പാരമ്പര്യവാദികൾ ആയിരുന്നു. അവർ ചൊല്ലിയ വിലാപ കാവ്യങ്ങളിൽ ടോൾസ്റ്റോയിക്ക് ഒട്ടും ഇഷ്ടമില്ലാത്ത ദൈവ സങ്കല്പങ്ങൾ ഉണ്ടായിരുന്നു. ഒടുവിൽ വൈരുദ്ധ്യത്തിന്റെ രാഷ്ട്രീയ ജീവിതം അരങ്ങൊഴിയുന്ന നിമിഷത്തിൽ പോലും ജീവിത വൈരുദ്ധ്യത തളം കെട്ടി നിന്നിരുന്നു.

Reference

Leo Tolstoy, *War and peace*, Wordsworth edition limited, 1993.
A. N Wilson, *Tolstoy*, Atlantic books, London
Leo Tolstoy, *Anna Karenina*, Penguin Classics
Leo Tolstoy, *Resurrection*, Penguin Classics

ക്ലാസിക്കുകളിലെ സ്ത്രീപക്ഷം

ലിയോ ടോൾസ്റ്റോയിയും രബീന്ദ്രനാഥ് ടാഗോറും വിശ്വസാഹിത്യത്തിൽ പുലർത്തിപോന്ന സ്ത്രീപക്ഷ ചിന്തയുടെ നീതിയും ന്യായവും വസ്തുനിഷ്ഠമായി വിശകലനം ചെയ്യേണ്ടിവരുന്നത് സാംസ്കാരിക ഭൗതികവാദത്തിന്റെ ആവശ്യകതയാണ്. ചരിത്രത്തിൽ അപ്രത്യക്ഷമായ വാദഗതികളെ അതിന്റെ സാമൂഹിക രാഷ്ട്രീയ പരിസരത്തുനിന്ന് വീണ്ടും വിശകലനം ചെയ്യേണ്ടിവരുന്നത് സാംസ്കാരിക ധർമ്മമായി കാണുന്ന ഉത്തരാധുനിക കാലഘട്ടത്തിൽനിന്ന് പിറകോട്ടുള്ള നോട്ടം കൂടിയാണത്. വിശ്വസാഹിത്യത്തിലെ അതികായന്മാർ അടയാളപ്പെടുത്തിയ നിലപാടുകളുടെ ശരിയും തെറ്റും വിശകലനത്തിനെടുക്കുന്നത് കാലികമായ ഒരു പ്രക്രിയയുടെ ഭാഗമാണല്ലോ. സംസ്കാരത്തിന്റെ വാഹകരെയും അവരുടെ സാംസ്കാരിക ഇടപെടലുകളെയും അതിന്റെ സാമൂഹിക രാഷ്ട്രീയ പരിസരത്തുനിന്ന് വിശകലനം ചെയ്യാനും അതിൽ നിലനില്ക്കുന്ന വസ്തുതകളെ ഇഴകീറി പരിശോധിച്ചു സമാനതകളും വൈരുദ്ധ്യങ്ങളും പഠനവിധേയമാക്കാനും തുടങ്ങിയത് സാംസ്കാരിക പഠനത്തിന്റെ മുന്നേറ്റത്തോട് കൂടിയാണ്. അത്തരമൊരു പശ്ചാത്തലത്തിൽ ടോൾസ്റ്റോയിയുടെയും ടാഗോറിന്റെയും അനശ്വരസ്ത്രീ കഥാപാത്രങ്ങളെയും സ്ത്രീപക്ഷ നിലപാടുകളെയും ചർച്ച ചെയ്യേണ്ടതും കാലത്തിന്റെ കാവ്യ നീതിയാണ്.

വിശ്വസാഹിത്യ ചരിത്രത്തിൽ തന്റേതായ ഇടം നേടിയെടുത്ത സമാനതകളില്ലാത്ത രണ്ട് അതുല്യപ്രതിഭകളാണ് ടാഗോറും ടോൾസ്റ്റോയിയും. ടോൾസ്റ്റോയിയുടെ *അന്നകരിനീന*യും, *ഉയിർത്തെഴുന്നേല്പും*, *യുദ്ധവും സമാധാനവു*മെന്ന മൂന്ന് ബൃഹത്തായ കൃതികളെക്കുറിച്ച് പറയാതെ റഷ്യൻ സാഹിത്യ ചരിത്രം തന്നെ പൂർണ്ണമാവില്ല. *ഗീതാഞ്ജലി*

എന്ന കവിതയിലൂടെ ഇന്ത്യയുടെ ആത്മീയ പാരമ്പര്യത്തിന് മാനവികതയുടെ വ്യാഖ്യാനം ചമച്ച വിശ്വസാഹിത്യപ്രതിഭയാണ് ടാഗോർ. രണ്ട് എഴുത്തുകാരും ഒരേ കാലഘട്ടത്തിലാണ് ജീവിച്ചിരുന്നത്. അവരുടെ സാഹിത്യവും സന്ദേശവും ലോകജനതയെ അസാമാന്യ രീതിയിൽ സ്വാധീനിച്ചിരുന്നു. മാത്രവുമല്ല രണ്ടുപേരും കത്തിടപാടിലൂടെ പരസ്പരം വ്യക്തിപരവും രാഷ്ട്രീയവുമായ കാര്യങ്ങൾ പങ്കുവെച്ചു. റഷ്യൻ ഭരണകൂടം അടിമകളെ വിട്ടയച്ചു സാമൂഹിക മാറ്റത്തിന് തിരികൊളുത്തിയ കാലഘട്ടത്തിലാണ് *അന്നകരിനീന* എഴുതപ്പെട്ടതെങ്കിൽ ബ്രിട്ടീഷ് ഭരണത്തിനെതിരായി സ്വാതന്ത്ര്യസമരവും സ്വദേശിവല്ക്കരണവും നിസ്സഹകരണ പ്രസ്ഥാനവും ഇഴചേർന്ന സാമൂഹിക രാഷ്ട്രീയ അന്തരീക്ഷത്തിൽ ടാഗോർ എഴുതിയ നോവലാണ് *ഹോം ആൻഡ് ദി വേൾഡ്*. ആധുനികതയുടെ തുടക്കം റഷ്യൻ സമൂഹത്തിൽ സ്വാധീനം ചെലുത്തിയ കാലത്ത് സ്ത്രീകളുടെ പദവിയെക്കുറിച്ചും സ്ത്രീകളുടെ അവകാശങ്ങളെക്കുറിച്ചും ചോദ്യം ചെയ്യുന്ന സാഹചര്യത്തിലാണ് ടോൾസ്റ്റോയ് *അന്നകരിനീന* എഴുതിയിട്ടുള്ളത്. നോവൽ പഠനത്തിൽ ടോൾസ്റ്റോയ് രൂപപ്പെടുത്തിയ സ്ത്രീപക്ഷ വീക്ഷണങ്ങൾക്ക് റഷ്യൻ കൺസേർവേറ്റീവ് സൊസൈറ്റിയുടെ സ്വാധീനമുണ്ടായിരുന്നു. രാജാറാം മോഹൻ റോയിയുടെ പാത പിന്തുടർന്ന ടാഗോറിന്റെ സ്ത്രീപക്ഷ വീക്ഷണം കുറച്ചുകൂടി വിശാലമായ അർത്ഥത്തിൽ ആയിരുന്നു. തന്റെ കഥകളിലൂടെയും നോവലിലൂടെയും സ്ത്രീയുടെ ആന്തരിക സൗന്ദര്യം വെളിപ്പെടുത്തിയിരുന്നു. മാത്രവുമല്ല തന്റെ രചനകളിലൂടെ സ്ത്രീശാക്തീകരണമാണ് ടാഗോർ ലക്ഷ്യമാക്കിയത്. എന്തിന് സ്വന്തം ജീവിതത്തിൽ അദ്ദേഹം ഏറ്റവും കൂടുതൽ ആരാധിച്ചതും സ്ത്രീകളെയായിരുന്നു.

സ്ത്രീപക്ഷ ചിന്തയെ സൈദ്ധാന്തിക പരിപ്രേക്ഷ്യത്തിൽ പഠനവിധേയമാക്കുമ്പോൾ സ്ത്രീയുടെ വ്യക്തിയധിഷ്ഠിതവും സാമൂഹികവുമായ ലിംഗപദവിയെ ചൂണ്ടിക്കാണിക്കാതെ മുന്നോട്ടുപോകുന്ന പഠനങ്ങൾ എല്ലാം അപ്രസക്തമാകുന്നു. അങ്ങനെ നോക്കുമ്പോൾ ടോൾസ്റ്റോയിയുടെ *അന്നകരിനീന*യും ടാഗോറിന്റെ *ഹോം ആൻഡ് ദി വേൾഡും* സ്ത്രീയെ അടയാളപ്പെടുത്തിയത് ആധുനിക സിദ്ധാന്തമായ ഫെമിനിസത്തിന്റെ ഭാഗമാണെന്നുകാണാം.

രണ്ട് നോവലുകളും പത്തൊൻപതാം നൂറ്റാണ്ടിൽ പ്രസിദ്ധീകരിക്കപ്പെട്ട കൃതിയായതുകൊണ്ടും സാമൂഹികവിഷയങ്ങളെ ആസ്പദമാക്കിയിട്ടുള്ളതുമായതുകൊണ്ടുതന്നെ അവ സോഷ്യോ റിയലിസ്റ്റ് നോവലുകളുമാണ്. രണ്ട് നോവലുകളും കഥാപാത്രങ്ങളെ മനഃശാസ്ത്രപരമായിട്ടാണ് സമീപിച്ചത്. റിയലിസം സമൂഹത്തിന്റെ യാഥാർത്ഥ്യത്തെ അതേപടി കൃതികളിലൂടെ അവതരിപ്പിച്ചപ്പോൾ അത് വായനാസമൂഹം ഏറ്റെടുക്കുകയായിരുന്നു. അതുകൊണ്ടുതന്നെ *അന്നകരിനീന*യും *ഹോം*

ആൻഡ് ദി വേൾഡും അന്നത്തെ സമൂഹത്തിൽ കൂടുതൽ ചർച്ച ചെയ്യപ്പെട്ടു.

യാഥാസ്ഥിതികവായനക്കാരന്റെ മനഃസാക്ഷിയെ ഞെട്ടിച്ചുകൊണ്ടാണ് 1873 ൽ *അന്നാകരിനീന* പ്രസിദ്ധീകരിക്കപ്പെട്ടത്. റഷ്യൻ സമൂഹത്തിൽ ആധുനികതയുടെ കടന്നുവരവിന് മുൻപായി സാമൂഹികമാറ്റത്തിന്റെ പശ്ചാത്തലത്തിലാണ് നോവലിലെ പ്ലോട്ട് സെറ്റ് ചെയ്തിരിക്കുന്നത്. പാശ്ചാത്യ സംസ്കാരത്തിന്റെ കടന്നുവരവ് ഇംഗ്ലീഷ് വിദ്യാഭ്യാസത്തിന്റെ പ്രസക്തി വർദ്ധിപ്പിക്കുകയും ഉന്നത സവർണ്ണ വർഗ്ഗം അത് ഏറ്റെടുക്കുകയും ചെയ്തു. അത് അവരുടെ ജീവിതത്തെ തന്നെ സ്വാധീനിക്കുന്ന സാഹചര്യത്തിലാണ് അത്തരമൊരു പ്ലോട്ടിനെ ആധാരമാക്കി ടാഗോർ നോവൽ രചിക്കുന്നത്. ടോൾസ്റ്റോയിയെപ്പോലെ സമൂഹത്തിന്റെ ഹൃദയസ്പന്ദനത്തിനനുസരിച്ചാണ് ടാഗോർ കൃതികൾ രചിച്ചത്. 1910 ന് ശേഷമേ വിധവാ പുനർവിവാഹം നിയമപരമായി അംഗീകരിച്ചിട്ടുള്ളൂ. അതുകൊണ്ടായിരിക്കാം ടാഗോർ *ബിനോദിനി* എന്ന കൃതിയിൽ വിധവയായ സ്ത്രീ കഥാപാത്രത്തിനെ വിവാഹം കഴിക്കാതെ അവശേഷിക്കുന്ന ജീവിതം ജീവിച്ചുതീർക്കാൻ വിധിച്ചത്.

ടാഗോർ ആദ്യഘട്ടത്തിൽ സ്വദേശി പ്രസ്ഥാനത്തിനോടൊപ്പം യോജിച്ചു പ്രവർത്തിച്ചുവെങ്കിലും പിന്നീട് പൂർണ്ണമായി അതിൽനിന്നും വിട്ടുനിന്നു. കാരണം അദ്ദേഹം ഇംഗ്ലീഷ് വിദ്യാഭ്യാസത്തിനെയും വ്യവസായവല്ക്കരണത്തെയും സ്വാഗതം ചെയ്യുക മാത്രമല്ല വിദേശവസ്ത്രങ്ങൾ കത്തിച്ചുകളഞ്ഞുള്ള ബഹിഷ്കരണത്തിനോട് വിയോജിപ്പ് പ്രകടിപ്പിക്കുകയും ചെയ്തു. അങ്ങനെയുള്ള സാഹചര്യമാണ് ടാഗോറിന് *ഹോം ആൻഡ് ദി വേൾഡ്* എന്ന കൃതി എഴുതാൻ ഇടയായത്.

ടോൾസ്റ്റോയിയുടെ സ്വന്തം ജീവിതത്തിൽനിന്ന് അടർത്തിയെടുത്ത ധാരാളം സന്ദർഭങ്ങൾ *അന്നകരിനീന*യിൽ കാണാൻ കഴിയും. അദ്ദേഹത്തിന്റെ മറ്റുള്ള കൃതികളിലെ സ്ത്രീകഥാപാത്രങ്ങളേക്കാൾ അദ്ദേഹത്തിന്റെ സ്നേഹത്തിനും പരിഗണനയ്ക്കും അർഹയായത് 'അന്ന'യായിരുന്നു. പുരുഷകേന്ദ്രീകൃത വ്യവസ്ഥയുടെ മൂല്യങ്ങൾ സ്വാംശീകരിച്ച ഒരു വ്യക്തി എന്ന നിലയിൽ *അന്നാകരിനീന* അത് എഴുതപ്പെട്ട കാലത്ത് ഫെമിനിസ്റ്റ് നോവൽ എന്ന വ്യഖ്യാനത്തിന് പാത്രമായെങ്കിലും അതിൽ തന്നെ ആ വ്യാഖ്യാനത്തിനെ തകർക്കുന്ന ആരോപണവും നിലനില്ക്കുന്നു.

കുടുംബത്തിനുള്ളിലും സമൂഹത്തിലും സ്ത്രീ എങ്ങനെയായിരിക്കണമെന്ന പുരുഷ കേന്ദ്രീകൃത വ്യവസ്ഥയുടെ ഭാഗമായിനിന്ന് സ്ത്രീയെക്കുറിച്ച് എഴുതുമ്പോൾ ബോധത്തിലോ അബോധത്തിലോ എഴുത്തുകാരൻ അടയാളപ്പെടുത്തുന്ന സ്ത്രീ വ്യവസ്ഥിതിക്കനുകൂലമായി വാർത്തെടുക്കപ്പെട്ടവൾ ആയിരുന്നു. അവിടെ സ്ത്രീപക്ഷമെന്ന ചിന്ത തന്നെ അപ്രസക്തമാകുന്നു. അത് സൂക്ഷ്മമായി നിർണ്ണയിക്കാൻ ആധുനിക സൈദ്ധാന്തിക സഹായം ആവശ്യമായി വന്നേക്കാം.

ടോൾസ്റ്റോയിയുടെ അന്ന കുലീനവും ആഢ്യത്വവുമുള്ള സുന്ദരിയായിരുന്നു. അവളുടെ പ്രൗഢഗംഭീരമായ വ്യക്തിത്വം ആളുകളെ ആകർഷിച്ചിരുന്നു. പട്ടാളത്തിലെ ഉയർന്ന ഉദ്യോഗസ്ഥന്റെ ഭാര്യാപദവി അവൾക്ക് അലങ്കാരമായിരുന്നു എന്നും ടോൾസ്റ്റോയ് പറഞ്ഞുവെക്കുന്നുണ്ട്. അതായത് ഭർത്താവിന്റെ സാമൂഹികപദവിയാണ് ഭാര്യയുടെ വ്യക്തിത്വത്തിന് മാറ്റ് കൂട്ടുന്നത് എന്നുള്ള അർത്ഥത്തിൽ പാട്രിയാർക്കിയുടെ യാഥാസ്ഥിതിക വീക്ഷണമാണ് ടോൾസ്റ്റോയിയെ നയിച്ചിരുന്നത്.

ഒരു കുലീനമായ കുടുംബത്തിൽ സ്ത്രീ എങ്ങനെയായിരിക്കണമെന്നും അവരുടെ സാമൂഹിക പെരുമാറ്റം എങ്ങനെയായിരിക്കണം എന്ന ആണത്തബോധത്തെ വെല്ലുവിളിച്ചുകൊണ്ടാണ് 13 വയസ്സുള്ള ആൺകുട്ടിയുടെ അമ്മയും പട്ടാളത്തിലെ ഉയർന്ന ഉദ്യോഗസ്ഥന്റെ ഭാര്യയും ആയ അന്ന വിവാഹേതരബന്ധം സൂക്ഷിക്കുന്നതും ആ ബന്ധത്തിൽ ഒരു കുഞ്ഞുണ്ടാവുന്നതും. പക്ഷേ, യാഥാസ്ഥിതിക റഷ്യൻ സമൂഹത്തിന് അത് ഉൾക്കൊള്ളാനായില്ല. അവർ നിരന്തരം കുറ്റപ്പെടുത്തുകയും അപമാനിക്കുകയും ചെയ്തു. അവസാനം അപമാനവീകരണത്തിനു പാത്രമായി അന്ന ട്രെയിനിന് മുന്നിൽ ചാടി ആത്മഹത്യ ചെയ്യുകയാണുണ്ടായത്.

ടാഗോറിന്റെ ബിമലയും ആഢ്യത്വവും കുലീനവും സമ്പന്നവുമായ യാഥാസ്ഥിതിക ബംഗാളി കുടുംബത്തിന്റെ ഉന്നതമായ പാരമ്പര്യം അനുകരിച്ചു ജീവിക്കാൻ തയ്യാറായവൾ ആയിരുന്നു. ഇതിന് ഉദാഹരണമെന്നോണമാണ് ബിമലയുടെ ഒരു ദിവസം തുടങ്ങുന്നത് ഭർത്താവിന്റെ കാല്പാദങ്ങളിൽ തൊട്ടു തൊഴുതുകൊണ്ടാണ് എന്നാണ് ടാഗോർ പറയുന്നത്. അങ്ങേയറ്റം പുരുഷകേന്ദ്രീകൃത വ്യവസ്ഥയുടെ ഇരയായിരുന്നു ബിമല എന്ന് ടാഗോർ പറയുന്നുണ്ട്.

അവളെ ആധുനിക ലോകത്തേക്ക് കൊണ്ടുവരാൻ പുരോഗമന മനസ്സുള്ള ഭർത്താവ് നിഖിൽ ശ്രമിക്കുന്നുണ്ട്. നിഖിൽ തന്റെ ഭാര്യയെ യാഥാസ്ഥിതിക ജീവിതരീതിയിൽനിന്നും മോചിപ്പിച്ചു പുറംലോകത്തേക്കു കൊണ്ടുവരാൻ ശക്തമായ അഭിവാഞ്ഛ പ്രകടിപ്പിക്കുന്നുണ്ട്. അതിനുവേണ്ടി ബിമലയ്ക്ക് ഇംഗ്ലീഷ് വിദ്യാഭ്യാസം നല്കി. ആദ്യകാലങ്ങളിൽ ബിമല പിന്നോട്ട് വലിഞ്ഞെങ്കിലും പിന്നീട് ആധുനിക വിദ്യാഭ്യാസത്തിലും സ്വദേശി പ്രസ്ഥാനത്തിലും ആകൃഷ്ടയായി. ആ സാഹചര്യത്തിലാണ് ബിമല നിഖിലിന്റെ സുഹൃത്ത് സന്ദീപുമായി വിവാഹേതരബന്ധത്തിലും ഏർപ്പെട്ടത്. പക്ഷേ, ആ ബന്ധം പ്രണയത്തിനെ മറയാക്കി പിടിച്ച മാംസദാഹിയായ പുരുഷന്റേതാണെന്ന് തിരിച്ചറിഞ്ഞതോടെ അവൾ തിരിച്ചു വീട്ടിലേക്ക് വരികയാണ്.

ഇവിടെ അന്നയും ബിമലയും അവനവന്റെ ദാമ്പത്യ ജീവിതം നയിക്കുമ്പോഴും പെട്ടെന്ന് വിവാഹേതരബന്ധത്തിലേക്ക് കടന്നു വരികയായിരുന്നു. രണ്ടുപേരും വൈവാഹിക ജീവിതത്തിൽ അനുഭവിച്ചുകൊണ്ടിരുന്ന പ്രണയം യാഥാർത്ഥ്യമല്ല എന്നും ഒരുപോലെ ചിന്തിച്ചിരുന്നു. അന്ന

യുടെയും ബിമലയുടെയും ഭർത്താക്കന്മാർ വൈകാരികമായി തന്നെ അവരുടെ സ്നേഹം പങ്കുവെച്ചിരുന്നു. പക്ഷേ, അന്നയുടെ പ്രതീക്ഷയ്ക്കൊത്തു ഉയരാൻ കരേനിന് കഴിഞ്ഞില്ല. ബിമലയുടെ പ്രതീക്ഷയ്ക്ക് അപ്പുറമാണ് നിഖിൽ ഭാര്യയോടുള്ള സ്നേഹത്തെ പ്രകടിപ്പിച്ചിരുന്നത്.

സ്ത്രീപുരുഷ ബന്ധങ്ങളിൽ ആൺ അധീശത്വബോധം എങ്ങനെ പ്രവർത്തിക്കുന്നുവെന്ന് പിയറി ബോർദ്യു അദ്ദേഹത്തിന്റെ *Masculine domination* എന്ന പുസ്തകത്തിൽ രേഖപ്പെടുത്തുന്നുണ്ട്. അദ്ദേഹത്തിന്റെ അഭിപ്രായത്തിൽ ആണധീശത്വം മാന്യമായ ഒരു തരം അതിക്രമമാണ്. അത് കാണാനാവാത്തതും പ്രതീകക്രമങ്ങളിലൂടെ വിനിമയം ചെയ്യപ്പെടുന്നതുമാണെന്ന് പറയുന്നുണ്ട്. മേല്പറഞ്ഞ പ്രതീകം ഭാഷയാവാം, ജീവിത മാതൃകയാവാം മറ്റെന്തെങ്കിലും ചിഹ്നങ്ങളാവാം.

അധീശത്വത്തിനെ കുറച്ചുകൂടി ആഴത്തിൽ മനസ്സിലാക്കാൻ വെർജിനിയ വൂൾഫിനെ പരിശോധിക്കാവുന്നതാണ്. "ഹിപ്നോട്ടിക് പവർ ഓഫ് ഡോമിനേഷൻസ്" ആയാണ് വൂൾഫ് ഇത് മനസ്സിലാക്കുന്നത്. അതായത് അധീശത്വത്തിന്റെ ഹിപ്നോട്ടിക് പവറിനെ തിരിച്ചറിയാനാവില്ല. അനുഷ്ഠാനപരമായ കർമ്മങ്ങളിൽനിന്ന് സ്ത്രീകളെ മാറ്റി നിർത്തുന്നതിനെക്കുറിച്ച് വിശദീകരിക്കുന്നിടത്താണ് വൂൾഫ് ഇത് പറയുന്നത്. സ്നേഹം, കടപ്പാട്, ആരാധന എന്നിവയ്ക്കുള്ളിലൂടെ അധീശത്വം പ്രവർത്തിക്കുന്നതിനാൽ അധീശത്വത്തെ തിരിച്ചറിയാനാവില്ല എന്ന് പിയറി ബോർദ്യു പറയുന്നു. (ആണത്തവും അധീശത്വവും). പിയറി ബോർദ്യു: ആശയാനുവാദം സംഗീത എം. കെ & ഡോ. കെ. എം അനിൽ).

ബോർദ്യുവിന്റെ വാദത്തിലൂടെ ടാഗോറിന്റെ സ്ത്രീപക്ഷ നിലപാട് ആൺ അധീശത്വത്തിന്റെ ഭാഗമാണ് എന്ന് മനസ്സിലാക്കാം. *ഹോം ആൻഡ് ദി വേൾഡ്* എന്ന നോവലിലെ നിഖിൽ തന്റെ ഭാര്യയായ ബിമലയെ നിർമ്മലമായ സ്നേഹത്തിന്റെ അധീശത്വത്തിലൂടെ സ്വാതന്ത്ര്യത്തിന്റെ ലോകത്തിലേക്ക് തള്ളിവിടുമ്പോൾ സന്ദീപ് എന്ന കാമുകൻ അധീശത്വത്തിന്റെ പ്രത്യക്ഷബോധമാവുകയാണ്. പ്രണയമെന്ന ആയുധത്തെ ഉപയോഗിച്ചാണ് സന്ദീപ് അധീശത്വം സ്ഥാപിക്കുന്നത്.

നോവലിന്റെ ആദ്യഭാഗത്ത് ഭർത്താവിന് അനുസരണമായി തന്നെ മെരുക്കിയെടുക്കുന്നതിൽ പരാജയപ്പെട്ട ബിമല പ്രണയസാക്ഷാൽക്കാരത്തിനായി കാമുകനുവേണ്ടി തന്നെ മാറ്റിയെടുക്കുന്നു.

പ്രണയം അന്നയെയും ബിമലയെയും പാട്രിയാർക്കൽ സങ്കല്പങ്ങളിൽനിന്നും മാറ്റിയെടുക്കുന്നു. ഇന്ത്യൻ സംസ്കാരത്തിന്റെ പതിവ്രത എന്ന ചട്ടക്കൂടിൽനിന്നും ബിമല പുറത്തുകടക്കുന്നു. പ്രണയത്തിൽ അകപ്പെട്ടപ്പോൾ രണ്ട് സ്ത്രീകഥാപാത്രങ്ങളും അവരുടെ പ്രണയം സമൂഹത്തിനും കുടുംബത്തിനും മുന്നിൽ മറച്ചുവെച്ചില്ല. അത് അന്നയുടെയും ബിമലയുടെയും പ്രണയത്തോടുള്ള സത്യസന്ധത വെളിപ്പെടുത്തുന്നു. തുടക്കത്തിൽ അന്നയുടെയും ബിമലയുടെയും സ്ത്രീ സ്വത്വം അവരുടെ

ഭർത്താവിന്റെയും കാമുകന്മാരുടെയും നിഴലിൽ അടയാളപ്പെടുത്തിയെങ്കിലും നോവലിന്റെ അവസാനഭാഗത്ത് ബിമല കാമുകനാൽ ചതിക്കപ്പെട്ടിട്ടും കുടുംബത്തിലേക്കും സമൂഹത്തിലേക്കും തിരികെ വന്ന് തന്റേതായ സ്വത്വം ശക്തമായ രീതിയിൽ അടയാളപ്പെടുത്തുന്നു. എന്നാൽ അന്നയ്ക്ക് പാട്രിയാർക്കൽ ഡോമിനേഷനിൽനിന്ന് പുറത്തുകടക്കാൻ കഴിയാതെ ട്രെയിനിന് മുന്നിൽച്ചാടി ആത്മഹത്യ ചെയ്യേണ്ടി വരുന്നു. ഇതിൽ കടുത്ത യാഥാസ്ഥിതിക നിയമവ്യവസ്ഥിതിയിൽ അധിഷ്ഠിതമായ സംസ്കാരത്തിൽനിന്നും ടാഗോർ എന്ന എഴുത്തുകാരന്റെ വിശാലമായ സ്ത്രീപക്ഷ സമീപനവും ആധുനികത ചിറക് വിടർത്തുന്ന റഷ്യൻ സമൂഹത്തിന്റെ പ്രതിനിധിയായ ടോൾസ്റ്റോയ് എന്ന എഴുത്തുകാരന്റെ ഇടുങ്ങിയ സ്ത്രീപക്ഷ സമീപനവും വ്യക്തമായി ചിത്രീകരിക്കപ്പെടുന്നു.

'For we women are not only the deities of the household fire, but the flame of the soul itself' എന്ന ടാഗോറിന്റെ വാചകം പ്രസക്തമാവുന്നത് ഇങ്ങനെയാണ്. കുടുംബത്തിൽ ബിമല പുരുഷാധിപത്യ വ്യവസ്ഥയുടെ ഇര ആയിരുന്നുവെങ്കിലും സമൂഹത്തിൽ അവൾ സ്ത്രീശക്തിയുടെ പ്രതീകമായി പ്രവർത്തിക്കുന്നുണ്ട്. വിദ്യാഭ്യാസത്തിലൂടെ അവൾ ആർജ്ജിച്ചെടുത്ത സാമൂഹികബോധം ഇതിന് കാരണമാവുന്നു. ബംഗാൾ സമൂഹത്തിൽ നിലനിന്നിരുന്ന പർദ്ദ വ്യവസ്ഥിതിയെ ധീരമായി എതിർക്കാനും ചതിക്കപ്പെട്ടു എന്നറിഞ്ഞിട്ടും കുടുംബത്തിന്റെയും സമൂഹത്തിന്റെയും കുറ്റപ്പെടുത്തലുകൾ ഉണ്ടായിരുന്നിട്ടും ആത്മഹത്യയെക്കുറിച്ച് ചിന്തിക്കാതെ വീട്ടിലേക്ക് തിരികെ വന്നത് സ്ത്രീ ഒരു ശരീരം മാത്രമല്ല അതിനപ്പുറം ഒരു സ്വത്വമുണ്ട് എന്ന തിരിച്ചറിവാണ്. അതിനുവേണ്ടി ടാഗോർ നോവലിന്റെ ക്ലൈമാക്സിൽ ഒരു ട്വിസ്റ്റ് നടത്തുന്നുണ്ട്. വീട്ടിലേക്ക് തിരിച്ചുവരുമ്പോൾ ബിമലയുടെ ഭർത്താവിന് ഒരു ആക്സിഡന്റിൽ ഹെഡ് ഇൻജുറി സംഭവിക്കുന്നു. തുടർന്നുള്ള ദാമ്പത്യ ജീവിതം സാദ്ധ്യമാണോ എന്ന ആശങ്ക പങ്കുവെക്കുന്നുണ്ട്. പക്ഷേ, നിഖിൽ ജീവിച്ചാലും ഇല്ലെങ്കിലും ബിമല ശക്തമായി പ്രതികൂല സാഹചര്യങ്ങളെ അതിജീവിച്ചു ജീവിക്കും എന്നുള്ള കാഴ്ചപ്പാട് ടാഗോറിന്റെ ശക്തമായ സ്ത്രീപക്ഷ നിലപാട് തെളിയിക്കുന്നുണ്ട്.

കുടുംബമെന്ന വ്യവസ്ഥിതിയിൽ പുരുഷകേന്ദ്രീകൃത വ്യവസ്ഥിതിക്കുള്ളിൽ അമ്മയായും ഭാര്യയായും തന്റെ ഭാഗം വൃത്തിയായി ചെയ്യുന്ന സ്ത്രീയെ പ്രണയിക്കാൻ വിട്ടു എന്നുള്ളതുകൊണ്ട് ടോൾസ്റ്റോയ് ഒരു സ്ത്രീപക്ഷവാദിയാകുന്നില്ല. അന്നയുടെ വിവാഹേതരബന്ധത്തിലും ആൺ അധീശത്വം ശക്തമാണ്. അന്ന കാമുകനെ പ്രണയിക്കുമ്പോഴും അന്നയിലെ സ്ത്രീ കാമുകന് അനുസരിച്ചു പരുവപ്പെടുകയാണ്. വോൺസ്കിയുടെ ഇഷ്ടത്തിന് പാത്രമാവാൻ അയാളുടെ സ്ത്രീസങ്കല്പത്തിന് അനുസരണമാവാൻ അവൾ നിരന്തരം ശ്രമിക്കുന്നുണ്ട്. പ്രണയം എന്ന വികാരം സ്ത്രീയെ കമ്മോഡിറ്റി ആയി മാത്രമായാണ് കാണുന്നത്. അതി

ലൂടെ സ്ത്രീയെ നിയന്ത്രിച്ചു നിർത്തുക എന്ന തന്ത്രമാണ് ഓരോ കാമുകന്റെയും, ഭർത്താവിന്റെയും തന്ത്രം. അതിന്റെ എത്രയോ ദൃഷ്ടാന്തങ്ങൾ *അന്നകരിനീന*യിൽ കാണാൻ കഴിയും.

പൊതുവെ ടോൾസ്റ്റോയ് തന്റെ സ്ത്രീകഥാപാത്രങ്ങളോട് ഒന്നും നീതി പുലർത്തിയിരുന്നില്ല. കഥാപാത്ര നിർമ്മിതിയിൽ ഒരു mesogenist കാഴ്ചപ്പാടാണ് അദ്ദേഹം എല്ലായ്പ്പോഴും കൈക്കൊണ്ടത്. ശക്തമായ സദാചാര സംഹിതകളിൽ സ്ത്രീയെ തളച്ചിട്ടു. *അന്നകരിനീന*യിൽ വിവാഹേതരബന്ധം കുടുംബജീവിതത്തിനെ എങ്ങനെ തകർക്കുന്നുവെന്ന് കാണിക്കുമ്പോഴും എങ്ങനെയായിരിക്കണം ഒരു മാതൃകാകുടുംബം എന്നത് ലെവിൻ-കിറ്റി ദാമ്പത്യബന്ധത്തിലൂടെ ചൂണ്ടിക്കാണിക്കുന്നുണ്ട്.

അന്നയുടെ സഹോദരൻ ഒബ്ലോൺസ്കിക്ക് കുട്ടികളെ നോക്കുന്ന ആയയുമായിട്ടുള്ള വിവാഹേതരബന്ധം പ്രശ്നമാകുന്നില്ല. അതൊരു സ്ത്രീക്ക് (അന്ന) മാത്രമേ പ്രശ്നമാവുകയുള്ളു. അത് സദാചാരസംഹിതകളുടെ നിയമലംഘനം ആണെന്ന് നോവൽ വായനയിൽ നമുക്ക് മനസ്സിലാക്കാൻ കഴിയും. കുടുംബജീവിതത്തിൽ സ്ത്രീയുടെയും പുരുഷന്റെയും പദവി എവിടെയാണെന്ന് മനസ്സിലാക്കാൻ ഈ സന്ദർഭം ധാരാളമാണ്. ടോൾസ്റ്റോയ് സ്ത്രീകഥാപാത്രങ്ങളെ നിർമ്മിക്കുമ്പോൾ അദ്ദേഹത്തിന്റെ സ്ത്രീപക്ഷ സമീപനങ്ങൾ ഒട്ടും നീതിയുക്തമല്ല എന്നു കാണാം. അതിന്റെ ഏറ്റവും വലിയ തെളിവ് അദ്ദേഹത്തിന്റെ *ഉയർത്തെഴുന്നേല്പ്* എന്ന നോവലിലെ മാസ്ലോവ എന്ന കഥാപാത്രത്തിനെ ലൈംഗികത്തൊഴിലാളി ആയതിന്റെ പേരിൽ അരികുവല്ക്കരിച്ചതാണ്. ടോൾസ്റ്റോയ് സ്ത്രീയുടെ സന്തോഷവും സ്വാതന്ത്ര്യവും കുടുംബത്തിനുള്ളിലാണ് ക്രമീകരിച്ചിരിക്കുന്നത്. *യുദ്ധവും സമാധാന*വുമെന്ന കൃതിയിൽ നതാഷ എന്ന സ്ത്രീകഥാപാത്രത്തെ അവസാനം കുടുംബത്തിനുള്ളിൽ അമ്മയും ഭാര്യയുമായി പ്രതിഷ്ഠിച്ചാണ് അദ്ദേഹം സ്ത്രീസ്വത്വത്തെ രേഖപ്പെടുത്തിയത്. അതുപോലെ *അന്നകരിനീന*യിൽ കിറ്റി എന്ന സ്ത്രീ കഥാപാത്രത്തെ വ്യവസ്ഥിതിക്കനുസരിച്ചാണ് രൂപപ്പെടുത്തിയത്. അതുകൊണ്ട് കിറ്റി നല്ല സ്ത്രീയും വ്യവസ്ഥിതിക്കെതിരെ പ്രവർത്തിച്ച അന്നയെ ചീത്തസ്ത്രീയുമായി മുദ്രകുത്തി. അന്ന ജീവിച്ചിരിക്കേണ്ടവൾ അല്ലെന്നുള്ള ടോൾസ്റ്റോയിയുടെ വാദമാണ് ആത്മഹത്യയിലേക്ക് അന്നയെ നയിച്ചത്. സ്ത്രീയുടെ കുടുംബത്തിലെ അച്ചടക്കമുള്ള ജീവിതമാണ് അവളുടെ സാമൂഹിക പദവി നിർണ്ണയിക്കുന്നത് എന്ന് പറയുമ്പോൾ സ്ത്രീ ആൺ അധീശത്വത്തിന് കീഴ്പ്പെട്ടു നില്ക്കേണ്ടവൾ അല്ലെന്നും അവൾക്ക് സ്വന്തമായ ഐഡന്റിറ്റി ഉണ്ടെന്നും വാദിക്കുന്നുണ്ട് ടാഗോർ.

ചുരുക്കിപ്പറഞ്ഞാൽ പാട്രിയാർക്കൽ വ്യവസ്ഥയുടെ ഭാഗമായുള്ള എഴുത്തുകാർ അവരുടെ സ്ത്രീകഥാപാത്രങ്ങളെ സൃഷ്ടിക്കുമ്പോൾ അവരുടെ ബോധത്തിന്റെയും അബോധത്തിന്റേതുമായ മണ്ഡലങ്ങളിൽ നിലനില്ക്കുന്ന ആണത്തത്തിന്റെയും പാട്രിയാർക്കൽ അധീശത്വബോ

ധത്തിന്റെയും സ്വാധീനം സ്ത്രീ കഥാപാത്രനിർമ്മിതിയിലും കഥാസന്ദർഭങ്ങളിലും കാണാൻ കഴിയും. സ്ത്രീപക്ഷ നിലപാട് എന്ന് ഉറക്കെ പ്രഖ്യാപിക്കുമ്പോഴും അതിന്റെ ഉള്ളിൽ സൂക്ഷ്മമായി നിലനിർത്തുന്ന സമാനതകളും വൈരുദ്ധ്യാത്മകവും അടിസ്ഥാനപരമായി സ്ത്രീവിരുദ്ധവുമായ ആശയങ്ങളെയും കാണാതിരിക്കാൻ കഴിയില്ല.

ചന്തുമേനോന്റെ ഇന്ദുലേഖയും ഫ്ളോബേർട്ടിന്റെ എമ്മ ബോവറിയും ടോൾസ്റ്റോയിയുടെ അന്നയും നതാഷയും മാസ്ലോവായും ടാഗോറിന്റെ ബിനോദിനിയും ബിമലയും ഒക്കെ അത്തരമൊരു വ്യവസ്ഥയുടെ ഉപഭോക്താക്കൾ മാത്രമാണ്.

"രോഗം ഒരു രൂപകമല്ല" കോവിഡ് കാലം സൂസൻ സൊൻടാഗിനെ വീണ്ടും വായിക്കുന്നു

ലോകം മുഴുവനും ബാധിച്ച മഹാമാരിയെന്ന കോവിഡ് 19 വൈറസ് മനുഷ്യശരീരത്തിൽ പടർന്നുപിടിക്കുന്നതിനോടൊപ്പം തന്നെ സമൂഹത്തിൽ നിരവധി വ്യാഖ്യാനങ്ങളും സൃഷ്ടിച്ചുകൊണ്ടാണ് മനുഷ്യരാശിയുടെ മേൽ ആധിപത്യം സ്ഥാപിച്ചത്. ക്യാൻസർ, ട്യൂബെർക്കുലോസിസ്, എയ്ഡ്സ് എന്നീ രോഗങ്ങളുടെ നരേറ്റീവുകൾ സൃഷ്ടിച്ച പ്രത്യാഘാതങ്ങൾ ഇന്നും സമൂഹത്തെ വേട്ടയാടുമ്പോൾ കോവിഡ് 19 എന്ന വൈറസിന്റെ വിവരണങ്ങളും രൂപപ്പെട്ടത് വാർ മെറ്റഫോറിന്റെ പശ്ചാത്തലത്തിൽ ആണെന്ന് നമ്മൾ പ്രത്യേകം ശ്രദ്ധിക്കേണ്ടതാണ്.

കോവിഡിനെക്കുറിച്ച് ഭരണകൂടവും, മാധ്യമ വ്യവഹാരങ്ങളും ഡോക്ടർമാർ അടക്കമുള്ള രാഷ്ട്രീയ സാമൂഹിക രംഗത്തെ പ്രമുഖരും ജനങ്ങളോട് സംവദിക്കുമ്പോൾ പറയുന്ന വാചകങ്ങൾ ഇങ്ങനെയാണ്.

"നമ്മൾ ഒരു യുദ്ധമുഖത്താണ്...

രോഗാണു നമ്മുടെ ശത്രുവാണ്..."

രോഗപ്രതിരോധ സംവിധാനങ്ങളെ ആയുധങ്ങൾ (weapon) എന്നാണ് പറയുന്നത്. അടുത്ത കാലത്തു ഇറങ്ങിയ കോവിഡ് വാക്സിന്റെ പേര് തന്നെ "കോവിഷീൽഡ്" എന്നാണ് (ഷിൽഡ് എന്നാൽ പരിച, തടുക്കാനുള്ള ആയുധം). രോഗിയെ ചികിത്സിക്കുന്ന ഡോക്ടർമാരും നഴ്സുമാരും നായകരും നായികയും ആവുന്നു. ആരോഗ്യപ്രവർത്തകരെ യുദ്ധമുഖത്തുള്ള മുന്നണിപ്പോരാളികൾ എന്ന് വിളിപ്പേരിടുന്നു. ലോകമെമ്പാടുമുള്ള രാജ്യങ്ങളിലും ആരോഗ്യപ്രവർത്തകരെ പരാമർശിക്കാൻ ഉപയോഗിക്കുന്ന പദം പോരാളികൾ (soldiers) എന്നാണ്.

ഇന്ത്യയിലും സ്ഥിതി തികച്ചും വ്യത്യസ്തമല്ല. അടുത്തിടെ *ഇന്ത്യ സ്പെൻഡ്* എന്ന മാധ്യമത്തിൽ എഴുത്തുകാരിയും മാധ്യമപ്രവർത്തക

യുമായ മഹിമ എ ജെയിൻ കോവിഡിനെ യുദ്ധ രൂപകം (വാർ metaphor) ആയി ഉപയോഗിക്കുന്നതിനെക്കുറിച്ചു എഴുതിയത് ഇങ്ങനെയാണ്...

> മോദി മഹാമാരിയിലെ ലോക്ഡൗൺകാലത്തെ "യുദ്ധം" എന്നും രോഗവ്യാപനത്തെ രണ്ടാം ലോകമഹായുദ്ധത്തിന് ശേഷമുള്ള ഏറ്റവും മോശമായ യുദ്ധം എന്നുമാണ് രാഷ്ട്രീയവാചാടോപങ്ങളിൽ ഉടനീളം വിശേഷിപ്പിച്ചത്. അതിഥിത്തൊഴിലാളികളെക്കുറിച്ച് "അച്ചടക്കമുള്ള ഭടന്മാർ" എന്നും ആരോഗ്യപ്രവർത്തകരെ "ദേശത്തിന്റെ കാവല്ക്കാർ" എന്നുമാണ് അഭിസംബോധന ചെയ്തത്. മാത്രവുമല്ല അദ്ദേഹത്തിന്റെ "മൻ കി ബാത്ത്" എന്ന പ്രഭാഷണത്തിൽ ഒരു ഡിജിറ്റൽ പോർട്ടർ അനൗൺസ് ചെയ്തിരുന്നു. covidwarrior.gov.in എന്നാണ് പോർട്ടലിന്റെ പേര്. അനൗൺസ് ചെയ്ത് നിമിഷങ്ങൾക്കകം ഡോക്ടർമാർ, നേഴ്സുമാർ, NCC കേഡറ്റ്സ്, ആശാ വർക്കേഴ്സ് അടക്കം 12.5 ദശലക്ഷം രജിസ്ട്രേഷൻ നടന്നു. എല്ലാവരും അഭിമാനത്തോടെ ദേശത്തിന്റെ കാവല്ക്കാരായി അണിനിരന്നു.

യുദ്ധം, യുദ്ധക്കളം, പട്ടാളം, പോരാളികൾ, ആയുധം, ഷിൽഡ് എന്നീ പട്ടാളഭാഷ സമൂഹത്തിൽ അലയടിക്കാൻ തുടങ്ങി. ലോക്ഡൗൺ ആണെങ്കിലോ യുദ്ധപ്രതീതി സൃഷ്ടിച്ചുകൊണ്ടിരുന്നു. തെരുവുകളിൽ നിന്നും ആൾക്കൂട്ടങ്ങൾ അപ്രത്യക്ഷമായി. എവിടെയും ഭയപ്പെടുത്തുന്ന മൗനം. കാലങ്ങളായി യുദ്ധവും കലാപവും ജീവിതപരിസരമായ നിരവധി രാജ്യങ്ങളുടെ സാമൂഹിക സാഹചര്യങ്ങളെ അനുസ്മരിപ്പിക്കുന്ന വിധത്തിൽ ജനങ്ങളുടെ മൗലികാവകാശങ്ങളും സ്വകാര്യതയും റദ്ദ് ചെയ്യപ്പെട്ട അവസ്ഥ ഏത് രൂപകങ്ങളിലേക്കാണ് (metaphors) വിരൽചൂണ്ടുന്നത് എന്ന് നമുക്കറിയാം.

ഇത്തരം ഒരു സാഹചര്യത്തെക്കുറിച്ച് അമേരിക്കൻ സാഹിത്യകാരിയും സാമൂഹിക വിമർശകയുമായ സൂസൻസൊൻടാഗ് വർഷങ്ങൾക്ക് മുന്നേ നിർവ്വചിച്ചുവെച്ചിരുന്നു.

'The military metaphor not only provides a persuasive justification for authoritarian rule but implicitly suggests the necessity of state sponsored repression and violence' എന്നാണ്.

യുദ്ധത്തിനോട് ഉപമിച്ചും താരതമ്യപ്പെടുത്തിയും ഉപയോഗിക്കുന്ന എല്ലാ തരത്തിലുമുള്ള വിവരണങ്ങളും അപകടകരമാണ്. രോഗത്തെക്കുറിച്ചു വിവരിക്കുമ്പോൾ യുദ്ധ രൂപകം (war metaphor) ഉപയോഗിക്കുന്നത് രോഗത്തെക്കുറിച്ച് തെറ്റിദ്ധാരണ പരത്താനും ജനങ്ങൾക്കിടയിൽ വിവേചനം ഉണ്ടാക്കാനും എന്തിന് അവരുടെ മാനസികാരോഗ്യത്തിനെപ്പോലും നശിപ്പിക്കുമെന്നുമാണ് പൂനെ കേന്ദ്രീകരിച്ചു പ്രവർത്തി

ക്കുന്ന സെന്റർ ഫോർ മെന്റൽ ഹെൽത്ത് ഓർഗനൈസേഷന്റെ ഡയറക്ടറായ സൗമിത്ര പഥേർ അഭിപ്രായപ്പെടുന്നത്.

കൊറോണക്കെതിരെ പോരാടു (war on corona) എന്നത് ആരോഗ്യരംഗത്തെ മുദ്രാവാക്യമാണ്. ആരോഗ്യപ്രവർത്തകർ കൊറോണ പോരാളികളായി വ്യാഖ്യാനിക്കുമ്പോൾ അവരുടെ വ്യക്തിത്വത്തിൽ വീര പരിവേഷം കല്പിക്കുന്നു. ഇത് പലപ്പോഴും ജീവൻ വെടിഞ്ഞും റിസ്ക് ഏറ്റെടുത്തും പട്ടാളക്കാരെപ്പോലെ ത്യാഗോജ്ജ്വലജീവിതം നയിക്കാൻ അവരെ പ്രേരിപ്പിക്കുന്നു.

യുദ്ധത്തിന് എപ്പോഴും ഒരു ശത്രു ഉണ്ടാവേണ്ടതുണ്ട്. അങ്ങനെ ഒരു സാങ്കല്പിക ശത്രുവിനെ ഉണ്ടാക്കാൻ യുദ്ധരൂപകത്തിന് (war metaphor) കഴിയും. ശത്രു മിക്കവാറും വിദേശിയുടെ രൂപത്തിൽ ആയിരിക്കും. കോവിഡ് പൊട്ടിപ്പുറപ്പെട്ടപ്പോൾ മിക്ക രാജ്യങ്ങളും ചൈനയെ പ്രതിസ്ഥാനത്തു നിർത്തിയിരുന്നത് നമ്മൾ കണ്ടതാണ്. ശത്രുവിനോടെന്നപോലെയായിരുന്നു ചൈനയോടുള്ള ഇന്ത്യ അടക്കമുള്ള ലോകരാജ്യങ്ങളുടെ സമീപനം. ചൈനയിലെ വുഹാനിൽനിന്നും ലോകം മുഴുവനും വ്യാപിച്ച രോഗാണു ചൈനയുടെ ജൈവായുധമാണെന്നുള്ള വിവരണങ്ങൾ പ്രചരിച്ചു. അന്താരാഷ്ട്ര സാമ്പത്തിക രംഗത്തെ പൂർണ്ണമായി തകർത്തുകൊണ്ട് ഒന്നാമതാവാനുള്ള ചൈനയുടെ യുദ്ധ തന്ത്രമാണ് എന്നുള്ള ആരോപണങ്ങൾക്കും ചൈന ഇരയായി. രോഗം തിരിച്ചറിയപ്പെട്ടപ്പോൾ ചൈനയുടെ ഭക്ഷണത്തെയും അവിടെനിന്നും ഇറക്കുമതി ചെയ്ത സകലവസ്തുക്കളോടുമുള്ള സാമൂഹിക എതിർപ്പ് ശക്തമായിരുന്നു. എന്തിന് കോവിഡ് 19 നെ ചൈനീസ് വൈറസ് എന്നുപോലും പേരിട്ടു. ഇങ്ങനെ വിദേശിയെ സാങ്കല്പിക ശത്രുവാക്കുന്നതിനെക്കുറിച്ച് സൊൻടാഗ് പറയുന്നത്

"Imagining disease and imagining forighness" എന്നാണ്. ചുരുക്കത്തിൽ വാർ മെറ്റഫോർ വംശീയതയുടെ രാഷ്ട്രീയമാണ് സമൂഹത്തിൽ വിളംബരം ചെയ്തത്.

കോവിഡ് മഹാമാരിയിൽ ക്യൂബയെ പ്രതിഷ്ഠിച്ചത് യുദ്ധത്തിൽ വിജയിച്ച വീരനായകത്വത്തിന്റെ പശ്ചാത്തലത്തിലാണ്. കോവിഡ് രോഗത്തിന്റെ തീവ്രതയിൽ അടിപതറിയ ഇറ്റലിയെ സഹായിക്കാൻ ഡോക്ടർമാരും നഴ്സുമാരുമടക്കമുള്ള 52 അംഗങ്ങളെ യുദ്ധക്കഥകളിലെ നായകന്മാരുടെ വീര പരിവേഷം ചാർത്തിയാണ് ലോകം അവതരിപ്പിച്ചത്. ബഹുരാഷ്ട്ര കമ്പനികളെ ആശ്രയിക്കാതെ സ്വന്തമായി വാക്സിൻ ഉല്പാദിപ്പിച്ച ക്യൂബയുടെ പ്രവൃത്തിയെ മാധ്യമങ്ങൾ വിശേഷിപ്പിച്ചത് "വാക്സിൻ വിപ്ലവം" എന്ന പദമുപയോഗിച്ചാണ്. കോവിഡ് 19 ന്റെ വ്യാപനത്തെതുടർന്ന് ലോകപ്രശസ്തമായ മാഞ്ചസ്റ്റർ സർവ്വകലാശാല സാമൂഹിക അകലം സൃഷ്ടിക്കാൻ ജയിൽപോലുള്ള വേലി ക്യാമ്പസിന് ചുറ്റും പണിതത് "സർവ്വകലാശാല" എന്ന സങ്കല്പത്തിനെപ്പോലും അപ്രസക്തമാക്കുന്ന തരത്തിലായിരുന്നു.

നമ്മുടെ സംസ്കാരത്തിൽ രോഗം ഒരു രൂപകമാണ്. അതിനെ രൂപകമായി സൃഷ്ടിക്കുന്നത് രോഗത്തിനോട് ചെയ്യുന്ന ഉപദ്രവമാണെന്നും ജനങ്ങൾക്കിടയിൽ നല്ലതെന്നും ചീത്തീയന്നുമുള്ള ബൈനറികളെ ഉണ്ടാക്കുമെന്നും യഥാർത്ഥത്തിൽ രോഗം എന്താണോ അതിനേക്കാളും തീവ്രതയാണ് രോഗത്തെക്കുറിച്ചുള്ള നരേറ്റീവുകൾ എല്ലാം മുന്നോട്ട് വെച്ചത് എന്നും രോഗാതുരമായ സ്വന്തം ജീവിതം സാക്ഷ്യപ്പെടുത്തി സൊൻടാഗ് പറയുന്നുണ്ട്. സത്യത്തിൽ രോഗത്തെ രോഗം മാത്രമായി കാണണം എന്നും രൂപകാത്മകമായി ചിന്തിക്കുന്നത് ആരോഗ്യകരമായ സമൂഹത്തിന് നല്ലതല്ല എന്നും സൊൻടാഗ് തന്റെ രോഗവീക്ഷണത്തെക്കുറിച്ചുള്ള കൃതിയായ *ഇൽനെസ്സ് ആസ് മെറ്റഫോറി*ലൂടെ (illness as metaphor) വ്യക്തമാക്കുന്നുണ്ട്.

കോവിഡ് 19 ന്റെ ഒന്നാം ഘട്ടത്തിൽ രോഗം സ്ഥിരീകരിച്ച ചില ചെറുപ്പക്കാർ ആത്മഹത്യ ചെയ്തിരുന്നു. വിദേശങ്ങളിൽനിന്ന് വന്നവരെ ശത്രുവിനെ എന്ന പോലെയാണ് ഓരോരുത്തരും വീക്ഷിച്ചിരുന്നത്. പൊലീസുകാർ വിദേശത്തുനിന്ന് വന്നവരുടെ റൂട്ട്മാപ്പ് പരിശോധിച്ചു. പലരും സ്വന്തം അയല്ക്കാരനെ ചാരക്കണ്ണുകളോടെ നിരീക്ഷിച്ചു. കോവിഡ് രോഗം സ്ഥിരീകരിച്ച വീടുകൾ ഒറ്റപ്പെട്ടു. അവരുടെ വീടുകൾക്ക് നേരെ ജനം കല്ലെറിഞ്ഞു. ഭക്ഷണത്തിനുള്ള സാധനങ്ങൾ വാങ്ങാൻപോലും പറ്റാത്ത അവസ്ഥ. കോവിഡ് രോഗികൾക്ക് ചേർന്നു. രൂപകങ്ങൾ സൃഷ്ടിച്ചെടുത്ത വ്യാഖ്യാനങ്ങളുടെ പരിണത ഫലമായിരുന്നു അത്. ഇതൊക്കെയും രോഗം രൂപകമാകുന്നത് (metaphor) സാമൂഹിക വിവേചനത്തിന് കാരണമാവുന്നതിന്റെ ദൃഷ്ടാന്തങ്ങളാണ്. കോവിഡ് പ്രോട്ടോക്കോൾ പാലിക്കുന്നവരെ സാമൂഹിക ഉത്തരവാദിത്വമുള്ളവർ എന്നും എന്തെങ്കിലും സാഹചര്യംകൊണ്ട് നിയമം പാലിക്കാൻ കഴിയാത്തവരെ സാമൂഹിക ഉത്തരവാദിത്വമില്ലാത്തവർ എന്നും വ്യാഖ്യാനങ്ങൾ ചമച്ച് കുറ്റം ചാർത്തി. ഒറ്റപ്പെടുന്നത് താങ്ങാൻ കഴിയാത്ത ചിലർ കോവിഡ് ടെസ്റ്റ് ചെയ്യാൻ നിരസിച്ചു. സാമൂഹിക ബന്ധം കോവിഡ് കാലത്തിൽ അക്ഷരാർത്ഥത്തിൽ സാമൂഹിക അകലമുണ്ടാക്കി. സാമൂഹിക അകലം എന്നതിന് പകരം ശാരീരിക അകലം എന്ന പദം ഒരിക്കലും പ്രചാരം നേടിയില്ല.

കോവിഡ് 19 ന്റെ രണ്ടാം ഘട്ടത്തിൽ സ്ഥിതി മാറി കൂടുതൽ പേരും രോഗികളായി. മരണസംഖ്യ ക്രമാനുഗതമായി വർദ്ധിച്ചു. കോവിഡിനെ കുറിച്ചുള്ള വിവരണത്തിൽ യുദ്ധ രൂപകങ്ങൾ (war metaphor) തന്നെയാണ് ഇപ്പോഴും ഇടം നേടിക്കൊണ്ടിരിക്കുന്നത്. അനിയന്ത്രിതമായി രോഗം പടർന്നുപിടിക്കുമ്പോൾ രോഗങ്ങളെ രൂപകങ്ങളായി ഉപയോഗിക്കുന്നത് അപകടകാരണമാണെന്നും അത് ജനങ്ങളുടെ രോഗസങ്കല്പത്തെക്കുറിച്ച് മിഥ്യാധാരണകൾ ഉണ്ടാക്കുമെന്നും ഇത്തരത്തിലുള്ള രൂപകങ്ങളെ (metaphors) പൂർണ്ണമായി അതിജീവിച്ചുകൊണ്ടും എങ്ങനെ ജീവിക്കാം എന്ന് സൂസൻ സൊൻടാഗിന്റെ രോഗാതുരമയ ജീവിതം കാഴ്ചവെക്കുന്നു.

സൂസൻ സൊൻടാക്, ജീവിതം, രോഗം മരണം

1975 ലാണ് ആദ്യമായി സൂസൺ സൊൻടാഗ് തന്റെ ശരീരത്തിൽ ക്യാൻസർ കോശങ്ങളുടെ സാന്നിദ്ധ്യം തിരിച്ചറിയുന്നത്. അന്ന് അവർ നാല്പതുകളുടെ തുടക്കത്തിൽ ആയിരുന്നു. ബ്രെസ്റ്റ് ക്യാൻസറിന്റെ രൂപത്തിലായിരുന്ന രോഗം സൊൻടാഗിന്റെ ശരീരത്തെ ബാധിച്ചത്. ഡോക്ടർമാർ ഒരുതരത്തിലുള്ള പ്രതീക്ഷയും പങ്കുവച്ചില്ല. പക്ഷേ, സൊൻടാഗ് സ്വപ്നത്തിൽപ്പോലും മരണത്തെക്കുറിച്ച് ചിന്തിച്ചില്ല. മരണത്തിനോട് ചേർന്ന് അല്ലാതെ ക്യാൻസറിനെക്കുറിച്ച് ആലോചിക്കാൻ സാധിക്കാത്ത സമൂഹത്തിന് മുന്നിൽ സാധാരണ ഏതൊരു രോഗത്തിനെപ്പോലെ സൊൻടാഗ് ക്യാൻസറിനെ ചികിത്സിച്ചു രോഗത്തിനെ അതിജീവിച്ചു.

സൊൻടാഗ് മറ്റുള്ളവരിൽനിന്നും തനിക്ക് അസാമാന്യത സ്വയം കല്പിച്ചു കൊടുക്കുമായിരുന്നു എന്ന് സൊൻടാഗിന്റെ സുഹൃത്തായ ഷാരോൺ ഡിലനോ പറയുന്നു. അത് തന്നെയാണ് ക്യാൻസറിനെക്കുറിച്ചുള്ള രൂപകങ്ങളും വിവരണങ്ങളും സൊൻടാഗിനെ പിടികൂടാതിരുന്നതിന്റെ കാരണവും. അധികാരത്തിനെതിരെ ശബ്ദമുയർത്തുന്ന സ്വഭാവമുള്ളതുകൊണ്ടാവും ഡോക്ടർമാർക്ക് തെറ്റ് പറ്റിയതാവും എന്ന് പറഞ്ഞു മറ്റൊരു ചികിത്സ തേടാൻ സൊൻടാഗിനെ പ്രേരിപ്പിച്ചത്.

അവർ രോഗത്തിനെ യാഥാസ്ഥിതികമായ രീതിയിൽ സമീപിക്കാൻ ആഗ്രഹിച്ചില്ല. അതുകൊണ്ട് തന്നെയായിരിക്കും രോഗങ്ങളെ മറികടക്കാൻ സൊൻടാഗിന് കഴിഞ്ഞതും. അതിനുശേഷം 1998 ൽ സൊൻടാഗിന് മൂത്രാശയക്യാൻസർ പിടിപെട്ടു. അപ്പോഴും മറ്റേതൊരു രോഗത്തിനെപ്പോലെ കീമോതെറാപ്പിയിലൂടെയും സർജറിയിലൂടെയും രോഗത്തിനെ മറികടന്നു.

ഞാൻ ആരെയും പോലെയല്ല എന്നുള്ള ചിന്ത മറ്റുള്ളവരേക്കാൾ തീവ്രമായിരുന്നു സൊൻടാഗിന്.

അവർ സ്വയം ഉണ്ടാക്കിയ മിത്ത് മുഴുവൻസമയം അവരെ വലയം ചെയ്തു. അത് അവരുടെ വ്യക്തിത്വത്തിന്റെ സവിശേഷതയാണ്. ഒരിക്കൽ സൊൻടാഗിന്റെ സുഹൃത്ത് പരാമർശിച്ചത് "താരപരിവേഷമുള്ള പ്രതിഭയാണ് സൊൻടാഗ്" എന്നാണ്.

രോഗത്തോടുള്ള സമൂഹത്തിന്റെ മനോഭാവത്തിനെക്കുറിച്ച് സൊൻടാഗ് ഒരു ജേർണലിൽ ഇങ്ങനെ എഴുതി.

"ദൗർബല്യം ഒരു പകർച്ചവ്യാധിയാണ്. ശക്തരായ മനുഷ്യർ അതിൽ നിന്നും മാറിനില്ക്കുന്നവൻ ആണ്." ഇത്തരത്തിലുള്ള സ്വയം പ്രഖ്യാപിത മിത്ത് സൊൻടാഗിന്റെ ആത്മവിശ്വാസമായിരുന്നു. അതുകൊണ്ടുതന്നെ രോഗത്തിൽനിന്നുമുള്ള മാറ്റവും അതിശയിപ്പിക്കുന്ന തരത്തിൽ ആയിരുന്നു. പലരും ജീവിതം ഒരു നാടകമാണെന്ന് പറഞ്ഞു മാനസികമായും ശാരീരികമായും രോഗത്തിന് മുന്നിൽ അടിയറവ് പറയുന്നതിനെ സൊൻടാഗ് എതിർത്തു. അതിന് പകരം ഊർജ്ജസ്വലതയോടെയും ബോധത്തോടെയും അത്തരത്തിലുള്ള സാഹചര്യത്തെ അഭി

മുഖീകരിക്കുമ്പോൾ കിട്ടുന്ന ഊർജ്ജത്തെക്കുറിച്ച് സൊൻടാഗ് വാചാലയായി.

മരണം എന്ന സങ്കല്പത്തിനോട് അമ്മ എടുത്ത നിലപാടിനെക്കുറിച്ച് സൊൻടാഗിന്റെ മകൻ ഡേവിഡ് റെയ്ഫ് അത്ഭുതത്തോടെ എഴുതി:

> അമ്മ ജീവിതത്തിന്റെ വലിയൊരു ഭാഗം ജീവിച്ചു തീർത്തത് രോഗിയായാണ്. ചെറുപ്പം മുതലേ ആസ്ത്മ രോഗിയായിരുന്നിട്ടും മൂന്ന്തവണ ക്യാൻസർ പിടിപെട്ടിട്ടും ആശുപത്രികളിലെ ക്യാൻസർ വാർഡിൽ ജീവിച്ചിട്ടും മരണം എന്ന ആശയം ഒരിക്കൽപ്പോലും അവരുടെ ചിന്തയിലേക്ക് കടന്നുവന്നില്ല. സൊൻടാഗിനെ സംബന്ധിച്ച് "മരണം" സങ്കല്പിക്കാൻ പോലും കഴിയാത്ത വാക്കാണ്. സൊൻടാഗിന്റെ കണ്ണുകളിൽ മരണം ഒരു കൊലപാതകമാണ്. യഥാർത്ഥത്തിൽ അവർക്ക് അത് സ്വീകരിക്കാൻ കഴിയുമായിരുന്നില്ല. കുറച്ചു വർഷങ്ങൾ കൂടി ജീവിക്കാനുള്ള ആഗ്രഹത്താൽ അവർ ക്വാളിറ്റി ഓഫ് ലൈഫ് കിട്ടില്ല എന്നറിഞ്ഞിട്ടും ഡോക്ടറോട് ബോൺമാരോ ട്രാൻസ്പ്ലാന്റേഷൻ ചെയ്യണം എന്ന് ആവശ്യപ്പെട്ടു. 71 വയസ്സായിട്ടും ഒരു പുസ്തകത്താൾ മറിക്കുന്നതുപോലെ ഓരോ ദിവസത്തെയും നോക്കിക്കണ്ടു. കാരണം അവരിൽ അത്രയ്ക്ക് ശക്തമാണ് ജീവിക്കാനുള്ള ആഗ്രഹം."

രോഗാതുരമായ കാലത്തും സൊൻടാഗ് വെറുതെ ഇരുന്നില്ല. സമൂഹം രോഗത്തിനെയും രോഗിയെയും കാണുന്ന രീതിയെയും വികലമായ നരേറ്റീവുകൾ സൃഷ്ടിക്കുന്നതുമൂലം ഉണ്ടാവുന്ന മിഥ്യാധാരണകളെക്കുറിച്ചും പഠിച്ചു. രോഗത്തെ രൂപകങ്ങളായി (metaphor) ആയി കാണുന്ന സമൂഹത്തിൽനിന്നും *illness as metaphor* എന്ന കൃതി രചിച്ചു. ഒരു രോഗിക്ക് അതിജീവിക്കേണ്ടത് രോഗത്തിനെ മാത്രമല്ല രോഗം രൂപകമാക്കുന്ന സമൂഹത്തിനെക്കൂടിയാണെന്ന് വായനക്കാരെ ഉല്ബോധിപ്പിച്ചു.

രോഗം രൂപകമായി (Illness as metaphor)

സൊൻടാഗ് തന്റെ ജീവിതം വരച്ചുകാട്ടിയല്ല രോഗത്തിന്റെ രൂപകങ്ങളെക്കുറിച്ച് വിവരിച്ചത്. അവർ രോഗത്തിനെ രൂപകാത്മകമായി ചിത്രീകരിക്കുന്നതിന് എതിരായിരുന്നു. അതിനുപകരം പുസ്തകത്തിന്റെ ആമുഖത്തിൽ ഇങ്ങനെ എഴുതി.

"രോഗത്തിന്റെ സാമ്രാജ്യത്തിലേക്കുള്ള പലായനവും അതിനുള്ളിലെ ജീവിതവും ഞാൻ എഴുതില്ല. അങ്ങനെ ഒരെഴുത്തും ആർക്കും ഉപയോഗപ്രദമാവില്ല." മാത്രവുമല്ല അവർ പുസ്തകത്തിന്റെ കവറിൽ തന്റെ ഫോട്ടോ ഉപയോഗിക്കുന്നതുപോലും നിരസിച്ചു.

പുസ്തകത്തിന്റെ തുടക്കത്തിൽത്തന്നെ സൊൻടാഗ് പറയുന്നത് "illness is the night side of life" എന്നാണ്. മനുഷ്യന്റെ ജീവിതത്തിലെ ഇരുണ്ട ഭാഗമാണ് രോഗം. അത് രോഗത്തിന്റെ തീവ്രതകൊണ്ടല്ല മറിച്ചുരോഗത്തെക്കുറിച്ചുള്ള നരേറ്റീവുകൾ ഉണ്ടാക്കുന്ന ഭീകരതകൊണ്ടാണ് എന്ന് മാത്രം. രോഗം ഒരു ശിക്ഷയാണ് എന്നുള്ള യാഥാസ്ഥിതിക കാഴ്ചപ്പാട് രോഗിയെ അലട്ടിക്കൊണ്ടിരിക്കുന്നു. വൈകാരികമായ ഫാന്റസികൾ ഇഴചേർത്ത് തുന്നുന്ന അന്തരീക്ഷങ്ങളിൽനിന്നും യഥാർത്ഥ ജീവിതത്തിൽ അനുഭവപ്പെടുന്ന നാടകീയ രംഗങ്ങളിൽനിന്നും രോഗിക്ക് മോചനം സമൂഹം അനുവദിച്ചു നല്കുന്നില്ല. അതുകൊണ്ടുതന്നെ സമൂഹത്തിന്റെ ഇത്തരത്തിലുള്ള സ്റ്റീരിയോ ടൈപ്പിക്കൽ സ്വഭാവത്തിന് തികച്ചും എതിരായ നിലപാടെടുത്തുകൊണ്ട് സൊൻടാഗ് എഴുതി "എന്റെ വിഷയം രോഗത്തെക്കുറിച്ചല്ല രോഗത്തെ രൂപകമായി (metaphors) ഉപയോഗിക്കുന്നതിനെക്കുറിച്ചാണ്."

വിശ്വപ്രസിദ്ധ സാഹിത്യകാരനായ ലിയോ ടോൾസ്റ്റോയ് *ഇവാൻ ഇലിച്ചിന്റെ മരണം* (death of ivan ilyich) എന്ന കൃതിയിൽ നായകനായ ഇവാൻ ഇലിച്ചിലൂടെ രോഗാതുരമായ ജീവിതം വരച്ചുകാട്ടിയിരുന്നു. ജീവിച്ചിരുന്നപ്പോൾ ഇവാൻ ഇലിച് രോഗത്തെക്കുറിച്ചും മരണത്തെക്കുറിച്ചും അസ്വസ്ഥനായിരുന്നു. സമൂഹത്തിന്റെ നല്ലനടപ്പിനനുസരിച്ചു ജീവിച്ചിട്ടും തനിക്ക് മാത്രം വന്ന വിധിയെ പഴിച്ചു. തന്റെ മരണം അനിവാര്യതയായി കണ്ട് സമൂഹത്തെ വെറുത്തു. മരണത്തിനുമുമ്പ് ഏതാനും നിമിഷം മാത്രമാണ് അയാൾ രോഗത്തെക്കുറിച്ചുള്ള രൂപകങ്ങളിൽനിന്നും വ്യാഖ്യനങ്ങളിൽനിന്നും വിമുക്തനായത്. ക്ലൈമാക്സിൽ ടോൾസ്റ്റോയ് ഇങ്ങനെ എഴുതി.

"പതിവുപോലെ, മരണശേഷം അയാളുടെയും മുഖം ജീവിച്ചിരുന്നപ്പോഴത്തേക്കാൾ സുന്ദരവും കുലീനവുമായി കാണപ്പെട്ടു. സാധിക്കേണ്ടത് സാധിച്ചെന്നും, നന്നായി സാധിച്ചെന്നും മുഖത്തെ ഭാവം പറഞ്ഞു. അതിനുപുറമേ, ജീവിച്ചിരിക്കുന്നവർക്കു നേരെ ഒരു കുറ്റപ്പെടുത്തലും മുന്നറിയിപ്പും ആ മുഖത്തുണ്ടായിരുന്നു." സൊൻടാഗ് നിരവധി എഴുത്തുകാരുടെ രോഗാതുരമായ ജീവിതം മുന്നോട്ടുവെച്ചുകൊണ്ട് ഉദാഹരണ സഹിതം വ്യക്തമാക്കി. ട്യൂബർക്കുലോസിസ് എന്ന രോഗത്തിനെ കാല്പനിക രോഗം (romantic disease) എന്നാണ് വിളിച്ചിരുന്നത്. ലങ്സിനെ ബാധിക്കുന്ന രോഗമായതുകൊണ്ട് ട്യൂബർക്കുലോസിസിനെ ആത്മാവിന്റെ രോഗമായി നരേറ്റീവുകൾ സൃഷ്ടിച്ചിരുന്നു. പതിനെട്ടാം നൂറ്റാണ്ടിൽ കലാകാരന്മാർക്കാണ് കൂടുതലും ഈ രോഗം ബാധിച്ചിരുന്നത്. വിഷാദവും, ലോലവും അരാജക ജീവിതവും നയിച്ച ഭാവനാസമ്പന്നവുമായ ജീവിതങ്ങളെയാണ് ട്യൂബർക്കുലോസിസ് രോഗം ബാധിക്കുക എന്ന് ക്ളീഷേ അക്കാലത്തു പ്രചരിച്ചിരുന്നു എന്നും റൊമാന്റിക് എഴുത്തുകാരായ കീറ്റ്സും ഷെല്ലിയും അത്തരത്തിലുള്ള രൂപകങ്ങളുടെ (metaphors) ഇരകളാണെന്നും വാദിച്ചു. സമൂഹത്തിന്റെ വ്യവസ്ഥാപിത

സങ്കല്പങ്ങളിൽനിന്നും പുറത്തുനില്ക്കുന്നവർക്കു ബാധിക്കുന്ന രോഗമാണ് എന്നുള്ള മിത്തും ധാരാളം ട്യൂബർക്കുലോസിസിനെക്കുറിച്ച് പ്രചരിച്ചിരുന്നു. പിന്നീട് 1900 നുശേഷം ആധുനിക ചികിത്സയും വ്യക്തിശുചിത്വം പാലിക്കുന്ന സമൂഹവും വളർന്നതോടുകൂടി ക്രമേണ ട്യൂബർക്കുലോസിനെക്കുറിച്ചുള്ള രൂപകങ്ങൾ (metaphors) അപ്രത്യക്ഷമായി.

പതിനഞ്ചാം നൂറ്റാണ്ടിൽ യുവസമൂഹത്തിനെ ബാധിച്ച സിഫിലിസ് രോഗത്തിനെക്കുറിച്ചും ധാരാളം വ്യാഖ്യാനങ്ങൾ അക്കാലത്തു വ്യാപകമായിരുന്നു. സിഫിലിസ് ലൈംഗികരോഗമായതുകൊണ്ട് തന്നെ സിഫിലിസ് രോഗികളെ വളരെ താഴ്ന്ന ജീവിത നിലവാരം പുലർത്തുന്നവരായി കണക്കാക്കി സമൂഹം മോറൽ ജഡ്ജ്മെന്റിനു വിധേയമാക്കിയിരുന്നു. ലോകപ്രശസ്ത നാടകകൃത്തായ രോഗപീഡയേക്കാളും ഭയന്നത് രോഗം മുന്നോട്ടുവെച്ച വ്യാഖ്യാനങ്ങളെയായിരുന്നു.

"മെർക്കുറിയൻ പേഴ്സണാലിറ്റി" എന്നാണ് രോഗത്തിനെ വിളിച്ചിരുന്നത്. മൂഡ്സ്വിങ്ങും വിഷാദരോഗവും ബൈപോളാർ ഡിസ്ഓർഡറും അദ്ദേഹത്തിന്റെ വ്യക്തിത്വത്തെ ബാധിച്ചു. പലപ്പോഴും ഷേക്സ്പിയറിന്റെ അസാധാരണമായ പെരുമാറ്റം എല്ലാവരെയും ഭയപ്പെടുത്തി. അന്ന് 85% സിഫിലിസ് രോഗികളും മനോരോഗങ്ങൾ അനുഭവിച്ചിരുന്നു. അമിതമായ ദേഷ്യം, വാതരോഗം, ലൈംഗിക അവയവങ്ങളുടെ രോഗങ്ങൾ കാരണം ലൈംഗികത അനുഭവിക്കാതെ പോകുന്നതിലുള്ള നിരാശ എന്നിവയും അലട്ടിയിരുന്നു. ഇതിനുപുറമെ സ്വവർഗ്ഗ രതിയും വിവാഹേതരബന്ധങ്ങളും ലൈംഗികത പാപമാണെന്ന ബോധവും കുറ്റബോധവുംകൊണ്ട് ജീവിതം തന്നെ താളം തെറ്റി. ഇത്തരം ലക്ഷണങ്ങളൊക്കെയും ഷേക്സ്പിയറിൽ ഉണ്ടായിരുന്നതിനാൽ അദ്ദേഹം പതുക്കെ പതുക്കെ തന്റെ ഭാവനാലോകം ആവിഷ്കരിക്കുന്നതിൽ പരാജയപ്പെടുകയായിരുന്നു.

രൂപകങ്ങൾ (metaphors) ജനങ്ങളെല്ലാം നല്ലതും ചീത്തയുമായി തരംതിരിക്കുന്നു. അതിന്റെ ഏറ്റവും വലിയ ഉദാഹരണം എയ്ഡ്സ് എന്ന രോഗത്തിന്റെ ചിത്രീകരണത്തിലൂടെ മനസ്സിലാക്കാം. തെറ്റായ രക്തദാനത്തിലൂടെ എച്ച് ഐ വി വൈറസ് ശരീരത്തിൽ പ്രവേശിച്ചാൽപോലും അവൻ കുറ്റവാളിയായി മുദ്രകുത്തപ്പെടുന്നു. സദാചാരനിയമങ്ങൾക്കനുസൃതമല്ലാത്ത ജീവിതം, അമിത ലൈംഗികത, മയക്കുമരുന്ന് ഉപയോഗം എന്നിവ ജീവിതാസക്തിയായി കൊണ്ടുനടക്കുന്നവർക്ക് കിട്ടുന്ന കനത്ത ശിക്ഷയാണ് എയ്ഡ്സ് രോഗം എന്ന രീതിയിലാണ് രോഗത്തിന്റെ നരേറ്റീവുകൾ സൃഷ്ടിക്കപ്പെട്ടത്.

മരണത്തോടൊപ്പം ആഖ്യാനം ചെയ്യപ്പെട്ട രോഗമാണ് എയ്ഡ്സ്. ഏറ്റവും മോശമായ ജീവിതപശ്ചാത്തലമുള്ളവർക്കാണ് രോഗം ബാധിക്കുക എന്നൊരു പ്രചാരം എയ്ഡ്സ് രോഗത്തെക്കുറിച്ച് നിലനിന്നിരുന്നു. എയ്ഡ്സിന്റെ വ്യാഖ്യാനങ്ങളുടെ പഴി തീവ്രമായ തോതിലനുഭവിച്ചത് ലൈംഗിക തൊഴിലാളികളും, ഗേ കമ്യൂണിറ്റിയുമാണ്. സാമൂഹികമായി

പാർശ്വവല്ക്കരിക്കപ്പെട്ട വിഭാഗമാണ് എക്കാലവും എയ്ഡ്സ് രൂപകങ്ങളുടെ ഇര. പട്ടാള രൂപകങ്ങൾ (military metaphors) പശ്ചാത്തലമാക്കിയ രോഗമാണ് എയ്ഡ്സ്. രോഗത്തിനെയും രോഗത്തിന്റെ പ്രതിരോധ സംവിധാനങ്ങളെയും ശക്തമായി ആഖ്യാനം ചെയ്തത് ഇത്തരത്തിലുള്ള പട്ടാള രൂപകങ്ങളിലൂടെയാണ്. (War metaphors) രോഗത്തിനെ ശത്രുവായി കണക്കാക്കുകയും രോഗിയെ കുറ്റവാളിയായി വീക്ഷിക്കുകയും ചെയ്യുന്ന രാഷ്ട്രീയ ഭ്രാന്തുകൾക്കാണ് രൂപകങ്ങളൊക്കെയും കൂട്ടുനിന്നതെന്ന് സൊൻടാഗ് പറയുന്നു.

സ്വീഡിഷ് സിനിമ സംവിധായകനായ ബെർഗമാന്റെ *Cries and whispers* എന്ന സിനിമയിൽ ട്യൂബെർക്കുലോസിസ് ബാധിച്ചുള്ള മരണത്തെ മനോഹരമായും ക്യാൻസർക്കൊണ്ടുള്ള മരണത്തെ അതിരു കടന്ന പ്രവൃത്തികൾകൊണ്ട് എല്ലാ കഴിവുകളും നശിച്ച ഒരു മനുഷ്യന്റെ പതനമായുമാണ് അവതരിപ്പിച്ചത് എന്ന് സൊൻടാഗ് എടുത്ത് പറയുന്നുണ്ട്. സൊൻടാഗ്, ബെർഗ്മാൻ ഉപയോഗിച്ച രോഗത്തിന്റെ രൂപകങ്ങളെ തന്റെ കൃതിയിലൂടെ നിശിതമായി വിമർശിക്കുന്നുണ്ട്.

മനുഷ്യശരീരത്തിൽ ക്യാൻസർ രോഗത്തിന്റെ നിർണ്ണയം മരണത്തിന്റെ തിരിച്ചറിയൽക്കൂടിയായാണ് സമൂഹം ഇക്കാലമത്രയും രേഖപ്പെടുത്തിയത്. ക്യാൻസർരോഗിക്ക് രോഗത്തിന്റെ തീക്ഷ്ണത ആഖ്യാനങ്ങളിലൂടെ അത്ര അനുഭവിച്ചിട്ടില്ലായിരിക്കാം. പക്ഷേ, രൂപകങ്ങൾ അതിനെ നിസ്സാരവല്ക്കരിക്കാറില്ല. ട്യൂബർക്കുലോസിസ് ഒരു അവയവത്തിനെ മാത്രം ബാധിക്കുന്നതാണെങ്കിൽ ക്യാൻസർ ശരീരത്തിനെ മുഴുവനും ബാധിക്കും എന്ന ധാരണയായിരിക്കാം. ക്യാൻസർ വളർച്ചയുടെ രോഗമായതുകൊണ്ടും അത്തരത്തിലുള്ള മിത്തിന്റെ നിർമ്മിതി എക്കാലവും വ്യാപകമാകാറുണ്ട്. മാത്രവുമല്ല ക്യാൻസർ ജീവിതാസക്തി കുറയ്ക്കും എന്നുള്ള ആഖ്യാനങ്ങൾ ആധുനിക മനഃശാസ്ത്ര സിദ്ധാന്തകനായ സിഗ്മണ്ട് ഫ്രോയ്ഡ്നെ സ്വാധീനിച്ചിരുന്നു.

സൈക്കോ അനാലിസ്റ്റിസിസ്ന്റെ പിതാവ് ആയിരുന്നിട്ടും ഫ്രോയിഡിന് പ്രകടമായ ജീവിതം നയിക്കാൻ ക്യാൻസർരോഗം കാരണം കഴിഞ്ഞിരുന്നില്ല. കുട്ടികളായതിനുശേഷം ഭാര്യയുമായുള്ള ലൈംഗികബന്ധം ഉപേക്ഷിച്ചിരുന്നു. പിന്നീട് കാല്പനികതയുടെ അംശമില്ലാത്ത ജീവിതമാണ് അദ്ദേഹം നയിച്ചിരുന്നത്. ലൈംഗിക ജീവിതം വിദൂരമായിരിക്കുമ്പോൾ തന്നെയാണ് ഫ്രോയിഡ് ലൈംഗികതയെ അടിസ്ഥാനമാക്കി id, ego, superego എന്ന സിദ്ധാന്തങ്ങൾ രചിച്ചത്. ജീവിതവും സിദ്ധാന്തവും വിരുദ്ധ ചേരികളിൽ ആയിരുന്നു. ലൈംഗികതയ്ക്ക് പകരം എന്ന നിലയ്ക്കാണ് ഫ്രോയ്ഡ് പുകവലിയെ കണ്ടത്. യഥാർത്ഥത്തിൽ ക്യാൻസർ രോഗത്തിന്റെ മെറ്റഫോർ, സൈക്കോ അനലിസ്റ്റ് ആയ ഫ്രോയിഡിനെ പോലും സ്വാധീനിച്ചിരുന്നു എന്നുവേണം കരുതാൻ.

ആധുനിക മുതലാളിത്തത്തിന്റെ വ്യാഖ്യാനങ്ങളിൽ മനുഷ്യജീവിതം സംതൃപ്തിയും അസംതൃപ്തിയും തമ്മിലുള്ള കലഹമാണ്. അതു

കൊണ്ടു തന്നെ ഇരുപതാം നൂറ്റാണ്ടിന്റെ നെഗറ്റീവ് ബിഹേവിയർ എന്ന നിലയ്ക്കാണ് ക്യാൻസറിന്റെ ബിംബവല്ക്കരണം നടന്നത്. വ്യവസായവല്ക്കരണത്തിന്റെ പരിണതഫലമാണ് ക്യാൻസർ എന്ന രീതിയിലും വലതുപക്ഷ ചേരികൾ ക്യാൻസറിനെക്കുറിച്ചു വ്യാപകമായി പ്രചരിപ്പിച്ചു.

ക്യാൻസർ രോഗത്തിനെ യുദ്ധപശ്ചാത്തലത്തിലാണ് ലോകം മുഴുവനും അവതരിപ്പിച്ചത്. ക്യാൻസർ ചികിത്സയിൽ ഉപയോഗിക്കുന്ന പല പദങ്ങളും ക്രൂരമായി ഉപയോഗിക്കുന്നതിനെക്കുറിച്ച് സൊൻടാഗ് പറയുന്നുണ്ട്. രോഗിയുടെ ശരീരം ആക്രമണത്തിന് വിധേയപ്പെട്ടിരിക്കുന്നു. അതിനെ പ്രത്യാക്രമണംക്കൊണ്ടേ നേരിടാൻ സാധിക്കുകയുള്ളൂ എന്നുള്ള പരാമർശങ്ങൾ രോഗത്തിനെയും ചികിത്സയെയും യുദ്ധക്കളത്തിൽ പ്രതിഷ്ഠിക്കുന്നു. ഡോക്ടർമാരും രോഗികളും ഇത്തരത്തിലുള്ള രൂപകങ്ങൾ സ്വാഭാവികമായി അടിമപ്പെടുകയാണ്. അക്രമണമനോഭാവത്തോടെയാണ് ക്യാൻസർ കോശങ്ങൾ പെരുകുന്നതെന്നും, ശരീരത്തിന്റെ പ്രതിരോധ സംവിധാനങ്ങൾ യഥാക്രമം പ്രവർത്തിക്കുന്നുണ്ടെങ്കിലേ ചികിത്സ ഫലപ്രദമാവുകയുള്ളൂ എന്നുമുള്ള മെഡിക്കൽ വാചകങ്ങളിൽ ആക്രമണം, പ്രതിരോധം എന്നീ വാക്കുകൾ യുദ്ധപശ്ചാത്തലത്തിൽനിന്നും ഉരുത്തിരിഞ്ഞു വന്നവയാണ്. മാത്രമല്ല ക്യാൻസറിന്റെ ചികിത്സയിലും ധാരാളം യുദ്ധരൂപകങ്ങൾ കണ്ടെടുക്കാൻ കഴിയും എന്നുള്ളതിന് സൊൻടാഗ് വിവിധ രീതിയിലുള്ള ചികിത്സയെ അണിനിരത്തി പറയുന്നു. റേഡിയോ തെറാപ്പിയെ സൂചിപ്പിക്കാൻ ഉപയോഗിക്കുന്ന രൂപകങ്ങൾ (aerial warfare) രോഗികൾ തീവ്രമായ വികിരണങ്ങൾക്ക് വിധേയരാവും എന്ന് പരാമർശിക്കുന്നു. കീമോതെറാപ്പിയെ രാസായുധം (chemical weapon) എന്നും വ്യാഖ്യാനിക്കുന്നു. റേഡിയേഷൻകൊണ്ടും കീമോതെറാപ്പികൊണ്ടും നശിപ്പിക്കപ്പെടുന്ന ശരീരഭാഗത്തെ ന്യായീകരിക്കുന്നത് 'ജീവൻരക്ഷ' എന്നുള്ള വാദങ്ങൾ ഉയർത്തിക്കൊണ്ടാണ്.

അടുത്തകാലത്തു ക്യാൻസറിനെ വിശേഷിപ്പിച്ചത് 'കൊളോണിയൽ യുദ്ധം' എന്നാണ്. യുദ്ധവാചാടോപങ്ങളിലും രൂപകങ്ങളിലും ക്യാൻസർ രോഗമാണ് ഇന്നും ഇരയായിക്കൊണ്ടിരിക്കുന്നത്. സാമൂഹിക രാഷ്ട്രീയ പരിസരത്തും പ്രത്യയശാസ്ത്ര പരിസരത്തും ക്യാൻസറിനെ രൂപകമാക്കി പ്രതിഷ്ഠിച്ചതിനെ സൊൻടാഗ് വിമർശിക്കുന്നുണ്ട്. Israel is a cancer in the heart of the Arab world എന്നാണ് യുദ്ധ പശ്ചാത്തലത്തിൽ ഇസ്രയേലിന്റെ നിലപാടിനെക്കുറിച്ച് പ്രചരിച്ച രൂപകം.

സ്റ്റാലിനിസത്തെ മാർക്സിസത്തിന്റെ ക്യാൻസർ എന്നാണ് ട്രോട്സ്കി പറഞ്ഞതെങ്കിൽ ക്രിസ്ത്യൻ ലബനീസ് വലതുപക്ഷ ശക്തികൾ പലസ്തീൻ അഭയാർത്ഥികളെക്കുറിച്ചു പരാമർശിച്ചത് 'ലബനീസ് ശരീരത്തിലെ ക്യാൻസർ' (A Cancer in the Lebanese body) എന്നാണ്. ക്യാൻസർ രോഗത്തിനെ രൂപകാത്മകമായി പ്രയോഗിക്കുന്നത് രോഗത്തെ കൂടുതൽ ഭീകരതയോടെ നോക്കിക്കാണാൻ ജനങ്ങളെ പ്രേരിപ്പി

ക്കുന്നു. അതുകൊണ്ട് രോഗത്തിൽനിന്നും ശാരീരിമായും മാനസികമായും മുക്തി പ്രാപിക്കണമെങ്കിൽ രൂപകങ്ങളിൽനിന്നും പുറത്തുകടക്കാൻ സാധിക്കണം എന്നാണ് സൊൻടാഗ് ജനങ്ങളോട് പറയുന്നത്.

സാഹിത്യകാരന്മാരും പണ്ഡിതരും അപരിചിതമായ സാഹചര്യങ്ങളെ പരിചയപ്പെടുത്താൻ പരിചിതമായ രൂപകങ്ങളെ ഉപയോഗിക്കാറുണ്ട്. പക്ഷേ, രോഗത്തിനെക്കുറിച്ചുള്ള പരാമർശങ്ങളിൽ പട്ടാളരൂപകങ്ങൾ ഭാഷയിലും പെരുമാറ്റത്തിലും സാമൂഹിക മനോഭാവത്തിലും അടയാളപ്പെടുത്തുന്നത് അപകടകരമായ പ്രവണതയാണ്. മാത്രവുമല്ല രോഗത്തിനെ നിർവ്വചിക്കാൻ ഉപയോഗിക്കുന്ന രൂപകങ്ങളൊക്കെതന്നെയും ആൺ അധികാര ഘടനയുടെ ചിഹ്നമാണ് വിനിമയം ചെയ്യുന്നത്. ആൺപെൺ തുല്യത അവകാശപ്പെടുന്ന സാമൂഹിക രാഷ്ട്രീയ അന്തരീക്ഷത്തിൽ അത് ഒരു കാരണവശാലും ഉപയോഗിക്കാൻ പാടില്ലാത്തവയാണ്. മനുഷ്യന്റെ യുക്തിസഹജമായ ചിന്തയെയും ന്യായങ്ങളെയും പ്രവർത്തികളെയും സ്വാധീനിക്കുന്നതിനാലും ജനങ്ങളിൽ ഭീതിയും വിവേചനവും നിലനിർത്താൻ കാരണമാകുന്നതിനാലും എല്ലാ വ്യവഹാരങ്ങളിൽനിന്നും അത്തരം രൂപകങ്ങളെ പുറന്തള്ളുന്ന പ്രക്രിയ കാലവും സമൂഹവും ആവശ്യപ്പെടുന്നുണ്ട്. രോഗങ്ങളെക്കുറിച്ചുള്ള ആഖ്യാനങ്ങളിലും വ്യാഖ്യാനങ്ങളിലും വിവരണങ്ങളിലും ഒരു പുനരാഖ്യാനം അനിവാര്യമാണ്. കോവിഡ് 19 ന്റെ രണ്ടാംഘട്ടം മനുഷ്യജീവനെ അപഹരിക്കുന്ന സമകാലീന സാമൂഹികരാഷ്ട്രീയ പരിസരത്ത് കോവിഡിനെ യുദ്ധരൂപങ്ങളിലൂടെ (war metaphores) വ്യവഹാരം ചെയ്യപ്പെടുന്ന കാലത്ത് നമ്മൾ സൂസൻ സൊൻടാഗിനെ പേർത്തും പേർത്തും പാരായണം ചെയ്യണം.

REFERENCES

Katie Roiphe, *The violet hour*, Virago Press, 2016.

Susan Sontag, *Illness as metaphor* farar straus and Giroux 1978.

John J Ross, M.D. *The Medical lives of famous writers*, St. Martin's press New york.

Susan Sontag, *On photography*, Penguin Modern Classics.

www.guardian.com

www.newyorker.com

www.indiaspend.com

ഇതാ - ഹെമിങ്‌വേയുടെ അപ്രകാശിത കഥ

കാർലോസ് പച്ച നിറമുള്ള ചൂണ്ടക്കര മുറിക്കുമ്പോൾ ഞാൻ മത്സ്യത്തിനെ നോക്കിക്കൊണ്ടിരിക്കുകയായിരുന്നു. പിന്നീട് ഞാൻ വലിയ ഒരു നിലവിളിയാണ് കേട്ടത്. ഒരിക്കലും സാമാന്യബോധമുള്ള ഒരു മനുഷ്യനിൽനിന്നും പ്രതീക്ഷിക്കാത്ത ഒന്ന്. ഒരുപക്ഷേ, അത് കാണുന്നവർ എത്ര ഉറക്കെ ഒച്ചയുണ്ടാക്കാൻ ശ്രമിച്ചാലും ശബ്ദം പുറത്തുവരാതെ സ്തബ്ധമാവുന്ന ഒരവസ്ഥ വന്ന് ചേരും. പിന്നെ ഞാൻ കണ്ടത് ജോയ്സിയുടെ വിരലുകൾക്കിടയിലൂടെ ആ പച്ച ചൂണ്ടക്കര താഴോട്ട് ഊർന്ന് പോകുന്നതാണ്. കാർലോസ് തെറ്റായ ചരട് മുറിച്ചത് കാരണം മത്സ്യം ഞങ്ങളുടെ കാഴ്ചയിൽനിന്നും അപ്രത്യക്ഷമായി.

ഞാൻ കാർലോസിനെ കാണാൻ താഴേക്കിറങ്ങി. അയാൾ തലയിൽ കൈവെച്ചു ഛർദ്ദിച്ചുകൊണ്ടിരുന്നു. ഞാൻ അയാളോട് പറഞ്ഞു "സാരമില്ല. ഇതാർക്കും സംഭവിക്കാവുന്ന ഒന്നല്ലെ ഉള്ളു?" അയാൾ വിചിത്രമായ സ്വരത്തിൽ കരഞ്ഞുകൊണ്ടിരുന്നു. അതുകൊണ്ടുതന്നെ ഞാൻ അവനെ കേട്ടു.

"ഇത്ര കാലമായുള്ള എന്റെ മുക്കുവജീവിതത്തിൽ ഞാൻ ഇങ്ങനെ ഒരു മത്സ്യത്തിനെ കണ്ടിട്ടില്ല. ഞാൻ എന്റെ ജീവിതത്തെയും നിങ്ങളുടെ ജീവിതത്തെയും ഒരേ സമയം നശിപ്പിച്ചു."

ഈ വരികൾ ഏണസ്റ്റ് ഹെമിങ്‌വേ എന്ന അമേരിക്കൻ സാഹിത്യകാരൻ തന്റെ മാസ്റ്റർ പീസ് കൃതിയായ *ഓൾഡ്മാൻ ആൻഡ് ദി സീ* എന്ന നോവെല്ലയ്ക്ക് മുൻപേ 1936 ൽ എഴുതപ്പെട്ട പ്രസിദ്ധീകരിച്ചിട്ടില്ലാത്ത പേരിടാത്ത നീണ്ട കഥയിലെ കഥാസന്ദർഭമാണ്.

ന്യൂയോർക്കർ എന്ന ഇന്റർനാഷണൽ മാഗസിനിൽ ജൂൺ ലക്കം

അച്ചടിച്ചവെന്ന കഥ ഹെമിങ്‌വേയുടെ കൊച്ചുമകനായ സീൻ ഹെമിങ്‌വേ ബോസ്റ്റണിലെ ജോൺ എഫ് കെന്നഡി ലൈബ്രറിയിൽനിന്നും ഹെമിങ്‌വേ കൃതികളുടെ ശേഖരത്തിൽനിന്ന് കണ്ടെടുത്തതാണ്. അദ്ദേഹം തന്നെയാണ് ഈ കഥയ്ക്ക് "pursuit as happiness" (അന്വേഷണത്തിന്റെ ആനന്ദം) എന്ന തലക്കെട്ട് നല്കിയത്. ഒരുപക്ഷേ, ലോകത്തെ മുഴുവൻ കീഴടക്കിയ *ഓൾഡ്മാൻ ആൻഡ് ദി സീ* എന്ന കഥാതന്തുവിനു കാരണക്കാരൻ ഈ കഥ ആയിരിക്കാം. ആ കഥയിൽ സാന്റിയാഗോ എന്ന വൃദ്ധൻ ഇങ്ങനെ പറയുന്നു

"ഞാൻ മത്സ്യത്തെ പിടിക്കാതെ വർത്തമാനക്കടലാസുകളുടെ മീതെ കിടക്കയിൽ തനിച്ചു കിടക്കുകയായിരുന്നുവെങ്കിൽ... പക്ഷേ, മനുഷ്യൻ സൃഷ്ടിക്കപ്പെട്ടത് പരാജയപ്പെടാനല്ല." ഈ ഒരൊറ്റ വാചകത്തിൽ മനുഷ്യന്റെ ആത്മവിശ്വാസത്തിന്റെ തീവ്രത ധ്വനിപ്പിക്കുന്നുണ്ട്.

എന്നാൽ 'പർസ്യൂട്ട് ആസ് ഹാപ്പിനെസ്' എന്ന കഥയിൽ മത്സ്യം കൈയിൽനിന്നും നഷ്ടപ്പെട്ട ദുഃഖത്തിൽ "ഞാൻ നിങ്ങളുടെയും എന്റെയും ജീവിതം നശിപ്പിച്ചു" എന്ന് പറഞ്ഞ് വിലപിക്കുന്ന കാർലോസിന് *ഓൾഡ് മാൻ ആൻഡ് ദി സീ* എന്ന നോവെല്ലയിലെ സാന്റിയാഗോ എന്ന വൃദ്ധൻ കൊടുക്കുന്ന മറുപടിയുണ്ട്.

"ഒരു മനുഷ്യനെ നശിപ്പിക്കാനായേക്കാം എന്നാൽ അവന തോല്പിക്കാനാവില്ല" എന്ന്.

മനുഷ്യന്റെ ഉള്ളിലുള്ള ശക്തമായ ആഗ്രഹത്തിന് ഏത് പ്രതിസന്ധികളെയും പ്രതിബന്ധങ്ങളെയും അനായാസം തരണംചെയ്യാനുള്ള കഴിവ് ഉണ്ട്. ആഗ്രഹിച്ചത് നേടിയെടുക്കുന്നതുവരെ അവന്റെ അന്വേഷണത്തിൽ ഉടനീളം അവൻ അനുഭവിക്കുന്ന ആനന്ദം പരിണാമം മുതൽ മനുഷ്യനിൽ തുടർന്ന് പോന്നിരുന്നു എന്ന വെറും ബാഹ്യമായ വാദം മാത്രമായിരുന്നില്ല രണ്ട് കഥകളും മുന്നോട്ട് വച്ചത്. അതിനപ്പുറം വിവേചനത്തിന്റെയും ആധിപത്യത്തിന്റെയും ആൺബോധത്തിന്റെയും ആൺ ആഘോഷത്തിന്റെയും നിഷ്കരുണമായ പ്രകടനവും അതിനുള്ളിൽ നിന്നും പുറത്തേക്കു തള്ളി നില്ക്കുന്നുണ്ട്. അതിന്റെ ദൃശ്യവും അദൃശ്യമായ വ്യവഹാരത്തെക്കുറിച്ചു സാമൂഹ്യശാസ്ത്ര ചിന്തകൻ പിയറി ബോർദ്യു *masculine domination* എന്ന പുസ്തകത്തിൽ പറയുന്നു. നിയമങ്ങളുടെയും നിയന്ത്രണങ്ങളുടെയും ലോകമാണിത്. പക്ഷേ, അവ സ്വാഭാവികമാണെന്ന് കരുതപ്പെടുന്നു. ആണധികാര വ്യവസ്ഥയുടെ അധീശത്വം അടിച്ചേല്പിക്കപ്പെട്ട രീതിയും സ്വീകരിക്കപ്പെട്ട രീതിയും ഇതിന് ഉദാഹരണമാണ്. പ്രതീകാത്മക ഹിംസയുടെ ഉല്പന്നമായാണ് പൊരുത്തക്കേടുകളോടെയുള്ള കീഴൊതുങ്ങൽ സാദ്ധ്യമാകുന്നത്. ആണധീശത്വം 'മാന്യമായ' ഒരു തരം അതിക്രമമാണ്. അത് കാണാനാവാത്തതും പ്രതീകക്രമങ്ങളിലൂടെ വിനിമയം ചെയ്യപ്പെടുന്നതുമാണ്."

സാമൂഹിക ക്രമത്തിൽ അദൃശ്യമായി എങ്ങനെയാണ് ആണത്ത അധികാരം ആധിപത്യത്തിന്റെയും ആഘോഷത്തിന്റെയും രൂപത്തിൽ വിനിമയം ചെയ്യപ്പെടുന്നുവെന്നതിന്റെ പ്രത്യക്ഷ ഉദാഹരണമാണ് ഹെമിങ്‌വേയുടെ മുകളിൽ പറഞ്ഞ രണ്ട് കൃതികളും.

പുരുഷൻ ഉണ്ടാക്കിയെടുത്ത വ്യവസ്ഥിതിയിൽ പ്രകൃതിക്ക് എപ്പോഴും സ്ത്രൈണ ഭാവം കൊടുത്തിരുന്നു. സ്ത്രീയുടെ വികാര വിചാരങ്ങൾ എന്നും പ്രകൃതി പ്രതിഭാസങ്ങളോട് ഉപമിച്ചിരുന്നു. പ്രകൃതിയെ അമ്മയായും ദേവിയായും സങ്കല്പിച്ചു. അങ്ങനെ നിരന്തരമുള്ള വ്യാഖ്യാനങ്ങളിലൂടെ വ്യവഹാരങ്ങളിലൂടെ പ്രകൃതിയുടെ സ്ത്രീത്വത്തെ മൂർച്ച കൂട്ടിക്കൊണ്ടിരുന്നു. വ്യവസ്ഥിതി നിർമ്മിച്ച സ്ത്രീ പ്രകൃതിയോടും അതിന്റെ വിവിധങ്ങളായ പ്രതിഭാസങ്ങളോടും ചൂഷണങ്ങളോടും ഇണങ്ങിയും കീഴടങ്ങിയും സ്വന്തം സ്വത്വത്തെ അടിച്ചമർത്തി രൂപപ്പെട്ട സങ്കല്പമാണെങ്കിൽ പുരുഷൻ പ്രകൃതിയെയും അതിന്റെ വികൃതമുഖങ്ങളെയും അതിസാഹസികമായി കീഴടക്കി ആൺബോധത്തിനെ മിനുക്കിക്കൊണ്ടിരുന്നു. അങ്ങനെ ചെയ്യുമ്പോഴാണ് ആധിപത്യത്തിന്റെയും കീഴടക്കലിന്റെയും സ്വഭാവം അതിന് വന്നുചേരുന്നത്. പുരുഷന്റെ ബോധത്തിലും അബോധത്തിലും പ്രകൃതിക്കുമേൽ അധീശത്വം സ്ഥാപിക്കുക എന്നത് അവന്റെ സ്വത്വപ്രകാശനത്തിന്റെ മാനദണ്ഡമായി കണക്കാക്കപ്പെട്ടു. അത്തരത്തിലുള്ള ആൺ ആഘോഷങ്ങളുടെ രതിമൂർച്ഛയാണ് ഹെമിങ്‌വേ തന്റെ രണ്ട് കഥകളിലൂടെ ആവിഷ്കരിച്ചത്.

അദ്ദേഹത്തിന്റെ ഒട്ടുമിക്ക കഥകളിലും കഥപറച്ചിലുകാരൻ ആൺതന്നെയായിരിക്കും. അവരൊക്കെ തന്നെയും യുദ്ധത്തിനെയും അക്രമത്തിനെയും പ്രകൃതിദുരന്തങ്ങളെയും അതിസാഹസികമായി വിജയിച്ചവർ ആണ്. അതിന്റെ ഏറ്റവും വലിയ തെളിവ് തന്നെയാണ് *പർസ്യൂട്ട് ആസ് ഹാപ്പിനെസ്, ഓൾഡ്മാൻ ആൻഡ് ദി സീ* എന്നീ കഥകളിൽ നിറഞ്ഞു നില്ക്കുന്ന പുരുഷകേന്ദ്രീകൃത പരിസ്ഥിതി. മീൻവേട്ട കഥാകൃത്തിന്റെ ഇഷ്ടവിനോദം ആയതിനാൽ സ്വന്തം ജീവിത പരിസരത്തുള്ള അനുഭവങ്ങളെ ഫിക്ഷന്റെ സ്വഭാവം കലർത്തി ആവിഷ്കരിക്കുകയാണ് ചെയ്തത്. അതുകൊണ്ടുതന്നെ രണ്ടിലും ആത്മകഥാംശം നിലനില്ക്കുന്നുണ്ട്.

സാഹസികമായി പിടിച്ച മത്സ്യം കൈയിൽനിന്നും വഴുതിപ്പോയപ്പോൾ ജീവിതം തന്നെ നശിച്ചു എന്ന് പറഞ്ഞു കാർലോസ് നിലവിളിക്കാനുള്ള കാരണം പ്രകൃതിയുടെയും സകലജീവജാലങ്ങളുടെയും മേൽ ആധിപത്യം സ്ഥാപിച്ചു ഉണ്ടാക്കിയെടുത്ത പുരുഷഭാവം നഷ്ടപ്പെട്ടു എന്ന ആശങ്കയിൽനിന്നുമാണ്. ബോധത്തിലും അബോധത്തിലും ഹെമിങ്‌വേയുടെ ആൺകഥാപാത്രങ്ങൾ മെയിൽ ഷോവനിസത്തിന്റെ പ്രയോക്താക്കൾ ആയിരുന്നു.

അത്തരമൊരു മത്സരത്തിന്റെ മറ്റൊരു മുഖമാണ് എൺപത്തേഴ് ദിവസം തുടർച്ചയായി കടലിൽ പോയി മത്സ്യം കിട്ടാതെ തിരിച്ചുപോന്നിരുന്ന വൃദ്ധനെ വീണ്ടും കടലിൽ പോകാനും വലിയ മത്സ്യങ്ങളെ പിടിച്ചു കൊണ്ടുവരാനുള്ള ജീവൻ മരണ പോരാട്ടത്തിനും പ്രേരിപ്പിച്ചത്. മീനിനെ കീഴടക്കാൻ സാന്റിയാഗോ നടത്തുന്ന സമരത്തിൽ ആദ്യം മുതൽ അവസാനം വരെ അയാളെ ഭരിച്ചത് ആൺബോധമാണ്. മീനിനെ എതിർത്തു തോല്പിച്ചു അതിനെക്കൊന്ന് പച്ച മത്സ്യക്കഷണങ്ങൾ ആർത്തിയോടെ ഭക്ഷിക്കുമ്പോഴും എതിരാളിയുടെ കരുത്തിനോട് യുദ്ധം ചെയ്ത് തോല്പിച്ച തന്റെ മാനസിക കായിക ബലത്തിനോട് എന്തെന്നില്ലാത്ത ആരാധന അയാൾക്ക് തോന്നുന്നതും തന്നിലെ പുരുഷഭാവത്തിനോടുള്ള അടങ്ങാത്ത അഭിവാഞ്ഛകൊണ്ടാണ്. മാത്രവുമല്ല പോരാടി കൈക്കലാക്കിയ മീനിന്റെ കരുത്തിനെ താരതമ്യം ചെയ്യുന്നത് ആണിന്റെ കായിക ശക്തികൊണ്ടാണ് എന്ന് ഈ വരികൾ സൂചിപ്പിക്കുന്നുണ്ട്.

"ഒരു ആണിനെപ്പോലെയാണവൻ ചൂണ്ടയിൽ കൊത്തിയത്. ആണിനെപ്പോലെയാണ് ചൂണ്ടനൂൽ വലിക്കുന്നതും. പോരാട്ടത്തിൽ ഒരു പരിഭ്രാന്തിയും കാണാനില്ല."

ഹെമിങ്‌വേയുടെ *ഓൾഡ്മാൻ ആൻഡ് ദി സീ* എന്ന നോവലിൽ ഒരു സ്ത്രീ കഥാപാത്രം പോലുമില്ലെങ്കിൽ *pursuit as happiness* എന്ന കൃതിയിൽ ബിയർ പാർലറിൽ രണ്ട് പെൺകുട്ടികൾ കയറിവരുന്ന സന്ദർഭം മാത്രമാണ് സൂചിപ്പിച്ചത്. ആൺ അധികാരവും ആൺ ആഘോഷങ്ങളും വിഷയമാക്കുന്ന യുദ്ധവും മീൻ വേട്ടയും അതിസാഹസികതയും നിറഞ്ഞ കഥാപരിസരമാണ് സ്ത്രീ കഥാപാത്രങ്ങളുടെ അപ്രസക്തി എത്രമാത്രമാണെന്ന് ഇത് ചൂണ്ടിക്കാണിക്കുന്നു. മറ്റുള്ള കഥകൾ പരിശോധിച്ചാലും ഒരു മീസോജനിക് കാഴ്ചപ്പാടാണ് ഹെമിങ്‌വേ സ്ത്രീകളോട് പുലർത്തിയിരുന്നതെന്ന് കാണാം. അദ്ദേഹം സ്ത്രീകളെ ചേർത്തുനിർത്തിയത് വ്യവസ്ഥിതിക്ക് അനുകൂലമായിട്ടാണ്. ഗർഭധാരണം, കുഞ്ഞുങ്ങളുടെ സംരക്ഷണം, കുടുംബഭദ്രത കാത്തു സൂക്ഷിക്കുക എന്നീ ചുമതലകൾ ചാർത്തിക്കൊടുത്തുകൊണ്ട് ആൺകോയ്മ നിലനിർത്താൻ എന്നും ശ്രമിച്ചിരുന്നു.

ഇവിടെ കാറ്റും കോളും നിറഞ്ഞ പ്രക്ഷുബ്ധമായ കടലിനോടും ഭീകരമായ മത്സ്യങ്ങളോടും ഏറ്റുമുട്ടുന്നത് ആൺബോധമായിരിക്കണം. വ്യവസ്ഥിതി നിർമ്മിച്ച സ്ത്രീക്ക് അതിനുള്ള അവകാശമില്ല. ഇവിടെ പ്രകൃതി എന്ന സ്ത്രീയെ കൈയടക്കുക എന്ന ത്വരയും നായകനിൽ മുന്നിട്ടുനില്ക്കുന്നു. പ്രകൃതിപ്രതിഭാസങ്ങളെ വെല്ലുവിളിച്ച് അതിജീവിക്കാൻ കഴിയുന്നവന് വീരപരിവേഷം ചാർത്തിക്കൊടുത്ത മിത്തുകളും ആദിരൂപങ്ങളും അതിന് കാലങ്ങളായി ആക്കംകൂട്ടിയിട്ടുണ്ട്. രാജാക്ക

ന്മാർ വന്യമൃഗങ്ങളെ വേട്ടയാടുന്ന ഹീറോയിസത്തെ വരച്ചു കാട്ടിയ സങ്കല്പങ്ങളും പ്രലോഭനങ്ങളായി ആൺബോധത്തെ പിന്തുടരുന്നുണ്ട്. അത്തരത്തിലുള്ള സങ്കല്പങ്ങളുടെ ബോധത്തിലും അബോധത്തിലുമുള്ള പ്രകടനമാണ് രണ്ട് കഥകളും. ഇതിലൂടെ പുരുഷ കേന്ദ്രീകൃത വ്യവസ്ഥിതിയുടെ ഉൾക്കാഴ്ചകൾ വിളംബരം ചെയ്യുകയാണ് ഹെമിങ്‌വേ.

സാന്റിയാഗോ ഒരിക്കലും സ്ത്രീയെ സ്വപ്നം കണ്ടില്ല. മീൻ വേട്ട കഴിഞ്ഞു വന്ന രാത്രിയിൽ സ്വപ്നം കണ്ടത് സിംഹത്തെയാണ്. സിംഹം എക്കാലവും മാസ്കുലിനിറ്റിയുടെ പ്രതീകാത്മക ചിഹ്നമായാണ് സമൂഹത്തിൽ പ്രചുരപ്രചാരം നേടിയത്. അതിന്റെ പ്രതിഫലനം എന്നോണമാണ് അങ്ങനെയുള്ള ബിംബങ്ങളെ സാന്ദർഭികമായി ഉപയോഗിക്കുന്നത്. സാഹസികത എന്ന പദത്തെ ഹെമിങ് വേ പുരുഷനോടാണ് കൂട്ടിക്കെട്ടിയത്. അതുകൊണ്ടാണ് മീൻവേട്ടയുടെ ഭൂമികയിൽ ഹെമിങ്‌വേക്ക് സ്ത്രീ അപ്രധാനിയായത്. വേട്ടയാടൽ പുരുഷന്റേതാണെന്നും അത് പുരുഷബോധത്തെ ഉറപ്പിച്ചുനിർത്തുമെന്നും ആവർത്തിച്ച് ഉറപ്പിക്കുന്ന ഹെമിങ്‌വേയുടെ ഒരു പ്രസ്താവന ഇങ്ങനെയാണ്.

"വേട്ടയാടൽ നിങ്ങളുടെ മസ്തിഷ്കത്തെ തലയിൽത്തന്നെ സൂക്ഷിക്കുന്നതിന് സഹായിക്കും. ഹൃദയത്തെ അതിന്റെ സ്ഥാനത്തും." ആണത്തത്തിന്റെ പ്രത്യയശാസ്ത്രങ്ങളെ മഹത്ത്വവല്ക്കരിക്കുകയാണ് അദ്ദേഹത്തിന്റെ രണ്ട് കഥകളും. ഒരു ഉത്തമപുരുഷൻ എങ്ങനെയായിരിക്കണം എന്നുള്ള പാട്രിയാർക്കൽ ബോധത്തെ നിരന്തരം ഊട്ടിയുറപ്പിക്കുന്നുമുണ്ട് കഥയിലുടനീളം ഹെമിങ്‌വേ.

'Pursuit as happiness' എന്ന കഥയിൽ ക്യൂബൻ കോസ്റ്റിൽ ഇരുപത്തഞ്ചും നാല്പത്തിയഞ്ചും മാർലിൻ മത്സ്യത്തെ ചൂണ്ടയിട്ട് പിടിച്ച മീൻ വേട്ട കാപ്പിന്റെയും ജോയ്സിയുടെയും ഏറ്റവും വലിയ ലക്ഷ്യത്തെ സംതൃപ്തിപ്പെടുത്തുന്നില്ല. വലിയ മാർലിൻ എന്നത്തെയുംപോലെ പൂർത്തിയാകാത്ത ആഗ്രഹമായിരുന്നു. ചെറിയ മത്സ്യങ്ങളെ പിടിക്കുമ്പോൾ പ്രത്യേക പരിഗണന ഒന്നും കൊടുക്കാതെ സമൂഹം വലിയ മത്സ്യത്തെ പിടിക്കുന്നവന് വീരപുരുഷത്വം നല്കുന്നു. പുരുഷ കേന്ദ്രീകൃത സമൂഹം ഈ പ്രക്രിയയെ നിരന്തരം ഉത്തേജിപ്പിക്കുന്നുണ്ട്. വേട്ടയാടിക്കൊണ്ടുവന്ന മീനിനെ വെട്ടിനുറുക്കി ജനങ്ങൾക്ക് വിതരണം ചെയ്യുമ്പോൾ പൊലീസുകാരന്റെ തോക്കിന്റെ പാത്തികൊണ്ട് അടിയേറ്റ നിസ്സഹായനായ മനുഷ്യന്റെ മുഖം അന്നത്തെ രാഷ്ട്രീയ സാമൂഹിക അന്തരീക്ഷത്തിൽ ആൺ അധികാര വ്യവസ്ഥയുടെ നേർചിത്രം വരച്ചിടുന്നു. സാന്റിയാഗോയും അഞ്ചുവയസ്സുള്ള കുട്ടിയും തമ്മിലുള്ള ഹൃദയബന്ധം ശക്തമാണ്. പക്ഷേ, ഹെമിങ്‌വേ കുട്ടിക്ക് പ്രായത്തിൽ കവിഞ്ഞ പക്വത നല്കുന്നുണ്ട്. ഒരുവേളയിൽ തന്നോടൊപ്പം സഞ്ചരി

ക്കുന്ന സഹയാത്രികനെപ്പോലെ കുട്ടിയുടെ അസാന്നിദ്ധ്യത്തിൽപ്പോലും അവന്റെ സാന്നിദ്ധ്യം സാന്റിയാഗോ അനുഭവിക്കുന്നുണ്ട്. സാന്റിയാഗോയുടെ സാഹസിക ജീവിതത്തിൽ കൈത്താങ്ങായി കുട്ടിയെ സങ്കല്പിച്ചുകൊണ്ട് അയാൾ പലപ്പോഴും ഉരുവിടുമായിരുന്നു.

"കുട്ടി ഉണ്ടായിരുന്നുവെങ്കിൽ" എന്ന്

അത്രയും ഗാഢമായ ബന്ധമാണ് 'pursuit happiness'ൽ കാപ്പും ജോയ്സിയും തമ്മിൽ. നോ സോഷ്യൽ ലൈഫ് എന്നുപറഞ്ഞു കാപ്പിനെ ഉപദേശിക്കാനുള്ള കാരണം ജോയ്സിക്ക് കാപ്പ് കഥകൾ എഴുതുന്നത് ഇഷ്ടമുള്ളതുകൊണ്ടാണ്. അനീറ്റ എന്ന ബോട്ടിന്റെ മുകളിൽനിന്നുള്ള കാഴ്ചകൾ കഥകളായി കാപ്പിൽനിന്നും പുറത്തുവരാനും പുതിയ കഥകൾ എഴുതിക്കൊണ്ടിരിക്കാനും ജോയ്സി പ്രേരിപ്പിച്ചുകൊണ്ടിരുന്നു. സാന്റിയാഗോയെ കടലിൽ പോവാൻ കുട്ടി പ്രേരിപ്പിക്കുന്നപോലെ.

"I will try to write well too

എന്ന് കാപ്പ് പറയുമ്പോൾ

"I want to keep proud of you" എന്ന് ജോയ്സി പറയുന്ന മറുപടി അതിന് തെളിവാണ്.

സ്ത്രീ പുരുഷ ബന്ധങ്ങളിൽ നിലനില്ക്കുന്ന തീവ്രമായ വൈകാരിക തലം രണ്ട് പുരുഷന്മാർ തമ്മിലും നിലനില്ക്കുന്നുണ്ടെന്ന് കാപ്പും ജോയ്സിയും തമ്മിലുള്ള ദൃഢമായ ഹൃദയബന്ധം സൂചിപ്പിക്കുന്നുണ്ട്. കഥയുടെ തുടക്കംമുതൽ അവസാനംവരെ ഈ ബന്ധത്തിന്റെ ഊഷ്മളത വായനക്കാരൻ അനുഭവിക്കുന്നുണ്ട്. ഇവർ തമ്മിൽ ഒരു ഗേ റിലേഷൻഷിപ്പിന്റെ ഭാവങ്ങൾ ആഴത്തിലുള്ള വായനയിലൂടെ മനസ്സിലാക്കാം. ഇത്തരത്തിലുള്ള ബന്ധം തെളിയിക്കുന്ന ധാരാളം സന്ദർഭങ്ങളും വാചകങ്ങളും കഥയുടെ അവസാനഭാഗത്തുനിന്ന് കണ്ടെത്താൻ കഴിയും.

'I liked more joices face very much too. I liked it more than the face of almost anybody I knew'

ജോയ്സിയുടെ മുഖസൗന്ദര്യത്തെ ഹെമിങ്‌വേ സൗന്ദര്യാത്മകമായി വർണ്ണിക്കുന്നുണ്ട്. ഈ ലോകത്ത് എനിക്ക് അറിയാവുന്ന ആരെക്കാളും ആ മുഖം ഞാൻ ഇഷ്ടപ്പെടുന്നുവെന്ന് തുറന്ന് പറയുന്നുണ്ട്. ജോയ്സിയുടെ കാല്പനിക ഭാവം വിടരുന്ന കണ്ണുകളുടെ അപൂർവ്വമായ നീലിമയുള്ള മെഡിറ്ററേനിയൻ കടലിനോട് ഉപമിച്ചുകൊണ്ടാണ് ഹെമിങ്‌വേ സംസാരിക്കുന്നത്. യഥാർത്ഥത്തിൽ കാപ്പ് എന്ന കഥാപാത്രം ഹെമിങ്‌വേയാണ്. അദ്ദേഹത്തിന് ആൺവർഗ്ഗത്തോടും ആൺബോധത്തോടുമുള്ള ആരാധന കൃത്യമായും വ്യക്തമായും കഥയുടെ അവസാന സന്ദർഭത്തിൽ നിന്നും വായിച്ചെടുക്കാം. പക്ഷേ, മീൻവേട്ടയിൽ സാന്റിയാഗോയുടെ സ്ഥാനത്തു പ്രതിഷ്ഠിക്കപ്പെട്ടത് കാർലോസ് എന്ന മീൻപിടുത്തക്കാരനെയാണ്. വർഷങ്ങളായി മീൻവേട്ടയിൽ അനുഭവംകൊണ്ട് പരി

ജ്ഞാനം ആർജ്ജിച്ചെടുത്ത കാർലോസ് വാവിട്ട് കരഞ്ഞതും തന്റെ ജീവിതകാലത്ത് ഇതുവരെ കണ്ടിട്ടില്ലാത്ത വലിയ വലുപ്പമുള്ള മാർലിൻമത്സ്യം നഷ്ടപ്പെട്ട സങ്കടംകൊണ്ട് മാത്രമല്ല. ഇത്രകാലം കടലിനെയും മത്സ്യത്തെയും വെട്ടിപിടിച്ചു നിർമ്മിച്ച ഹീറോയിസം തകർന്നുവെന്ന തോന്നൽ കൊണ്ടാണ്. അതുകൊണ്ടാണ് ഒരിക്കൽ കൈയിൽ നിന്നും വഴുതിപ്പോയ മാർലിൻ മത്സ്യത്തെ പിടിക്കാനുള്ള ആന്തരികമായ ത്വര കാർലോസിന് ഉണ്ടായത്. അതുതന്നെയാണ് 85 ദിവസം മീനിനെ പിടിക്കാൻ കഴിയാതെ 86 ാമത്തെ ദിവസം മടുപ്പില്ലാതെ മീൻ വേട്ടയ്ക്ക് ഇറങ്ങാൻ സാന്റിയാഗോ എന്ന വൃദ്ധനെ പ്രേരിപ്പിച്ചത്.

പ്രതികൂല സാഹചര്യത്തോടും കടൽക്കാറ്റിനോടും മഴയോടും വിശപ്പിനോടും ഭീമാകാരമായ മത്സ്യങ്ങളോടും പടവെട്ടി വലിയ മീനിനെ കീഴടക്കി ആൺബോധത്തെ മൂർച്ചകൂട്ടിയ ആഹ്ലാദമാണ് ഇരുവരുടെയും ബോധതലത്തിൽ നിറഞ്ഞുനിന്നിരുന്നത്. സ്രാവുകൾ കൊത്തിതിന്നതിന് ശേഷം അവശേഷിച്ച അസ്ഥിക്കൂടുമായി കരയിലേക്ക് നടന്നുവരുന്ന സാന്റിയാഗോ എന്ന വൃദ്ധനും ഒരിക്കൽ പരാജയപ്പെട്ട് വീണ്ടും തേടിപ്പിടിച്ച ഒരുകേടുപാടുകളും സംഭവിക്കാത്ത വലിയ മാർലിൻ മത്സ്യവുമായി കരയിലേക്ക് നടന്നുവരുന്ന കാർലോസും ആഘോഷിക്കുന്നത് അധീശത്വത്തിന്റെ ആനന്ദമാണ്. പ്രകൃതിയിലും സാമൂഹിക വ്യവസ്ഥയിലും അധീശത്വം സ്ഥാപിച്ച ആൺ ആഘോഷത്തിന്റെ വേഷപ്പകർച്ചയാണ്.

വേട്ടയാടിക്കൊണ്ട് വന്ന മീനിന്റെയോ മീനിന്റെ അസ്ഥികൂടത്തെയോ കാണുവാനല്ല ജനക്കൂട്ടം അവിടെ ഓടിക്കൂടിയത്. മറിച്ച്, ആൺബോധത്തെ ഊട്ടി ഉറപ്പിച്ച നായകനെ കാണാനാണ് ആളുകൾ ഓടിക്കൂടിയത്. കാരണം, ആൾക്കൂട്ടം എന്നും നായകനോടൊപ്പമാണ്.

ധീരതയും ജയവും പുരുഷന്റേതാണ്. അതുണ്ടെങ്കിൽ ലോകം മുഴുവനും നിന്നോടൊപ്പം നില്ക്കുമെന്നുള്ള അവകാശവാദമാണ് ഹെമിങ്വേ മുന്നോട്ടുവെച്ചത്. പാരമ്പര്യമായിട്ടുള്ള ധാരണകൾ ഒക്കെ അധീശത്വപരമായിരുന്നു. അവിടെയൊക്കെ പ്രവർത്തിച്ചത് പുരുഷനെപ്പറ്റിയുള്ള ഭാവനകളും ധാരണകളുമാണ്. നമ്മുടെ അനുഭൂതി ചരിതങ്ങളും അഭിമുഖീകരിച്ചത് പുരുഷനെ ആണ്. വിജയത്തിലേക്ക് എത്തുവാൻ സ്ത്രീയെ നിർത്താനുള്ള ആലോചനയായോ പുരാലോചനയായോ ഹെമിങ് വേയുടെ ചിന്തകളിൽ ഉണ്ടായിരുന്നില്ല. അധീശത്വ പുരുഷഭാവന പ്രവർത്തിക്കുന്ന അബോധമാണ്. ഹെമിങ്വേയുടെ അനുഭൂതി ചരിതങ്ങളിൽ നിന്നും നമുക്ക് വായിച്ചെടുക്കാൻ സാധിക്കുന്നത്.

'അന്വേഷണത്തിന്റെ ആനന്ദ'ത്തിലൂടെയും (pursuit as happiness) *കിഴവനും കടലിലൂ*ടെയും (*old man and the sea*) അദ്ദേഹം പറയാൻ ശ്രമിച്ചത്,

'man is not made for defeat

A man can be destroyed but not defeated' എന്നാണ്. ഇവിടെ

'man' എന്നതുകൊണ്ട് ഹെമിങ് വേ ഉന്നം വെച്ച സ്ത്രീയും പുരുഷനും അടങ്ങിയ മനുഷ്യവർഗ്ഗത്തിനെ അല്ല. എല്ലാ അർത്ഥത്തിലും പരിപൂർണ്ണ മായി പുരുഷവർഗ്ഗത്തിനെ മാത്രമാണ്.

Reference

Ernest Hemingway: pursuit of happiness, New Yorker magazine, June 2020.

Ernest Hemingway: *oldman and the sea*, Charles Scribner's son. 1952

Pirerre bourdieu, *masculine domination*, standord university press, 2001

ആണത്തവും അധീശത്വവും: പിയറി ബോർദ്യു, സംഗീത എം കെ, ഡോ. കെ എം അനിൽ.

അടുത്ത മൂവിൽ നിങ്ങൾ ചെക്ക്മേറ്റാണ്

Knight: And you will reveal your secrets?
Death: I carry no secrets
Knight: So you know nothing?
Death: I am unknowing
The Seventh Seal (1958), Ingmar Bergman

വ്യക്തിപരമായി, കുറച്ചുകൂടെ ആഴത്തിൽ സ്വന്തം മരണത്തെക്കുറിച്ച് ചിന്തിക്കാൻ കോവിഡ് സൃഷ്ടിച്ച പ്രതിസന്ധി എന്നെ പ്രാപ്തനാക്കിയിട്ടുണ്ടെന്നാണ് ഞാൻ കരുതുന്നത്. അനിലിന്റെ മരണവും അതുകൊണ്ടുതന്നെ വ്യക്തിപരമായിട്ടാണ് എന്നെ ബാധിച്ചത്. മരണം തന്റെ തീനാവുകൊണ്ട് നക്കിത്തോർത്തുമ്പോൾ നട്ടെല്ലിലൂടെ പടരുന്ന തണുപ്പിനെ തടയാൻ പറ്റുന്ന ജാക്കറ്റുകളോ സ്വറ്ററുകളോ ഒന്നും തല്ക്കാലം എന്റെ കൈവശം ഇല്ല.

ബിപിൻ ചന്ദ്രൻ (ട്രൂകോപ്പി വെബ്സീൻ പാക്കറ്റ് 05, അകാലത്തിൽ അന്തരിച്ച നടൻ അനിൽ നെടുമങ്ങാടിനെഴുതിയ ഒബിറ്റ്)

“എത്രയും പെട്ടെന്നുതന്നെ ഈ രോഗത്തിനെ കീഴ്പ്പെടുത്താൻ എനിക്ക് കഴിയണേ എന്ന് പ്രാർത്ഥിക്കുന്നു” എന്നാണ് മരണത്തിന് മുൻപ് പ്രശസ്ത ഉറുദു കവിയും സംഗീതജ്ഞനുമായ റാഹത്ത് ഇന്ദോരി അവസാനമായി ട്വീറ്റ് ചെയ്തത്. മരണത്തോട് അടുക്കുമ്പോഴും ജീവിതത്തോട് പൊരുതാനും ജീവിക്കാനുമുള്ള തീവ്രമായ ആഗ്രഹം അദ്ദേഹത്തിന്റെ ഓരോ വാക്കിലും പ്രകടമായിരുന്നു. ഓരോ ജീവകോശങ്ങളും അതിജീവനത്വര കാണിക്കുമ്പോഴും കോവിഡ് വൈറസ് ശരീരത്തെ കീഴടക്കുകയായിരുന്നു.

കോവിഡിനോടൊപ്പം ഇന്ദോരിക്ക് രണ്ടുതവണ ഹൃദയാഘാതം സംഭവിക്കുകയും ജീവൻ രക്ഷപ്പെടുത്താനാവാത്തവിധം കൂടുതൽ സങ്കീർണ്ണമായ സ്ഥിതിയിലേക്ക് ആരോഗ്യനില വഷളാവുകയും ചെയ്തു. അവസാനഘട്ടമായപ്പോഴേക്ക് ന്യുമോണിയ പിടികൂടുകയും ഓക്സിജൻ കൃത്രിമമായി നല്കേണ്ട അവസ്ഥയിലേക്ക് എത്തിച്ചേരുകയും ചെയ്തു. പിന്നീട് അദ്ദേഹത്തിന്റെ ശരീരം മരുന്നുകളോടൊന്നും തന്നെ പ്രതികരിക്കാതെയായി. ജീവിതചര്യ രോഗമായ ഡയബെറ്റിസ് വേഗത്തിലുള്ള മരണത്തിന് ആക്കംകൂട്ടി എന്നാണ് റാഹത്ത് ഇന്ദോരിയെ ചികിത്സിച്ച അരബിന്ദോ ആശുപത്രിയിലെ ഡോക്ടർ പറഞ്ഞത്. സംഗീതത്തിന്റെ ഹൃദ്യമായ സൗരഭ്യത്തിലൂടെയും ഗസലിന്റെ മനോഹരമായ വരികളിലൂടെയും ശക്തമായ രാഷ്ട്രീയം വിളിച്ചുപറയുന്ന കവിതകളിലൂടെയും ഇന്ത്യൻ സാഹിത്യലോകത്ത് ഒരു വലിയ ആരാധകവൃന്ദത്തെ നേടിയെടുത്ത അതുല്യപ്രതിഭ ഒടുവിൽ മരണത്തിന് കീഴടങ്ങുകയായിരുന്നു.

മതത്തിന്റെ പേരിൽ സമൂഹത്തെ വിഭജിക്കുന്ന ഇന്ത്യൻ ഭരണകൂടത്തെ പ്രതിസ്ഥാനത്തു നിർത്തി അദ്ദേഹം എഴുതിയ വരികൾ ഇങ്ങനെയായിരുന്നു.

Sabhi ka khoon hai shaamil,
Yahaan ki mitti mai...
Kisi ke baap ka
Hindustaan
Thodi hai...
(every body's blood mingles in the soil here:
Hindustan does not belong solely to any one)

കോവിഡ് മഹാമാരിയിൽ മരണപ്പെട്ട കവി ഈ വരികളിലൂടെ ഇപ്പോഴും ജീവിച്ചുകൊണ്ടിരിക്കുകയാണ്. റാഹത്ത് ഇന്ദോരിയുടെ ശവശരീരം ഖബർ സ്ഥാനത്തേക്ക് കൊണ്ടുപോകുമ്പോൾ മാസ്ക്ധാരികളായ ധാരാളം ജനങ്ങൾ വിലാപജാഥയായി അനുഗമിച്ചു. സാഹിത്യലോകത്ത് മനോഹരമായ കവിതാപ്രപഞ്ചം സമ്മാനിച്ച കവിയുടെ ചേതനയറ്റ ശരീരം ഒരു നോക്കുകാണാനോ സ്പർശിക്കാനോ കഴിയാതെ കോവിഡ് വൈറസ് മനുഷ്യരെ മാറ്റിനിർത്തി. ഒരിക്കൽപ്പോലും ഇങ്ങനെ ഒരു മരണത്തെ കവി സ്വപ്നത്തിൽ പോലും കണ്ടിരുന്നില്ല. അനിശ്ചിതത്വം നിറഞ്ഞ ജീവിതത്തിൽ മരണം മാത്രമാണ് യാഥാർത്ഥ്യമായി നില്ക്കുന്നത്. റാഹത്ത് ഇന്ദോരി കോവിഡ് കാലത്തും ചിന്തിച്ചു എഴുതിയ വരികൾ ഇങ്ങനെയാണ്.

"ജീവിതത്തെയും മരണത്തെയുംകുറിച്ച് മാത്രമേ ഈ സാഹചര്യത്തിൽ ഏതൊരാൾക്കും എഴുതാൻ കഴിയൂ"

കാലങ്ങളായി ഉണ്ടാക്കിവെച്ച മരണമെന്ന സങ്കല്പത്തെ തന്നെ തിരുത്തിയെഴുതിയാണ് പകർച്ചവ്യാധി പുതിയ മരണാവബോധം രേഖപ്പെടുത്തിയത്. ബന്ധങ്ങളും ബന്ധനങ്ങളും പൂർണ്ണമായി നിരാകരിക്കപ്പെട്ട്, ഒരു നോക്കുകാണാൻപോലും കഴിയാതെ മനുഷ്യസ്പർശം ഏല്ക്കാതെ കോവിഡ് ബാധിച്ച ശരീരം സംസ്കരിക്കപ്പെടുന്നു. വാക്സിനും സാമൂഹിക അവബോധവും ചെറുതായെങ്കിലും കോവിഡ് മനസ്സിൽ ഉണ്ടാക്കിയ മരണഭീതി കുറച്ചിട്ടുണ്ട്. എങ്കിലും, മരണം എന്ന വാക്കിനെ രോഗവുമായി ബന്ധപ്പെടുത്തുമ്പോഴുണ്ടാവുന്ന പരിഭ്രമവും ഭയവും മുമ്പെങ്ങുമുണ്ടായിട്ടില്ലാത്ത വിധം വളർന്നിട്ടുണ്ടിപ്പോൾ.

ജീവിച്ചിരുന്ന ഏതൊരു സാധാരണ വ്യക്തിയും മരണത്തിനുശേഷം അയാൾക്ക് ചുറ്റും ജീവിച്ചിരുന്ന സമൂഹത്തിന്റെ ഓർമ്മകളിൽ ജീവിക്കുന്നുണ്ട്. എഴുത്തുകാരും ചിന്തകരും സാമൂഹിക പ്രവർത്തകരും ലോകത്തിനുമുന്നിൽ സമർപ്പിച്ച ഭാവനാപ്രപഞ്ചത്തിലൂടെയും ഗ്രന്ഥങ്ങളിലൂടെയും ദാർശനിക ചിന്തകളിലൂടെയും പില്ക്കാല ചരിത്രത്തിൽ നിറഞ്ഞു നില്ക്കുന്നു. ഒരുപക്ഷേ, അവർ മരണത്തിന് കീഴ്പെട്ടിരുന്നില്ലെങ്കിൽ എന്ന് വെറുതെ ചിന്തിച്ചുപോകും.

സത്യത്തിൽ ഏതൊരു മനുഷ്യന്റേതുപോലെയുള്ള മരണമായിരിക്കാം അവരുടേതും, ചിലപ്പോൾ അസാധാരണവുമായിരുന്നിരിക്കാം. പക്ഷേ, അവരുടേത് എങ്ങനെയുള്ള മരണമായിരിക്കാം. മരണഭയം ഉണ്ടായിരുന്നോ, മരണവെപ്രാളം കാണിച്ചിരുന്നോ എന്നൊക്കെയുള്ള നമ്മുടെ ജിജ്ഞാസകൾ ജീവിതത്തിലേക്കുള്ള വായനയാണ് തുറന്നിടുന്നത്. ചിലപ്പോൾ അവരുടെ എഴുത്തിന്റെ പുനർവായനയുമായേക്കുമത്.

വിശ്വസാഹിത്യത്തിൽ മഹാമാരി പടർന്നുപിടിച്ചു മരണത്തെ ദുഃസ്വപ്നം കാണുന്ന നിരാശാഭരിതമായ സമൂഹത്തെ അവതരിപ്പിച്ച ഡിസ്റ്റോപ്പിയൻ എഴുത്തുകളും അപ്പോകലിപ്റ്റിക് ഫിക്ഷനുകളും കാലങ്ങൾക്ക് മുന്നേ മനുഷ്യന്റെ ആസന്നമരണ ചിന്തകളെയും, മരണഭീതിയെയും അഗാധമായിത്തന്നെ സ്പർശിച്ചിട്ടുണ്ട്. മേരി ഷെല്ലിയുടെ നോവലായ *The Last Man* എന്ന സയൻസ് ഫിക്ഷൻ കൃതിയും അൽബേർട്ട് കാമുവിന്റെ 1947 ൽ പ്രസിദ്ധീകരിച്ച *പ്ലേഗ്* എന്ന നോവലും ഇതിന്റെ പ്രത്യക്ഷ ഉദാഹരണങ്ങളാണ്. ഇനി പഴയതുപോലെ ഒരു ജീവിതമുണ്ടാവുമോ എന്ന് നിരാശപ്പെട്ട തീക്ഷ്ണമായ മനുഷ്യാകുലത ഗാഢമായിത്തന്നെ ഇവിടെയൊക്കെ ആചരിക്കപ്പെട്ടു. അങ്ങനെ മരണത്തെ ഭയന്നും ആശങ്കപ്പെട്ടും ജീവിച്ചിരുന്നവരുടെ കൂട്ടത്തിൽ എഴുത്തുകാരും ഉണ്ടായിരുന്നു.

2020 ന് മുൻപും ലോകത്തെ പലതരത്തിലുള്ള മഹാമാരികൾ ആക്രമിച്ചിരുന്നു. ധാരാളം മനുഷ്യർ മരണപ്പെട്ടിരുന്നു. അതിൽ പ്രസിദ്ധരായ എഴുത്തുകാരും ഉൾപ്പെട്ടിരുന്നു. ജീവിതങ്ങൾ പകർന്നാടിയ മഹത്തായ

എഴുത്തിനെയും എഴുത്തുകാരെയും ആരാധിക്കുമ്പോൾ പലരുടെയും ജീവിതവും മരണവും പലപ്പോഴും നമുക്ക് അജ്ഞാതമാണ്. ലോകം മുഴുവനും കീഴടക്കിയ പുതിയ മഹാമാരി മനുഷ്യകുലത്തെ ഉന്മൂലനം ചെയ്യാൻ ശ്രമിക്കുമ്പോൾ മനുഷ്യന് മുന്നിൽ മരണം തൂങ്ങിക്കിടക്കുമ്പോൾ മരണത്തെക്കുറിച്ചുള്ള എഴുത്തുകളും പുസ്തകങ്ങളും വായിക്കുന്നത് കോവിഡിനു മുമ്പുള്ള വായനകൾപോലെ നർമ്മം ആവുന്നില്ല. മരവിപ്പും ഭീതിയും ഒപ്പം കൂടുന്ന അനുഭവമായി മാറുന്നുണ്ട് അതിൽ പലതും.

നിന്റെ ശ്വാസത്തിലെ തേൻ ഊറ്റിക്കുടിച്ച മരണം

പാൻഡെമിക് സിറ്റുവേഷനിലെ മരണത്തെക്കുറിച്ചോർക്കുമ്പോൾ ആദ്യം മനസ്സിലെത്തുക റോമിയോ ആൻഡ് ജൂലിയറ്റിൽ 'Death, that hath sucked the honey of thy breath' എന്നെഴുതിയ വില്യം ഷേക്സ്പിയറിന്റേതാണ്. അജ്ഞാതമായ മരണം (unknown death) എന്നാണ് ഷേക്സ്പിയറിന്റെ മരണത്തെക്കുറിച്ചു എവിടെയും സൂചിപ്പിക്കപ്പെട്ടിരിക്കുന്നത്. ഏതൊരു വ്യക്തിയുടെ മരണത്തിന് പിന്നിലും കാരണങ്ങൾ ഉണ്ടാകും. അത് പ്രായമാകാം, രോഗമാകാം, ഏറ്റുമുട്ടലുകളാവാം, കൊലപാതകമോ സ്വയം ഹത്യയോ ആവാം. കാരണങ്ങൾ ഇല്ലാതെ മരണം എത്തുന്നില്ല. എന്നാൽ ഷേക്സ്പിയർ അദ്ദേഹത്തിന്റെ 53–ാം വയസ്സിൽ കാരണങ്ങളില്ലാതെ മരണത്തിലേക്ക് പ്രവേശിച്ചു എന്നാണ് എഴുതപ്പെട്ടിരിക്കുന്നത്. മരിക്കുന്നതിനുമുൻപ് അദ്ദേഹത്തിന്റെ ശാരീരിക അവസ്ഥ എന്തായിരുന്നു? മരണഭയം ഉണ്ടായിരുന്നോ? മരണകാരണം എന്താണ്? മരണത്തിന് മുന്നേ അദ്ദേഹത്തിന്റെ മനോനില എന്തായിരുന്നു? മരണത്തെക്കുറിച്ചുള്ള അദ്ദേഹത്തിന്റെ കൃതികളിൽ സൂചനകൾ ഉണ്ടായിരുന്നോവെന്നുള്ള ഉത്തരമില്ലാത്ത സമസ്യകൾ ഷേക്സ്പിയറിന്റെ മരണം മുന്നോട്ടുവെക്കുന്നുണ്ട്.

ഷേക്സ്പിയർ അദ്ദേഹത്തിന്റെ എഴുത്ത് പെട്ടെന്ന് നിർത്തിയത് ദുരൂഹത ഉണർത്തിയിരുന്നു. ഹാരോൾഡ് ബ്ലൂം അതിനെക്കുറിച്ച് ഇങ്ങനെ എഴുതി: 'The real mystery of Shakespeare, a thousand times more mysterious than any matter of the will, is why is it that unlike Dante, Cervantes, Chaucer, Tolstoy whomever you wish - he makes what seems a voluntary choices to stop writing.' ഷേക്സ്പിയറിന്റെ മരണം പോലെ ദുരൂഹത നിറഞ്ഞ മറ്റൊരു ചോദ്യമായിരുന്നു എന്തുകൊണ്ടാണ് ഷേക്സ്പിയറിന്റെ മരണം നിശ്ശബ്ദമാക്കപ്പെട്ടത് എന്നത്. എലിസബത്തിന്റെ കാലഘട്ടത്തിൽ ഇംഗ്ലണ്ടിന്റെ സാമൂഹിക സാംസ്കാരിക സാഹിത്യ രംഗത്ത് തന്റേതായ ഇടം നേടിയെടുത്ത പല പ്രമുഖരുടെയും മരണശേഷം അവരുടെ ശവശരീരം ആയിരങ്ങളുടെ അക

മ്പടിയോടെ വിലാപയാത്ര നടത്തി ഔദ്യോഗിക ബഹുമതിയോടെ ശവസംസ്കാരം നടത്തിയിട്ടും ഇംഗ്ലീഷ് സാഹിത്യത്തിൽ ലോക ക്ലാസിക്കുകൾ സമ്മാനിച്ച, ഇംഗ്ലണ്ടിന്റെ പ്രശസ്തി ലോകസാഹിത്യ ചരിത്രത്തിന്റെ മുകളിലിപ്പോഴും നിലനിർത്തുന്ന ഷേക്സ്പിയറിന്റെ മരണം എന്തുകൊണ്ട് മൗനമാക്കപ്പെട്ടു? അദ്ദേഹത്തിന്റെ മൃതദേഹം വഹിച്ചുകൊണ്ടുള്ള വിലാപയാത്ര എന്തുകൊണ്ട് നടന്നില്ല എന്നീ പ്രസക്തമായ ചോദ്യങ്ങളാണ് കാലം അവശേഷിപ്പിച്ചത്.

ഷേക്സ്പിയറിന്റെ കാലത്ത് ഇംഗ്ലണ്ട് ഭരിച്ചിരുന്ന ജെയിംസ് രാജാവിനും പുത്രനും ഷേക്സ്പിയറിന്റെ നാടകത്തോട് പ്രതിപത്തി ഇല്ലായിരുന്നു. മാത്രവുമല്ല അദ്ദേഹത്തിന്റെ പ്രതിഭയിൽ വിശ്വാസവും ഇല്ലാത്തതിനാൽ നാടകത്തിനോടും കലാപ്രവർത്തനത്തിനോടും ആദരവ് പുലർത്തിയിരുന്നില്ല. ഭരണകൂടത്തിന് ഷേക്സ്പിയറിനോടുള്ള താല്പര്യമില്ലായ്മയുടെ അനുരണനങ്ങൾ ആവാം ഷേക്സ്പിയറിന്റെ മരണം അപ്രസക്തമാക്കപ്പെട്ടതിനു പിന്നിലെ കാരണം.

ഷേക്സ്പിയർ മദ്ധ്യവയസ്സ് പിന്നിടുന്നതിന് മുൻപുതന്നെ അത്യാവശ്യം പണവും പ്രശസ്തിയും നേടിയിരുന്നു. അദ്ദേഹത്തിന്റെ വിജയത്തിന് കുറച്ചെങ്കിലും പരിക്കേറ്റത് പുത്രനായ ഹാംലെറ്റിന്റെ മരണത്തോടെയാണ്. കാരണം മകന്റെ മരണം അത്രയേറെ ഷേക്സ്പിയറിനെ മാനസികമായി തളർത്തിയിരുന്നു. രതിജന്യമായ രോഗപീഡകൾ ഷേക്സ്പിയറിനുണ്ടെന്ന് ചില ഗവേഷകർ അഭിപ്രായപ്പെട്ടിട്ടുണ്ട്. അദ്ദേഹത്തിന്റെ സമകാലീനരായിരുന്ന പല എഴുത്തുകാരെക്കാളും സിഫിലിസ് രോഗത്തിന്റെ തീവ്രത ഷേക്സ്പിയറിൽ കണ്ടെത്തിയിരുന്നു. ഇത് ഷേക്സ്പിയറിൽ കടുത്ത അപകർഷതാബോധമുണ്ടാക്കി. ചിലപ്പോഴൊക്കെ അദ്ദേഹം രോഗത്തെക്കുറിച്ചു നാടകങ്ങളിൽ പരാമർശിച്ചിരുന്നു. അതിന് തെളിവായി ഡി എച്ച് ലോറൻസ് ഇങ്ങനെ പറഞ്ഞിരുന്നു: "ഞാൻ മനസ്സിലാക്കുന്നത് അദ്ദേഹത്തിന്റെ ട്രാജഡികളിൽ ഭയവും നിരാശയും നിഴലിക്കുന്നത് സിഫിലിസ് രോഗമുണ്ടെന്നുള്ള ബോധമുണ്ടാക്കുന്ന ഞെട്ടൽകൊണ്ടാണ്."

അതേസമയം ഷേക്സ്പിയറിന്റെ സമകാലികനായ നാടകകൃത്തായ ക്രിസ്റ്റഫർ മാർലോ സിഫിലിസിനെക്കുറിച്ചും പകർച്ചവ്യാധിയായ ലൈംഗികരോഗങ്ങളെക്കുറിച്ചും തന്റെ നാടകത്തിൽ പരസ്യമായിട്ടാണ് പ്രതിപാദിച്ചിരിക്കുന്നത്. ഷേക്സ്പിയറിന്റെ നാടകങ്ങളിൽ രോഗങ്ങളെക്കുറിച്ച് ചുരുങ്ങിയ വരികളിലെ സൂചിപ്പിച്ചിരുന്നുള്ളൂ. *Merchant of Venice* എന്ന നാടകത്തിൽ ഏതാണ്ട് മൂന്ന് വരി. പിന്നീടുള്ള ഇരുപത് നാടകങ്ങളിൽ ശരാശരി രണ്ടിൽ താഴെയുള്ള വരികളിലാണ് അത്തരം പരാമർശങ്ങൾ. നാടകങ്ങളിൽ STD യെക്കുറിച്ച് കൂടുതൽ പറഞ്ഞാൽ തനിക്കും അത്തരത്തിലുള്ള രോഗമുണ്ടെന്ന് പ്രേക്ഷകർ തെറ്റിദ്ധരിച്ചാലോ എന്നൊരു ഭയമുണ്ടായിരുന്നു ഷേക്സ്പിയറിന്.

ഷേക്സ്പിയർ മദ്ധ്യവയസ്സിൽ എത്തുന്ന സമയത്ത് അതായത് എലിസബത്തീൻ കാലഘട്ടത്തിന്റെ അവസാനത്തിൽ അന്നത്തെ സമൂഹത്തിൽ രതിജന്യരോഗങ്ങൾ പടർന്നുപിടിച്ചിരുന്നു. തന്റെ ഭാര്യ ഹാനിഹത്താവേയുമായുള്ള ദാമ്പത്യജീവിതം വളരെ കുറഞ്ഞ കാലം മാത്രമായിരുന്നു. മാത്രവുമല്ല മാനസികമായും ശാരീരികമായും അവർ തമ്മിലുള്ള അകല്ച്ച ലൈംഗിക ജീവിതത്തിൽ വിള്ളൽ വീഴ്ത്തിയിരുന്നു. എന്തുകൊണ്ടോ ദാമ്പത്യജീവിതത്തിന്റെ സൗന്ദര്യം ചോർന്നു പോയതിനാൽ ലൈംഗിക ജീവിതത്തിനുവേണ്ടി ഷേക്സ്പിയർ പുതിയ മേച്ചിൽപ്പുറങ്ങൾ തേടി പോകുമായിരുന്നു. പിന്നീട് അത്തരം സംവിധാനം ജീവിതത്തിന്റെ ഒഴിച്ചുകൂടാനാകാത്ത ഭാഗമായി മാറുകയായിരുന്നു. അദ്ദേഹത്തിന്റെ ജീവചരിത്രകാരന്മാരുടെ അഭിപ്രായത്തിൽ ഷേക്സ്പിയറിന് രോഗം പിടിപെടാനുള്ള കാരണം ഇങ്ങനെയാണ്.

ലൈംഗികതയോടുള്ള അമിതമായ ആസക്തി അദ്ദേഹത്തിനെ ബ്രോത്തലിലേക്ക് എത്തിച്ചു. ഭാവനയിൽ സൃഷ്ടിച്ചെടുക്കുന്ന സെക്ഷ്വൽ ഫാന്റസി പ്രായോഗികമാക്കുക എന്നൊരു ലക്ഷ്യമായിരുന്നു പിന്നിൽ. അങ്ങനെയൊരു ജീവിതത്തിൽ അഭിരമിച്ച ഒരു സമയമുണ്ട് ഷേക്സ്പിയറിന്. എറിക് പാട്രിഡ്ജ് പറയുന്നത് ഷേക്സ്പിയറിന്റെ സെക്ഷ്വൽ ഫ്രസ്ട്രേഷൻ അദ്ദേഹത്തിന്റെ സോനെറ്റുകൾ പരിശോധിച്ചാൽ കാണാൻ കഴിയും എന്നാണ്. സിഫിലിസ് എന്ന പേര് തന്നെ ഇംഗ്ലണ്ടിൽ പത്തൊമ്പതാം നൂറ്റാണ്ടുവരെ ഉപയോഗിച്ചിരുന്നില്ല. ഷേക്സ്പിയർ ഈ രോഗത്തിനെ the pox, the malady of France, infinite malady, the hour leprosy എന്നാണ് വിളിച്ചിരുന്നത്. *Trouilus and Cressida* എന്ന രചനയിൽ incurable bone ache എന്നാണ് പരാമർശം.

സിഫിലിസ് കൊണ്ടുള്ള മരണം എലിസബത്തീൻ ഇംഗ്ലണ്ടിൽ സർവ്വസാധാരണയായിരുന്നു. ഷേക്സ്പിയറിന്റെ കാലത്ത് ഈ രോഗത്തിനെ പ്രതിരോധിക്കാൻ ആന്റിബയോട്ടിക്കുകൾ ലഭ്യമായിരുന്നില്ല. മൂർച്ഛിക്കുമ്പോൾ ഈ രോഗം ഏത് അവയവത്തെയും ബാധിക്കുന്ന ഒരു അവസ്ഥയിലേക്ക് എത്തുകയും കാർഡിയോ വാസ്കുലാർ സിസ്റ്റത്തെയും സെൻട്രൽ നെർവസ് സിസ്റ്റത്തെയും ബാധിക്കുകയും പിന്നീട് അത് പക്ഷാഘാതത്തിലേക്കും ഡിമെൻഷ്യയിലേക്കും സ്പൈനൽ കോഡിന് ക്ഷതം വരുത്തുന്ന അവസ്ഥയിലേക്കും എത്തുകയും ചെയ്യുന്നു. എലിസബത്തീൻ കാലഘട്ടത്തിലെ വൈദ്യശാസ്ത്രജ്ഞർ സിഫിലിസ് രോഗത്തിനുള്ള ചികിത്സയ്ക്കായി നിർദ്ദേശിച്ചത് മെർക്കുറി ട്രീറ്റ്മെന്റ് ആയിരുന്നു. ആ ചികിത്സയ്ക്കാണ് രോഗികളിൽ കൂടുതൽ ഫലം കണ്ടത്. കാലങ്ങളോളം മെർക്കുറി ട്രീറ്റ്മെന്റ് ആയിരുന്നു സിഫിലിസ് രോഗികൾക്കുള്ള ചികിത്സ. പക്ഷേ, അതിന് അതിഭയങ്കരമായ പ്രത്യാഘാതങ്ങളും ഉണ്ടായിരുന്നു.

സിഫിലിസിനുപുറമെ ഗൊണേറിയ എന്ന ഗുഹ്യരോഗവും ഷേക്സ്പിയറിനെ അലട്ടിയിരുന്നു. മാനസികമായി തളർന്നുപോയ ഒരവസ്ഥയിലായിരുന്നു ഷേക്സ്പിയർ. എല്ലാ രോഗികളെയുംപോലെ ഷേക്സ്പിയറും മെർക്കുറി ട്രീറ്റ്മെന്റിന്റെ പ്രത്യാഘാതങ്ങൾ അനുഭവിച്ചിരുന്നു. രോഗവും ചികിത്സയും സൃഷ്ടിച്ച മൂഡ് സ്വിങ്ങും, വിഷാദരോഗവും, ബൈപോളാർ ഡിസ്ഓർഡറും അദ്ദേഹത്തിന്റെ വ്യക്തിത്വത്തെ ബാധിച്ചു. പലപ്പോഴും ഷേക്സ്പിയറിന്റെ അസാധാരണമായ പെരുമാറ്റം എല്ലാവരെയും ഭയപ്പെടുത്തി. അന്ന് 85% സിഫിലിസ് രോഗികളും മനോരോഗങ്ങൾ അനുഭവിച്ചിരുന്നു. അമിതമായ ദേഷ്യം, വിഷാദരോഗം, ലൈംഗികത അനുഭവിക്കാതെ പോകുന്നതിനുള്ള നിരാശ എന്നിവയും ഇത്തരം രോഗികളെ അലട്ടിയിരുന്നു. ഇതിനുപുറമെ സ്വവർഗ്ഗരതിയും വിവാഹേതര ബന്ധങ്ങളും ലൈംഗികത പാപമാണെന്ന ബോധവും കുറ്റബോധവും ഇത്തരം രോഗികളെ സാമൂഹികമായും ഒറ്റപ്പെടുത്തി.

എഴുത്തിൽ പുലർത്തിപ്പോന്ന സകല ആത്മവിശ്വാസവും രോഗബാധിതനായ ഷേക്സ്പിയറിന് അവസാനകാലത്ത് നഷ്ടപ്പെടുന്നതായി വേണം മനസ്സിലാക്കാൻ. അതീവ സങ്കടകരമാണ് ഷേക്സ്പിയറിന്റെ അവസാന കാലം എന്ന് പിന്നീട് ഗവേഷണങ്ങൾ കണ്ടെത്തിയിട്ടുണ്ട്. അദ്ദേഹം സദാസമയം ആൽക്കഹോളിനും അസുഖത്തിനും വിഷാദരോഗത്തിനും അടിമപ്പെട്ട് സ്വയം ഇല്ലാതായി. അമിതമായ ആൽക്കഹോളിന്റെ ഉപയോഗം തലച്ചോറിലെ സെറിബെല്ലത്തിനെ നശിപ്പിച്ചു. അവസാനമാകുമ്പോഴേക്കും സുഹൃത്തുക്കളിൽനിന്നും സാമൂഹിക ജീവിതത്തിൽനിന്നും പൂർണ്ണമായി വിടവാങ്ങി. സിഫിലിസ് രോഗം ഭേദമാവാനുള്ള മെർക്കുറി ചികിത്സ ഷേക്സ്പിയറിന്റെ വ്യക്തിത്വംതന്നെ മാറ്റിമറിച്ചു. അദ്ദേഹം എല്ലാത്തിനെയും ഭയപ്പെട്ടു. ധൈര്യപൂർവ്വം സമൂഹത്തിലെ വൈരുദ്ധ്യ ആഭാസങ്ങളെ പരിഹസിച്ചു കൃതികൾ രചിച്ച ഷേക്സ്പിയറിന് ഭീരുത്വം കൈമുതലായി. ആളുകളെ അഭിമുഖീകരിക്കാൻ നാണക്കേട് വന്നു. ഒരു കാലത്ത് ഷേക്സ്പിയർ എന്തായിരുന്നോ അതിന് നേർവിപരീതം എന്നപോലെയായിരുന്നു പിന്നീടുള്ള അദ്ദേഹത്തിന്റെ പെരുമാറ്റം.

(മെർക്കുറിയുടെ അംശം മനുഷ്യശരീരത്തിൽ എന്തെല്ലാം പ്രത്യാഘാതങ്ങൾ ഉണ്ടാക്കും എന്നുള്ളതിന്റെ തെളിവാണ് ഫിസിസിസ്റ്റായ ഐസക് ന്യൂട്ടന്റെ ദാരുണമായ അന്ത്യം. ഷേക്സ്പിയറിനെപ്പോലെ ന്യൂട്ടനും സമൂഹത്തിൽനിന്നും ഉൾവലിഞ്ഞു. അൻപതാമത്തെ വയസ്സിൽ അദ്ദേഹം ഭ്രാന്തിന്റെ ലക്ഷണങ്ങൾ പ്രകടിപ്പിച്ചുതുടങ്ങി. അതിന് കാരണം ന്യൂട്ടൻ തന്റെ ശാസ്ത്രകണ്ടെത്തലുകൾക്കുവേണ്ടി കൂടുതൽ സമയം ലബോറട്ടറിയിൽ ചെലവാക്കിയിരുന്നു. ലബോറട്ടറിയിൽ നടത്തുന്ന പരീക്ഷണങ്ങൾക്ക് ഉപയോഗിക്കുന്ന മെർക്കുറിയുമായുള്ള

സമ്പർക്കം ന്യൂട്ടന് പല തരത്തിലുള്ള ആരോഗ്യപ്രശ്നമുണ്ടാക്കിയിരുന്നു. ചാരനിറമുള്ള മുടി പെട്ടെന്ന് വെള്ളിനിറമായി. അദ്ദേഹത്തിന്റെ മുടി മാത്രം പരിശോധിച്ചപ്പോൾ ഒരൊറ്റ മുടിയിൽ 197 parts per million എന്ന നിലയ്ക്കാണ് മെർക്കുറിയുടെ അംശം കണ്ടെത്തിയത്. ഒരു എക്സെന്റ്റിക് പേഴ്സൺ ആവാൻ അത് ധാരാളമായിരുന്നു).

ഷേക്സ്പിയറിന്റെ മരണകാരണം നേരിട്ട് സിഫിലിസും മെർക്കുറി ട്രീറ്റ്മെന്റുമല്ല എന്ന് പറയുന്നവരുമുണ്ടെങ്കിലും പുതിയ ഗവേഷണങ്ങളിലൂടെ എഴുതപ്പെട്ട ജീവിതരേഖകൾ പരിശോധിക്കുമ്പോൾ രോഗവും ചികിത്സയും കാരണങ്ങളാണെന്നുതന്നെ നമുക്ക് വായിച്ചെടുക്കാൻ കഴിയും. അവസാനമാകുമ്പോഴേക്കും അദ്ദേഹത്തിന്റെ കൈയക്ഷരം പോലും വികൃതമായി. കൈകൾക്ക് വിറ അനുഭവപ്പെട്ടിരുന്നാൽ അക്ഷരങ്ങളൊക്കെ വികലമാകുകയായിരുന്നു. അതുകൊണ്ടുതന്നെ അദ്ദേഹത്തിന്റെ ആറ് ഒപ്പുകൾ ആധികാരികമായി അംഗീകരിച്ചിട്ടുണ്ട്. മൂന്ന് ഒപ്പുകൾ അവസാനത്തെ വിൽപ്പത്രത്തിലും അംഗീകരിക്കപ്പെട്ടു.

1616 ഏപ്രിൽ 23 ന് 53 ാമത്തെ പിറന്നാളിൽ അദ്ദേഹത്തിന്റെ സുഹൃത്തുക്കളായ ഡൈഡ്രേണും ബെൻ ജോൺസണും അടക്കമുള്ള മദ്യപാന സദസ്സിൽ വെച്ചാണ് ഷേക്സ്പിയർ മരണപ്പെടുന്നത്. പക്ഷേ, ചർച്ചിന്റെ റെക്കോർഡുകളിൽ ഏപ്രിൽ 25 നും മരണകാരണം അജ്ഞാതം എന്നുമാണ് രേഖപ്പെടുത്തിയത്. സിഫിലിസ് രോഗവും മെർക്കുറി ചികിത്സയും രോഗപ്രതിരോധ ശേഷി നഷ്ടപ്പെടുത്തുകയും ടൈഫോയ്ഡ് പനി എളുപ്പത്തിൽ പിടികൂടാൻ കാരണമാവുകയും ചെയ്തു. അതാണ് മരണത്തിലേക്ക് നയിക്കാൻ ഇടയാക്കിയതെന്നാണ് ബയോഗ്രാഫർമാരുടെയും വാദം.

ഹാംലറ്റ് പറഞ്ഞതുപോലെ to be or not to be എന്ന അവസ്ഥയിൽ തന്നെ ആയിരുന്നിരിക്കാം ഷേക്സ്പിയർ ഈ ലോകത്തോട് വിട പറഞ്ഞതും. ജീവിക്കണോ മരിക്കണോ എന്നൊക്കെയുള്ള വിരുദ്ധ ചിന്തകൾ ഷേക്സ്പിയറിന്റെ അന്ത്യനാളുകളിൽ നിറഞ്ഞു നിന്നിട്ടുണ്ടാവും എന്നുറപ്പ്. എന്നിരുന്നാലും സിഗ്മോണ്ട് ഫ്രോയിഡ് പറഞ്ഞപോലെ മറ്റുള്ളവരുടെ ഹൃദയത്തിൽ ജീവിക്കുക എന്നതാണ് അമരത്വം. കൃതികളിലൂടെയും കഥാപാത്രങ്ങളിലൂടെയും അരങ്ങുകളിലൂടെയും നിരവധി നൂതനമായ ആവിഷ്കാരങ്ങളിലൂടെയും അദ്ദേഹം ഇപ്പോഴും ജീവിക്കുന്നു.

ജീവിതത്തിന്റെ ലക്ഷ്യം തന്നെ മരണം!

മരണമാണ് എല്ലാ ജീവിതത്തിന്റെയും ലക്ഷ്യം, The goal of all life is death, എന്ന് പറഞ്ഞത് സിഗ്മോണ്ട് ഫ്രോയിഡ് ആണ്. 1920 ൽ ഇറങ്ങിയ *Beyond the Pleasure Principle* എന്ന വിവാദ പുസ്തകത്തിലാണ് മരണത്തോടുള്ള മൗനമായ അഭിവാഞ്ഛയെക്കുറിച്ചും

അതിന്റെ ഒരേ സമയം ജീവിപ്പിക്കാനും ഉന്മൂലം ചെയ്യാനുമുള്ള രഹസ്യമായ ആഗ്രഹത്തെക്കുറിച്ചും ചർച്ചചെയ്യുന്നത്. മനുഷ്യന് ഒരുതരത്തിലും സ്വാധീനിക്കാനോ നിയന്ത്രിക്കാനോ കഴിയാത്ത പ്രതിഭാസമായ മരണത്തെ തന്റെ ഇച്ഛയ്ക്കനുസരിച്ചു ഡിസൈൻ ചെയ്തെടുക്കാൻ ഫ്രോയിഡിന് കഴിഞ്ഞിട്ടുണ്ട്.

ക്ലാസിക്കൽ ഫ്രോയിഡിയൻ സൈക്കോ അനാലിറ്റിക് തിയറിയിൽ മനുഷ്യന് മരണത്തിനോടുള്ള പ്രതിപത്തിയെ പരാമർശിച്ചത് 'death drive' എന്ന വിശേഷണം കൊണ്ടാണ്. അതിനെ അദ്ദേഹം നിർവ്വചിച്ചത് ഇങ്ങനെയായിരുന്നു. Drive towards death and destruction often expressed through behaviors such as aggression, repetition, compulsion and self destructiveness. ഫ്രോയിഡിന്റെ അഭിപ്രായത്തിൽ death drive ഒരു വ്യക്തിയുടെ എല്ലാത്തരത്തിലുമുള്ള സർഗ്ഗാത്മക കഴിവുകളെയും നശിപ്പിക്കും.

മരണത്തെക്കുറിച്ച് ഇങ്ങനെയൊക്കെ ശക്തമായ മനസ്സ് രൂപപ്പെടുത്തിയിരുന്നുവെങ്കിലും ആസന്നമരണ ചിന്തകളിൽ നിന്ന് ഫ്രോയിഡും മുക്തനായിരുന്നില്ല. ഒരിക്കൽ തന്റെ സുഹൃത്തായ മേരി ബോണാപാർട്ടിന് ഇങ്ങനെ എഴുതി. 'My world is again what it was before a little island of pain floating in a sea of indifference.' ഇതെഴുതുന്ന ഫ്രോയിഡിന് ഒരാത്മവിശ്വാസക്കുറവ് അനുഭവപ്പെട്ടിരുന്നുവെന്ന് മനസ്സിലാക്കാം. സഹിക്കാൻ കഴിയാത്ത വേദനയിൽ നിന്നുമെഴുതിയ ഒരാത്മരോദനമായി ആ വരികളെ കണക്കാക്കാൻ കഴിയും. ഫ്രോയിഡ് കാലങ്ങളായി എങ്ങനെ മരിക്കാം എന്നുള്ള അന്വേഷണത്തിൽ ആയിരുന്നു. ചിന്തയിലും വീക്ഷണത്തിലും എന്ന പോലെ മരണത്തിലും അദ്ദേഹം സ്വയം തെരഞ്ഞെടുപ്പ് നടത്തി.

ചെറുപ്പകാലം മുതൽക്ക് ഫ്രോയിഡ് പുകവലിക്ക് അടിമയായിരുന്നു. ഇരുപതാമത്തെ വയസ്സിലാണ് ആദ്യമായി സിഗരറ്റ് വലിക്കാൻ തുടങ്ങുന്നത്. ലോക്കൽ ആയി കിട്ടുന്ന വളരെ വില കുറഞ്ഞ സിഗരറ്റിൽ തുടങ്ങി ഒരു ദിവസം ഇരുപതോളം സിഗരറ്റ് വരെ വലിക്കുന്ന അവസ്ഥയിലേക്ക്, ഒരു ചെയിൻ സ്മോക്കർ ആയിത്തന്നെ ഫ്രോയിഡ് അറിയപ്പെട്ടു. ഡോക്ടർമാരിൽനിന്നും സുഹൃത്തുക്കളിൽനിന്നും നിരവധി തവണ താക്കീതും ഉപദേശവും ഉണ്ടായിട്ടും ഫ്രോയിഡ് പുകവലി ഉപേക്ഷിച്ചിട്ടില്ല.

അദ്ദേഹത്തെ സംബന്ധിച്ചിടത്തോളം പുകവലി സർഗ്ഗാത്മക ശക്തിയെ ഉദ്ദീപിപ്പിക്കുന്ന ഒന്നാണ്. പക്ഷേ, ഇതിന് വലിയ വില തന്നെയാണ് ഫ്രോയിഡിന് കൊടുക്കേണ്ടിവന്നത്. വായയിൽ ക്യാൻസർ കാരണം കീഴ്ത്താടിയുടെ വലിയൊരു ഭാഗം റിമൂവ് ചെയ്തു. ക്യാൻസർ കണ്ടെത്തിയതുമുതൽ പതിനാറ് വർഷത്തിനുള്ളിൽ 33 സർജറികൾക്ക്

വിധേയനായിരുന്നെങ്കിലും ഫ്രോയിഡ് പുകവലി നിർത്തിയില്ല. എന്തോ ഒരു വാശിപോലെ അത് തുടരുകയായിരുന്നു.

വേദനകൊണ്ട് പുളയുമ്പോഴും അദ്ദേഹത്തിന്റെ കുടുംബവും സുഹൃത്തുക്കളും പെയിൻ കില്ലർ ഉപയോഗിക്കാൻ നിരന്തരം സമ്മർദ്ദം ചെലുത്തിയിട്ടും ആസ്പിരിനെക്കാളും ശക്തമായ ഒന്ന് ഉപയോഗിക്കാൻ വിസമ്മതം പ്രകടിപ്പിച്ചു. അതുകൊണ്ടുതന്നെ ഫ്രോയിഡിനെപ്പോലെ ഒരു രോഗിയെ ചികിത്സിക്കുക എന്നത് ഏറെ പ്രയാസകരമായ ഒന്നായിരുന്നുവെന്ന് ഡോക്ടർമാർ രേഖപ്പെടുത്തിയിട്ടുണ്ട്. "മരുന്നിനേക്കാൾ മാനസിക ചികിത്സയാണ് ഇപ്പോൾ ആവശ്യം. പക്ഷേ, വൃദ്ധനായ ഫ്രോയിഡിനോട് അഭിപ്രായപ്പെട്ടിട്ട് കാര്യമില്ല, കാരണം, അദ്ദേഹം മനസ്സിനെ അത്തരത്തിൽ വലിച്ചുനീട്ടിയിരുന്നു."

ഫ്രോയിഡിന്റെ വായയിലെ കോശങ്ങൾ നശിച്ചുകൊണ്ടിരുന്നതിനാൽ ദുർഗ്ഗന്ധം വമിച്ചുകൊണ്ടിരുന്നു. ഒരു ബുള്ളെറ്റ് കവിളിനുള്ളിലൂടെ തുളച്ചുകയറിയതുപോലെ ഒരു ദ്വാരം ഫ്രോയിഡിന്റെ കവിളിൽ ഉണ്ടായിരുന്നു. എപ്പോഴും കീടങ്ങളും പ്രാണികളും ഫ്രോയിഡിന് ചുറ്റും പാറി നടന്നു. ഈ കാരണംകൊണ്ട് ഫ്രോയിഡിന് എപ്പോഴും കൊതുകുവലയ്ക്കുള്ളിലേക്ക് വലിയേണ്ടിവന്നു.

ഫ്രോയിഡിന് നായ്ക്കളെ വലിയ ഇഷ്ടമായിരുന്നു. ജീവിതത്തിൽ എപ്പോഴും ഒരു നായ കൂട്ടിനുണ്ടായിരുന്നു. നായയെ എന്തുകൊണ്ട് താൻ ഇഷ്ടപ്പെടുന്നുവെന്ന് ചോദിച്ചാൽ അതിന് അനിശ്ചിതത്വം ഇല്ലാത്ത ഒരു അവസ്ഥയുണ്ട് എന്നാണ് അദ്ദേഹത്തിന്റെ കണ്ടെത്തൽ. ഒരു തരിപോലും വെറുപ്പില്ലാത്ത സ്നേഹമാണ്. മാത്രവുമല്ല, ഉറച്ച നിലപാടുമാണ് നായ എന്നാണ് ഫ്രോയിഡ് എപ്പോഴും പറയുക. ഫ്രോയിഡിന്റെ വളർത്തുനായ പഠിക്കുമ്പോഴും രോഗികളെ ചികിത്സിക്കുമ്പോഴും എഴുതുമ്പോഴും ജോലി ചെയ്യുമ്പോഴും ചിന്തിക്കുമ്പോഴും ജീവിതത്തിന്റെ വലിയ ഭാഗമായി എപ്പോഴും കൂടെ ഉണ്ടായിരുന്നു. പക്ഷേ, ഫ്രോയിഡിന്റെ അവസാനമാകുമ്പോഴേക്ക് നായ ഫ്രോയിഡിനെ വിട്ട് പോയിരുന്നു. ആ വേർപിരിയലിനെ ഫ്രോയിഡ് കണ്ടത് ജീവിവർഗ്ഗത്തിന്റെ തിരസ്കാരമായിട്ടാണ്. നായ ഫ്രോയിഡിനെ തിരസ്കരിച്ച ആ നിമിഷം മരണം തന്റെ മുറിയിലുണ്ടെന്ന് ഫ്രോയിഡ് തിരിച്ചറിയുകയായിരുന്നു. മരണത്തിന്റെ ദുർഗ്ഗന്ധം അവിടമാകെ പരന്നിരുന്നു എന്ന വലിയ ഒരറിവ് കാണിച്ചുകൊടുത്തത് തന്റെ നായ ആയിരുന്നു എന്ന് ഫ്രോയിഡ് എഴുതി.

എങ്ങനെ മരിക്കണം എന്നതിനെക്കുറിച്ച് ഫ്രോയിഡ് ഗാഢമായി ചിന്തിച്ചിരുന്നു. ഒരിക്കൽ അദ്ദേഹം ഇങ്ങനെ എഴുതി:

നിങ്ങൾക്ക് പ്രതീക്ഷിക്കാവുന്നതിലും അപ്പുറമാണ് എന്റെ രോഗത്തിന്റെ കാഠിന്യം. അതുകൊണ്ട് എന്റെ ഓപ്പറേഷനെക്കുറിച്ചും രോഗത്തെക്കുറിച്ചും ഒന്നും പറയാനില്ല. ഞാൻ ഈ രോഗത്തിനെ വലിയ പ്രയാ

സമായി കാണുന്നില്ല. ചിലപ്പോൾ ആധുനിക വൈദ്യശാസ്ത്രപ്രകാരം പൊരുതാൻ കഴിഞ്ഞേക്കാം. പക്ഷേ, ബെർണാഡ്ഷായുടെ താക്കീത് നമ്മൾ ഓർക്കണം. 'don't try to live forever, you will not succeed'

ഫ്രോയിഡിന്റെ മാനസികാവസ്ഥയെ പിടിച്ചുകുലുക്കിയ മറ്റൊരു സന്ദർഭം അദ്ദേഹത്തിന്റെ മകളുടെ മരണമാണ്. 1920 ലാണ് അദ്ദേഹത്തിന്റെ മകൾ സോഫിയ ഇൻഫ്ളുവൻസ പിടിപെട്ട് മരണത്തിന് കീഴടങ്ങിയത്. മകളുടെ മരണത്തെക്കുറിച്ച് ഫ്രോയിഡിന്റെ വാക്കുകൾ ഇങ്ങനെയായിരുന്നു. "ഞങ്ങൾക്കറിയാം മരണം ഞങ്ങളുടെ ജീവിതത്തോടൊപ്പമുണ്ട് എന്ന്. അത് ഒരു ഒഴിച്ചുകൂടാനാവാത്ത ഘടകമാണ്. ആവശ്യമുള്ളപ്പോൾ എപ്പോ വേണമെങ്കിലും കടന്നുവരും എന്നതാണ് മരണത്തിന്റെ പ്രത്യേകത." മരണഭയത്തെക്കുറിച്ച് അദ്ദേഹം പരാമർശിച്ചത് death deleria എന്നാണ്. ഫ്രോയിഡ് മരണത്തിൽ ആദ്യമേ ആകൃഷ്ടനായിരുന്നു എന്നാണ് ഫ്രോയിഡിന്റെ ബയോഗ്രാഫർ ഏണെസ്റ്റ് ജോൺ പറയുന്നത്. ഫ്രോയിഡ് ഒരിക്കലും മരണത്തെ ഭയപ്പെട്ടിരുന്നില്ല, ആവലാതിപ്പെട്ടിരുന്നില്ല. താൻ മരണത്തെ സ്വീകരിച്ചു കഴിഞ്ഞെന്ന് ശിഷ്യന്മാരോട് ശക്തമായി വാദിച്ചുകൊണ്ടേയിരുന്നു.

1923 ലെ ഒരു ശരത് കാലത്താണ് ഫ്രോയിഡിൽ ലൂക്കോപ്ലാക്കിയ എന്ന രോഗം കണ്ടെത്തിയത്. ആദ്യമൊക്കെ ഡോക്ടർമാർ രോഗം ഫ്രോയിഡിൽനിന്നും മറച്ചുവെച്ചിരുന്നു. എക്സ്റേ എടുക്കുമ്പോഴും റേഡിയേഷൻ ചികിത്സയും ഫ്രോയിഡിൽ സംശയം ഉണർത്തി. ഡോക്ടർ ഒരു സാധാരണ രോഗിയോടെന്നപോലെ ഫ്രോയിഡിനോട് പെരുമാറി. പക്ഷേ, ഈ രോഗം ഫ്രോയിഡിന്റെ മകൾ അന്നയുമായുള്ള ബന്ധത്തെ ശക്തമാക്കി. അച്ഛനും മകളും തമ്മിലുള്ള വൈകാരിക ബന്ധത്തെ ഊട്ടിയുറപ്പിച്ചു.

അന്ന തന്റെ ലെസ്ബിയൻ സുഹൃത്തായ ലൂ ആൻഡ്രിയ സലോമിക്ക് എഴുതിയത് എന്റെ അച്ഛനെ ഈയൊരു സാഹചര്യത്തിൽനിന്നും ഞാൻ ഒരിക്കലും ഉപേക്ഷിച്ചു പോരില്ല എന്നാണ്. ഫ്രോയിഡും പുകവലിയും തമ്മിലുള്ള ബന്ധം പോലെയായിരുന്നു അച്ഛനും മകളും തമ്മിലുള്ള ബന്ധം.

രോഗം സ്ഥിരീകരിച്ചതിന് ആറ് വർഷങ്ങൾക്കുശേഷം ജീവിതത്തിലെ സുപ്രധാനവും അസാധാരണവുമായ ഒരു തീരുമാനത്തിലേക്ക് ഫ്രോയിഡ് എത്തുകയായിരുന്നു. അപ്പോഴേക്കും ഫ്രോയിഡും മരണവും തമ്മിൽ വ്യക്തിപരമായ ബന്ധം സ്ഥാപിക്കപ്പെട്ടതായി കാണാം. ഒരു ദിവസം ഫ്രോയിഡ് തന്റെ കുടുംബ ഡോക്ടർ ആയ മാക്സ്ഷർനെ വിളിച്ചുവരുത്തുകയും സമയം ആകുമ്പോൾ തന്നെ മരിക്കാൻ സഹായിക്കണം എന്ന് ആവശ്യപ്പെടുകയും ചെയ്തു. മാത്രവുമല്ല ഈ സമയത്തിൽ പൂർണ്ണമായും സത്യസന്ധത പുലർത്തണമെന്നും അഭ്യർത്ഥി

ച്ചു. മാക്സ്ഷർ എപ്പോഴും പറയുമായിരുന്നു ഫ്രോയിഡ് അസാധാരണനായ ധൈര്യശാലി ആയിരുന്നെന്ന് വേദനാജനകമായ 33 ഓപ്പറേഷൻ നടന്നിട്ടും ഫ്രോയിഡിന് ഒരു പനിപോലും ഉണ്ടായിരുന്നില്ല. പക്ഷേ, പുകവലി തുടർന്നുപോന്നു. അത് ദൂരവ്യാപകമായ പ്രത്യാഘാതങ്ങൾ സൃഷ്ടിക്കുമെന്ന് ഫ്രോയിഡിന് അറിയാമായിരുന്നിട്ടും ഏറ്റവും പ്രയാസകരമായ അന്തരീക്ഷത്തിലും അദ്ദേഹം പുകവലിച്ചു. മരുമകൻ ഫ്രോയിഡ് വെച്ചു നീട്ടിയ സിഗരറ്റ് തിരസ്കരിച്ചപ്പോൾ അദ്ദേഹം കൊടുത്ത മറുപടി ഇങ്ങനെയാണ്. “My boy, smoking is one of the greatest and cheapest enjoyment in life and if you decide in advance not to skoke, I can only say sorry for you” തൊണ്ടയിൽ അമിതമായ തോതിൽ മുഴകളുടെ വളർച്ചയും എണ്ണവും കൂടിയിട്ടും life without cigar was unbearable, a misery എന്ന് പറഞ്ഞുകൊണ്ട് ഫ്രോയിഡ് പുകവലി തുടരുകയാണ് ചെയ്തത്.

സൈക്കോ അനാലിസിസത്തിന്റെ പിതാവ് ആയിരുന്നിട്ടും ഫ്രോയിഡിന് വ്യക്തമായ എക്സ്പ്രസീവ് ജീവിതം നയിക്കാൻ കഴിഞ്ഞിരുന്നില്ല. കുട്ടികളായതിനുശേഷം ഭാര്യ മാർത്തയുമായുള്ള ലൈംഗിക ബന്ധം ഉപേക്ഷിച്ചിരുന്നു. പിന്നീട് അൺറൊമാന്റിക് ആയ ജീവിതമാണ് അദ്ദേഹത്തിനുണ്ടായിരുന്നത്. ലൈംഗിക ജീവിതം വിദൂരമായിരിക്കുമ്പോൾ തന്നെയാണ് ഫ്രോയിഡ് ലൈംഗികതയെ അടിസ്ഥാനമാക്കി id, ego, super ego എന്നീ സിദ്ധാന്തങ്ങൾ രചിച്ചത്. ജീവിതവും സിദ്ധാന്തവും വിരുദ്ധ ചേരികളിൽ ആയിരുന്നു ഫ്രോയിഡിന്. ലൈംഗികതയ്ക്ക് പകരം എന്ന നിലയ്ക്കാണ് ഫ്രോയിഡ് സ്മോക്കിങ്ങിനെ കണ്ടത്. ഫ്രോയിഡിനെ സംബന്ധിച്ച് libido യുടെ എക്സ്പ്രെഷൻ ആയിരുന്നു പുകവലി. മാത്രമല്ല പ്രണയത്തിന്റെ തീവ്രമായ ഭാവങ്ങൾ അതിനുണ്ടെന്നും അദ്ദേഹം വാദിക്കുന്നുണ്ട്. സിഗരറ്റിനോടുള്ള കാഴ്ചപ്പാട് വിവാദ പ്രസ്താവനയായി അന്നത്തെ സമൂഹത്തിൽ ഏറെ ചർച്ച ചെയ്യപ്പെട്ടിരുന്നു. If someone should reproach you with my fall in to sin, you are free to reply that my adherence to telepathy is my private affair like my Jewishness, my passion for smoking ingessential for psychoanalysis.

മരണത്തിനോടുള്ള ആത്യന്തികമായ ആകർഷണത്തിൽ നിന്നുമാണ് ഫ്രോയിഡ് തന്റെ തിയറികൾ സൃഷ്ടിച്ചെടുത്തത് എന്നാണ് അദ്ദേഹത്തിന്റെ ബയോഗ്രാഫേഴ്സ് പറയുന്നത്. Death drive എന്നാണ് ഫ്രോയിഡ് അതിനെ വിശേഷിപ്പിക്കുന്നത്. ഫ്രോയിഡിന്റെ അഭിപ്രായത്തിൽ death instinct ഒരു കാല്പനികമായ വികാരമാണ്. സിഗരറ്റിനോട് തോന്നുന്ന ഒരു വികാരം പോലെയാണ് ഫ്രോയിഡ് താരതമ്യപ്പെടുത്തുന്നത്. മാത്രവുമല്ല മരണത്തോടുള്ള ത്വര മനോഹരവും മോഹിപ്പിക്കുന്നതുമാണ്. മനുഷ്യമനസ്സിന്റെ ചിത്രീകരണമാണ് death drive എന്നാണ്

ഫ്രോയിഡ് പറയുന്നതെങ്കിലും ഫ്രോയിഡിന്റെ ജീവിതത്തിലെ വ്യക്തിപരമായ സംഘട്ടനങ്ങളുടെ പ്രതിഫലനം കൂടിയാണ് 'death drive.'

അന്ത്യം അടുക്കുന്തോറും ഫ്രോയിഡ് ക്ഷീണിതനായി കാണപ്പെട്ടു. വിളറി വെളുത്തു, ശരീരഭാരം കുറഞ്ഞുകൊണ്ടിരുന്നു. വേദനയും അസ്വസ്ഥതകളും അടക്കിവെച്ചും അടിച്ചമർത്തിയും അദ്ദേഹത്തിന്റെ വ്യക്തിത്വത്തിൽ അന്തർമുഖത്തം നിഴലിച്ചു.

അവസാനം അടുക്കുമ്പോൾ മരണത്തോടുള്ള ഫ്രോയിഡിന്റെ മനോഭാവം തന്നെ മാറി. അമിതമായ ദേഷ്യം കാണിക്കാതെ മരണത്തെ ബുദ്ധികൊണ്ടും ജീവിതത്തിൽ നിന്നുമുള്ള രാജികൊണ്ടും ധൈര്യംകൊണ്ടും നേരിടാൻ ഉറച്ച നിലപാട് എടുത്തു. മരണത്തിന് തൊട്ടുമുൻപുള്ള ദിവസങ്ങളിൽ ഒരു സർജറിക്ക് കൂടി അദ്ദേഹം വിധേയനായി. അതിന് ശേഷവും ക്യാൻസർ കോശങ്ങളുടെ വളർച്ച അധികരിച്ചു. ആ സമയം ഫ്രഞ്ച് നോവലിസ്റ്റായ ബൽസാക്കിന്റെ മനോഹരമായ നോവൽ *La Peau de chargin* (The wild Ass's Skin) വായിച്ചുകൊണ്ടിരുന്നു. വേദന ശക്തമായി ശരീരത്തെ കാർന്നു തിന്നുമ്പോഴും അദ്ദേഹം വേദന സംഹാരി ഉപയോഗിക്കാൻ വിസമ്മതിച്ചു. ഈ അവസരത്തിൽ 82 ാമത്തെ വയസ്സിൽ തന്റെ പിതാവ് അവസാന നിമിഷംവരെ മരണത്തോട് പോരാടിയത് ധൈര്യപൂർവ്വം സ്മരിച്ചുകൊണ്ടേയിരുന്നു. ഡോക്ടർമാർ ക്യാൻസർ ചുരുങ്ങി വരുന്നുവെന്ന് അറിയിച്ച് ജീവിതത്തിലേക്ക് കുതിക്കാനുള്ള ശുഭാപ്തി വിശ്വാസം നല്കി. ജീവിക്കാനുള്ള ആത്മവിശ്വാസം മറ്റുള്ളവർ നല്കുമ്പോഴും ഫ്രോയിഡിന് സത്യത്തിനു മുകളിൽ ഒരു പുതപ്പ് വലിച്ചിട്ടത് ഒട്ടും ഇഷ്ടമായില്ല. ഫ്രോയിഡ് ആ സമയവും തന്റെ മകളോട് മരണത്തിനെ ധൈര്യപൂർവ്വം നോക്കിക്കാണാൻ ഉപദേശിച്ചുകൊണ്ടിരുന്നു.

W H ഓഡൻ ഫ്രോയിഡിനെക്കുറിച്ചുള്ള ഒരു കവിതയിൽ ഇങ്ങനെ എഴുതിയിരുന്നു. "All he did was to remember like the old and be honest like children" ബൽസാക്കിന്റെ നോവലിന്റെ അവസാന താളുകൾ മറിച്ചതിനുശേഷം ഫ്രോയിഡ് തന്റെ ഡോക്ടർ ആയ മാക്സ്ഷറിനോട് എപ്പോഴാണൊ മരണം എനിക്ക് അനിവാര്യമായി തോന്നുന്നത് അപ്പോൾ തന്നെ മരിക്കാൻ സഹായിക്കണം എന്നുള്ള അഭ്യർത്ഥനയെക്കുറിച്ചു ഓർമ്മപ്പെടുത്തി. ഫ്രോയിഡിനോട് ചെയ്ത വാഗ്ദാനം പാലിക്കാൻ ഡോക്ടർ തയ്യാറായി. അതിനുവേണ്ടി ആദ്യം ഫ്രോയിഡിന്റെ മകൾ അന്നയോട് സമ്മതം ചോദിച്ചു. ആദ്യം അവൾ ആ തീരുമാനത്തെ എതിർത്തെങ്കിലും പിന്നീട് സമ്മതിച്ചു. മാക്സ്ഷർ ആദ്യം ഫ്രോയിഡിന് 3ഗ്രാം മോർഫിൻ നല്കിയപ്പോൾ ഫ്രോയിഡ് ഉറക്കത്തിലേക്ക് മെല്ലെ മെല്ലെ നിരങ്ങി ഇറങ്ങി. പിന്നീട് അദ്ദേഹം പൂർണ്ണ നിദ്രയിൽ ആവുന്നതുവരെ ഡോക്ടർ മോർഫിൻ കൊടുത്തുകൊണ്ടിരുന്നു.

ഒടുവിൽ ഫ്രോയിഡ് ആഗ്രഹിച്ചതുപോലെയുള്ള മരണത്തിലേക്ക് അദ്ദേഹം നടന്നിറങ്ങി.

'The organism wishes to die only in its own fashion' ഫ്രോയിഡ് തെരഞ്ഞെടുത്ത മരണത്തിലേക്ക് അദ്ദേഹം എത്തി. യഥാർത്ഥത്തിൽ മനുഷ്യന് തെരഞ്ഞെടുക്കാൻ അവകാശമില്ലാത്ത തനിക്ക് നിയന്ത്രണ വിധേയമല്ലാത്ത മരണത്തെ സ്വയം തെരഞ്ഞെടുത്തു നിയന്ത്രിച്ച ഒരു അത്ഭുത പ്രതിഭയാണ് ഫ്രോയിഡ്. താൻ ഭാവനയിൽ വരച്ചിട്ട മരണത്തിലേക്ക് നടന്നടുത്തവൻ.

ഫ്രോയിഡിന്റെ മരണം അദ്ദേഹം രൂപകല്പന ചെയ്തപോലെ ആവണമെന്ന് ഫ്രോയിഡിന് നിർബ്ബന്ധബുദ്ധി ഉണ്ടായിരുന്നു. അതുകൊണ്ട് മോർഫിൻ എടുക്കുന്ന നിമിഷം മുതൽ മരണത്തിലേക്ക് അടുക്കുന്ന നിമിഷം വരെ ചിന്തകൾ വിശകലനം ചെയ്തുകൊണ്ട് കുറിപ്പുകൾ എഴുതുകയായിരുന്നു. ആഗ്രഹിക്കുന്ന പോലുള്ള മരണത്തെക്കുറിച്ചുള്ള തന്റെ പ്രമാദമായ ലേഖനത്തിനുവേണ്ടി മരണത്തെക്കുറിച്ചുള്ള ചിന്തകൾക്ക് ആധികാരികതയ്ക്കായി സ്വന്തം മരണം ഒരു റഫറൻസ് ആയി വെച്ചു. അങ്ങനെ മനുഷ്യന് സ്വന്തം മരണത്തെ കാണാൻ കഴിയില്ല എന്ന വാദത്തെ ഫ്രോയിഡ് ആധികാരികമായി പൊളിച്ചെഴുതുകയായിരുന്നു.

മരണത്തിനുള്ളിലെ ജീവിതം

'oh, for the time when I shall sleep without identify'

മരണത്തെക്കുറിച്ച് ബ്രോണ്ടി സഹോദരിമാരിൽ ഒരാളായ എമിലി ബ്രോണ്ടി രേഖപ്പെടുത്തിയ വാക്കുകളാണിത്. സ്വത്വമില്ലാത്തവളായി ഉറങ്ങുന്ന സമയമാണ് മരണമെന്നാണ് എമിലി പറഞ്ഞത്.

കോവിഡ് കാല വായനയിൽ എഴുത്തുകാരുടെ അസാധാരണമായ മരണങ്ങൾ വീണ്ടും വായിക്കുമ്പോൾ ചില മരണങ്ങൾ വല്ലാതെ നൊമ്പരപ്പെടുത്തുന്നുണ്ട്. അത്തരത്തിലുള്ള ഹൃദയഭേദകമായ മരണമായിരുന്നു ബ്രോണ്ടിസഹോദരിമാരുടേത്. ജീവിക്കാൻ വേണ്ടിയുള്ള അതിജീവനസമരമായിരുന്നു അവരുടേതും. മാത്രവുമല്ല രോഗവും മരണവും തമ്മിലുള്ള അസാധാരണമായ യുദ്ധമായിരുന്നു അവരുടെ ജീവിതം.

സമകാലീനരായ പെണ്ണെഴുത്തുകാരികളെപ്പോലെ ബ്രോണ്ടിസഹോദരിമാരും (ചാർലോട്ട് ബ്രോണ്ടി, എമിലി ബ്രോണ്ടി, ആനി ബ്രോണ്ടി) എഴുത്തിൽ ലിംഗനിഷ്പക്ഷത സൂക്ഷിച്ചു. എഴുതുന്ന ആളുടെ പേരും ജെൻഡറും രഹസ്യമായിരിക്കണം എന്നും അത് പുരുഷൻ ആണെന്നോ സ്ത്രീ ആണെന്നോ ലോകം തിരിച്ചറിയാത്തവിധമായിരിക്കണമെന്നും അവർതന്നെ നിഷ്കർഷിച്ചിരിക്കുന്നു. അതുകൊണ്ടാണ് കറർ, എല്ലിസ്, ആക്ഷൻ ബെൽ എന്നീ തൂലികാനാമങ്ങളാണ് അവർ സ്വീകരിച്ചിരുന്നത്. പെണ്ണെഴുത്തിന് വേണ്ടത്ര സ്വീകാര്യത ഇല്ലാതിരുന്ന കാലംകൂടിയായി

രുന്നതിനാൽ സ്ത്രീപക്ഷ ചിന്തകളും പുരോഗമന നിലപാടും യാഥാസ്ഥിതിക പുരുഷാധിപത്യ സമൂഹത്തിൽ സൂക്ഷ്മവും സുരക്ഷിതവുമായി കടത്തിവിടാനായിരിക്കാം അവർ അത്തരമൊരു നിലപാട് സൂക്ഷിച്ചിരുന്നത്. ഒരു വേട്ടക്കാരനെപ്പോലെ മരണം എപ്പോഴും പിന്തുടർന്ന കുടുംബമാണ് ബ്രോണ്ടി സഹോദരിമാരുടേത്. പാട്രിക്കിന്റെയും മറിയയുടെയും ആറ് മക്കളിൽ ആദ്യത്തെ രണ്ട് മക്കളും രോഗാവസ്ഥയിൽ വളരെ നേരത്തെ മരണപ്പെട്ടിരുന്നു. ബ്രോണ്ടി സഹോദരിമാരുടെ അമ്മയെ മരണം തട്ടിയെടുത്തത് ഗർഭാശയ ക്യാൻസറിന്റെ രൂപത്തിലായിരുന്നു. അത് ബ്രോണ്ടി സഹോദരിമാരിൽ കനത്ത മാനസിക ആഘാതമുണ്ടാക്കി. ജീവിക്കുന്ന ചുറ്റുപാടുകളോട് പൊരുത്തപ്പെടാനാവാത്തവിധം കുടുംബം ഒറ്റപ്പെട്ടു. സാമൂഹികമായും അവർ തങ്ങളിലേക്കുതന്നെ ചുരുങ്ങി. വിദ്യാഭ്യാസവും വികസനവും വേണ്ടത്ര രീതിയിൽ എത്തിപ്പെടാത്ത ഒരു ഗ്രാമീണ അന്തരീക്ഷത്തിലായിരുന്നു ബ്രോണ്ടി സിസ്റ്റേഴ്സ് വളർന്നത്. എന്നാൽ അവരുടെ അച്ഛൻ പാട്രിക് പരന്ന വായനയും സാമൂഹികബോധവുമുള്ള വ്യക്തിയായിരുന്നു. പെൺകുട്ടികളുടെ വിദ്യാഭ്യാസത്തെക്കുറിച്ച് ഉയർന്ന ചിന്ത വെച്ചുപുലർത്തിയതുകൊണ്ട് അദ്ദേഹം തന്റെ ജീവിതത്തിന്റെ ഏറിയപങ്കും പെണ്മക്കളെ പഠിപ്പിക്കാനായി മാറ്റിവെച്ചു. വിവാഹത്തിന് മുന്നേ പെൺകുട്ടികൾ സ്വന്തം കാലിൽ നില്ക്കണമെന്ന ചിന്തയിൽ അവരുടെ വിദ്യാഭ്യാസത്തിനായി 1824 ൽ ലങ്കാഷെയറിലെ ക്ലെർജിഡോട്ടേഴ്സ് സ്കൂളിലേക്ക് പെണ്മക്കളെ പഠനത്തിനായി അയച്ചു. ആദ്യത്തെ രണ്ട് പെണ്മക്കളായ മറിയയും എലിസബത്തും ആരോഗ്യപരമായി വളരെ ദുർബ്ബലരായിരുന്നു. രോഗം വിട്ടൊഴിയാത്തവർ. എന്നിട്ടും ചാർലോട്ട് ബ്രോണ്ടിയെയും എമിലി ബ്രോണ്ടിയെയും പിന്തുടർന്ന് മറിയയും എലിസബത്തും ക്ലെർജി ഡോട്ടേഴ്സ് സ്കൂളിലേക്ക് പഠനത്തിനായി എത്തിച്ചേർന്നു.

ഇതിന് മുന്നേ ലോവുഡ് സ്കൂളിൽ കുറച്ചുകാലം പഠിച്ചിരുന്നു ബ്രോണ്ടി സഹോദരിമാർ. പെൺകുട്ടികളുടെ ചെറിയ ചെറിയ അനുസരണക്കേടിനോട് അദ്ധ്യാപകർ പ്രതികരിച്ചത് അടിച്ചും തള്ളിതാഴെയിട്ടുമായിരുന്നു. ചെറിയ കുട്ടികൾക്കായി വലിയവർ ഭക്ഷണം മോഷ്ടിക്കുന്നത് സ്കൂളുകളിലെ പതിവായിരുന്നു. ക്ലെർജി ഡോട്ടേഴ്സ് സ്കൂളിലും ഇതേ അവസ്ഥ തന്നെയായിരുന്നു. സ്കൂളിലെ മെനു അത്രയ്ക്ക് മോശമായിരുന്നു. പെൺകുട്ടികൾ എത്ര വിശപ്പുണ്ടെങ്കിലും ഭക്ഷണം നിരസിച്ചു. അവിടത്തെ വൃത്തിരഹിതമായ ഒരന്തരീക്ഷത്തെക്കുറിച്ച് ബ്രോണ്ടി സഹോദരിമാരിൽ ഒരാൾ പറഞ്ഞത് ഇങ്ങനെയാണ്: "അസുഖബാധിതയായ ഒരദ്ധ്യാപികയ്ക്ക് ചായ കൊണ്ടുകൊടുക്കുന്നവൻ, ഇറച്ചി മുറിച്ച കൈകൾ കഴുകാതെ വിരൽ ഇട്ട് ഇളക്കിക്കൊണ്ട് കൊടുക്കുന്ന കാഴ്ച എന്നിൽ ഓക്കാനമുണ്ടാക്കി" എന്നാണ്.

അന്ന്, ഒരു വസന്തകാലത്തു പനി സമൂഹത്തിൽ വ്യാപകമായിരുന്നു. സ്കൂളിൽ 40 കുട്ടികളിലും മാരകമായ രീതിയിൽ പകർച്ചവ്യാധി പടർന്ന് പിടിച്ചു. അവരെ പരിശോധിക്കാൻ വന്ന ഡോക്ടർ അടുക്കളയിൽ കടന്നുചെന്ന് ഒരുപിടി ഭക്ഷണം വായിലിട്ട് ഉടനെ തുപ്പുകയാണ് ചെയ്തത്. ആ സ്കൂളിലെ കുട്ടികളെ മരണം കാത്തിരിക്കുകയായിരുന്നു. ആ പകർച്ചവ്യാധിയിൽ മരിച്ചവരിൽ ബ്രോണ്ടിസഹോദരിമാരുടെ രണ്ട് സഹോദരിമാരും ഉൾപ്പെട്ടിരുന്നു.

മരിയയുടെയും എലിസബത്തിന്റെയും മരണശേഷം ചാർലോട്ട് സാധാരണ ബോർഡിങ് സ്കൂളിൽ ചേർന്നു. 14 വയസ്സായ അവളെ മേരി ടെയ്‌ലർ എന്ന അദ്ധ്യാപിക കിളവി എന്നാണ് വിളിച്ചിരുന്നത്. അവൾ പഴയ ഫാഷനിലുള്ള വസ്ത്രങ്ങളാണ് ധരിച്ചിരുന്നത്. പോരെങ്കിൽ ചാർലോട്ടിനു കണ്ണിന് ഷോർട്ട് സൈറ്റ് ഉണ്ടായിരുന്നു.

അവൾ എപ്പോഴും എന്തെങ്കിലും അന്വേഷിച്ചു നടക്കുന്നപോലെ കാണപ്പെട്ടു. കൂടെ ഒരല്പം ലജ്ജയും പരിഭ്രമവും. വൃത്തിയില്ലാത്തവൾ എന്ന് വിളിക്കപ്പെടുമ്പോഴും തന്റെ ബൗദ്ധികമായ കഴിവുകൾ അവൾ പുറത്തെടുത്തുകൊണ്ടിരുന്നു. പത്തൊമ്പതാമത്തെ വയസ്സിൽ ചാർലോട്ട് ഒരദ്ധ്യാപികയായി നാട്ടിൽ തിരിച്ചെത്തി. അവളോടൊപ്പം എമിലി ബ്രോണ്ടിയും ഉണ്ടായിരുന്നു. എമിലി, ഹോം സിക്ക്നെസ്സ് കാരണം കൂട്ടിലിട്ട വെരുകിനെപ്പോലെ ഏകാന്തമായ ജീവിതമാണ് നയിച്ചിരുന്നത്. ആ സമയം അവളുടെ വിളറിയ മുഖവും, മെലിഞ്ഞ രൂപവും ശക്തിയും ഓജസ്സുമില്ലാത്ത ശരീരവും അവളിലെ രോഗത്തെ വെളിവാക്കി. എമിലിയുടെ ഈ ലക്ഷണങ്ങൾ കാരണം ചാർലോട്ട് അവളെ വീട്ടിൽ തിരികെ എത്തിച്ചു. അതോടെ രോഗം കുറഞ്ഞുവന്നു. മാനസിക വിഹ്വലതകൾ മാത്രമായിരിക്കും എമിലിക്ക് എന്ന് അപ്പോൾ ചാർലോട്ട് വിലയിരുത്തി. എന്നാൽ, ആദ്യം ചാർലോട്ടിന് ആയിരുന്നു വിഷാദരോഗം ബാധിച്ചത്. ഭാവനാപ്രപഞ്ചത്തിനും അദ്ധ്യാപിക എന്ന നിലയിലുള്ള കടമകൾക്കുമിടയിൽ ചാർലോട്ടിന് ശ്വാസംമുട്ടി. പക്ഷേ, അവളിലെ സർഗ്ഗാത്മകത എല്ലാ തരത്തിലുള്ള സങ്കടങ്ങളെയും കഴുകിക്കളഞ്ഞു. അപ്പോഴേക്കും എമിലി സ്കൂൾ അദ്ധ്യാപികയായി ജോലിയിൽ പ്രവേശിച്ചു. എമിലിയുടെ പ്രതിഭ എപ്പോഴും ചാർലോട്ടിനെക്കാൾ മുമ്പിലായിരുന്നു. എമിലിക്ക് ലോജിക്കും വാദപ്രതിവാദത്തിനുള്ള കഴിവും ഉണ്ടായിരുന്നു.

ഇതിനിടയിൽ ബ്രോണ്ടി സഹോദരിമാരുടെ സഹോദരനായ ബ്രാൻവെൽ സെപ്തംബർ 1848 ൽ ട്യൂബർക്കുലോസിസ് പിടിപെട്ട് മരണത്തിലേക്ക് എടുത്തെറിയപ്പെട്ടു. തന്റെ സഹോദരിമാരുടെ എഴുത്ത് സമൂഹത്തിൽ ഉണ്ടാക്കിയ വിവാദങ്ങളിലും അപവാദങ്ങളിലും ബ്രാൻവെല്ലിനു അവരോടു വെറുപ്പ് തോന്നി. സമൂഹത്തിൽനിന്നുള്ള വിമർശനങ്ങളോട് മൗനം പാലിക്കുകയും അവസാനം വിഷാദരോഗത്തിലേക്ക് എത്തുകയും ചെയ്തു. ബ്രാൻവെൽ ഓപ്പിയം ലഹരിക്ക് അടിമയായിരുന്നു. ഉറക്കമി

ല്ലായ്മയും ഉയർന്ന ശബ്ദത്തിലുള്ള ചുമയും മാനസിക അസ്വാസ്ഥ്യവും മരണത്തിന് ആക്കംകൂട്ടി. രണ്ട് സഹോദരിമാരും എഴുത്തുകൊണ്ട് രോഗത്തെയും എഴുത്തുവഴി സംഭവിച്ചുപോന്ന അപമാനങ്ങളെയും അതിജീവിച്ചു.

ഏക സഹോദരന്റെ മരണം ബ്രോണ്ടി സഹോദരിമാരെ വീണ്ടും ദുഃഖത്തിലാഴ്ത്തി. എമിലി ബ്രോണ്ടിയിൽ വീണ്ടും ചുമയും തണുപ്പും ശക്തമായ സാന്നിദ്ധ്യമായി. എമിലിക്ക് ആസ്പെർജ്ജർ സിൻഡ്രോം ഉണ്ടായിരുന്നു. അത് അവളുടെ സാമൂഹികമായ ഇടപെടലിന് എപ്പോഴും തടസ്സമായി. സോഷ്യൽ ഫോബിയ ആസ്പെർജർ സിൻഡ്രോമിന്റെ ഒരു സവിശേഷത ആയിരുന്നു. രണ്ടാം ഘട്ടത്തിൽ അത് പെരുമാറ്റത്തിൽ ആവർത്തനം ഉണ്ടാക്കി. അങ്ങനെ എമിലിക്ക് പേഴ്സണാലിറ്റി ഡിസോർഡർ സംഭവിക്കുകയായിരുന്നു. ഒരദ്ധ്യാപിക എന്ന നിലയിൽ അവൾ ഒരു പരാജയമാകുകയും ചെയ്തു.

ആസ്പെർജർ സിൻഡ്രോം സ്ത്രീകളിലും പുരുഷന്മാരിലും പൊതുവായി കാണപ്പെടുന്നു. ടെസ്‌റ്റോസ്റ്റീറോണിന്റെ ഉയർന്ന നില ചിലരിൽ ഓട്ടിസമായി രൂപാന്തരപ്പെടുകയും ചെയ്യുന്നു. പക്ഷേ, ചില മനഃശാസ്ത്രജ്ഞർ പറയുന്നത് അത് എഴുത്തുരംഗത്തും ക്രിയേറ്റീവ് രംഗത്തും അഭുതപൂർവ്വമായ അവസ്ഥകളിലെത്താൻ സഹായിക്കും എന്നാണ്. എമിലിയുടെ *വുതെറിങ്ഹൈറ്റ്സും* ചാർലോട്ടിന്റെ *ജെയ്ൻ അയ്റും* താരതമ്യപ്പെടുത്തിയാൽ രണ്ട് സഹോദരിമാരുടെ മനോഭാവത്തിലുള്ള വ്യത്യാസം എളുപ്പത്തിൽ മനസ്സിലാക്കാൻ കഴിയും. എമിലിക്ക് വന്ന ട്യൂബർക്കുലോസിസ് ചെറുപ്പകാലത്തു മരിയയുടെയും എലിസബത്തിന്റെയും ശരീരത്തിൽനിന്ന് പ്രവേശിച്ച രോഗാണുവിന്റെ റീആക്ടിവേഷൻ ആയിരിക്കാം.

എമിലി രോഗത്തെ ഭയപ്പാടോടെയാണ് കണ്ടത്. അവളുടെ ഉച്ചത്തിലുള്ള ചുമ മുറികളിൽ പ്രതിദ്ധ്വനികൾ ഉണ്ടാക്കി. അനീമിയയും ഇൻഫെക്ഷനും ശക്തമായി. ലങ്സിന്റെയും നെഞ്ചിന്റെയും പാളികൾക്കിടയിൽ ദ്രാവകം നിറഞ്ഞതിനാൽ ശ്വാസം വലിക്കാൻ നന്നേ ബുദ്ധിമുട്ടി. എമിലി മരുന്നുകൾ നിരസിച്ചു. മരുന്നുകൾക്ക് പ്രതിരോധിക്കാൻ പറ്റാത്ത വിധം രോഗം തന്റെ ശരീരം കാർന്നുതിന്നു എന്ന് അവൾ മനസ്സിലാക്കി. തന്റെ അടുത്ത് നിന്ന ഭയചകിതരായ സഹോദരിമാരെ തള്ളിമാറ്റി.

എമിലിയുടെ അവസാന ദിവസം ഹൃദയഭേദകമായിരുന്നു. അന്ന് അവൾ നേരത്തെ എഴുന്നേറ്റ് മുടിചീകി. എന്നിട്ട് ചീർപ്പ് തീയിലേക്ക് വലിച്ചെറിഞ്ഞു. വസ്ത്രം ധരിച്ചതിനുശേഷം എമിലി താഴെ നിലയിലേക്ക് വന്നു. അത് കണ്ട് അവളുടെ അച്ഛൻ അവളെ ഒരു കൊച്ചു കുഞ്ഞിനെ എന്നപോലെ എടുത്തു മുകളിലെ നിലയിലേക്ക് കൊണ്ടുവന്നു. അവൾ ശരീരംകൊണ്ടു അപ്പോഴേക്കും ഒരു കൊച്ചുകുഞ്ഞിനെപ്പോലെയായിരുന്നു. ഡോക്ടർ ഒരു പ്രതീക്ഷയും പ്രകടിപ്പിച്ചില്ല. ഒടുവിൽ അവളുടെ

നീലനിറമുള്ള കണ്ണുകൾ ഇമവെട്ടാതെ ഒരു ദിശയിലേക്ക് മാത്രം നോക്കി നിന്നു. വലിയ ഒരു കുഴിയിലേക്ക് അവൾ പോകുമ്പോൾ അവളുടെ മുഖം അതിശൈത്യത്തിലെ വെളിച്ചത്തിൽ പതുക്കെ പതുക്കെ മങ്ങിക്കൊണ്ടിരുന്നു. എമിലി ഈ ലോകത്തുനിന്ന് പോയതിനുശേഷം അവളുടെ വളർത്തുനായ മാത്രം ദിവസങ്ങളോളം മോങ്ങിക്കൊണ്ടിരുന്നു. എമിലിയുടെ മരണം ചാർലോട്ടിനെ ഒരു ശൂന്യതയിലേക്ക് എടുത്തെറിഞ്ഞു. അവരുടെ ബന്ധം അത്രയ്ക്കും ആഴത്തിലുള്ളതായിരുന്നു. സ്നേഹവും സ്പർദ്ധയും സംഭ്രമവും നിറഞ്ഞ ബന്ധം.

എമിലി രോഗബാധിതയായി കിടന്നതുമുതൽ ആനി ബ്രോണ്ടി നെഞ്ചുവേദനയുടെയും ചുമയുടെയും ലക്ഷണങ്ങൾ പ്രകടിപ്പിച്ചുതുടങ്ങി. ബ്രോണ്ടി സഹോദരിമാരിൽ ആനിയുടെ ജീവിതം ഒരു കഷണം പേപ്പറിൽ എടുത്തെഴുതാവുന്നതേ ഉള്ളു എന്നാണ് ജീവചരിത്രകാരന്മാർ പറയുന്നത്. ആനി അച്ഛന്റെ സുഹൃത്തായ വില്യംവെയ്റ്റ്മാനുമായി പ്രണയത്തിലായിരുന്നു. അവൾക്ക് യാഥാസ്ഥിതികമല്ലാത്ത മതവിശ്വാസമുണ്ടായിരുന്നു. ആദ്യകാല ഫെമിനിസ്റ്റ് നോവലുകളിലൊന്നായി ഇന്നും വിലയിരുത്തപ്പെടുന്ന *The Tenant of Wildfell Hall* മതി ആനിയുടെ തീവ്രമായ മനസ്സുവായിക്കാൻ.

ചാർലോട്ടിനു ആനിയുടെ എഴുത്തിനോടും സൗന്ദര്യത്തിനോടും കടുത്ത അസൂയ ഉണ്ടായിരുന്നുവെന്ന് പറയപ്പെടുന്നു. എമിലിയുടെ *വുതറിംഗ് ഹൈറ്റ്സ്* പുനഃപ്രസിദ്ധീകരിക്കാൻ നോക്കുമ്പോൾ ആനിയുടെ രണ്ടാമത്തെ നോവലായ *The tenant of wildfell hall* ലെ ആശയത്തിനെ ചാർലോട്ട് നിശിതമായി വിമർശിച്ചു. അതിൽ ആൽക്കഹോളിസവും അബ്യൂസിവ് മാര്യേജുമായിരുന്നു വിഷയം. ചാർലോട്ട് ആ നോവൽ പൂർണ്ണമായും തെറ്റാണെന്ന് പറഞ്ഞു പുനഃപ്രസിദ്ധീകരിക്കാൻ അനുവദിച്ചിരുന്നില്ല. അതുകൊണ്ടുതന്നെ ആനിയുടെ നോവൽ പത്തുവർഷത്തോളം പുറംലോകം കാണാതെ ഇരുന്നു. ഒരുപക്ഷേ, മറ്റ് രണ്ട് ബ്രോണ്ടിസഹോദരിമാരുടെ അത്ര പ്രശസ്തി ആനി ബ്രോണ്ടിക്ക് ലഭിക്കാതെ പോയതിന്റെ കാരണവും അതായിരിക്കാം.

ഇതേസമയം ആനിയും മരണത്തിലേക്ക് നടക്കുകയായിരുന്നു. പക്ഷേ, ആനി എമിലിയെക്കാളും അതിജീവനശേഷി പ്രകടിപ്പിച്ചു. സ്കാർബോറോയിൽ സന്ദർശനത്തിന് പോയപ്പോഴാണ് അസുഖം മൂർച്ഛിച്ചു ആനി മരിക്കുന്നത്. മരണസമയത്തും അടുത്തുണ്ടായിരുന്നത് ചാർലോട്ട് മാത്രമായിരുന്നു. മഹാമാരി തന്റെ കണ്ണിയിലെ അവസാനത്തെ ജീവനെയും എടുത്ത് യാതൊരു ദയാദാക്ഷിണ്യവും ഇല്ലാതെ കൊണ്ടുപോയപ്പോൾ ചാർലോട്ടിനു ഭ്രാന്ത് പിടിച്ചു. അതേ ചാർലോട്ടിന് ആനിയോട് അഗാധമായ സ്നേഹവും ഉണ്ടായിരുന്നു. ആനിയുടെ മരണശേഷം ചാർലോട്ട് എഴുതി:

There's little joy in life for me,

And little terror in the grave;
I've lived the parting hour to see,
Of one I would have kied to save.

അവൾ കുറെക്കാലം ഏകാകിയായി സഹോദരിമാരുടെ ഓർമ്മകളിൽ ജീവിച്ചു. പിന്നീട് ഹൃദയം തകർന്ന് എഴുതിത്തുടങ്ങി. ഈ സമയമായിരുന്നു *ഷിർലി* എഴുതിത്തീർത്തത്. വേദനാജനകമായ കാലഘട്ടത്തിലും ചാർലോട്ട് 1853 ൽ തന്റെ അവസാനത്തെ നോവലായ *വില്ലേജ്* എഴുതിത്തീർത്തു. നോവൽ അവസാനിപ്പിക്കാൻ രോഗത്തിനോടും ജീവിതത്തിനോടും അവൾ പോരാട്ടം നടത്തുമ്പോഴാണ് വിവാഹ ജീവിതത്തിലേക്ക് പ്രവേശിച്ചത്. ചാർലോട്ട് അച്ഛന്റെ ക്യുറേറ്റ് ആയ ആർതർ ബെൽനിക്കോൾസിനെ വിവാഹം ചെയ്തു. ചാർലോട്ടിന്റെ ഭർത്താവ് സുന്ദരനും നല്ല ഉയരവുമുള്ള ഒരാളായിരുന്നു. പക്ഷേ, ചാർലോട്ടിന്റെ നിലവാരത്തിലുള്ള ബുദ്ധിശക്തി ഉണ്ടായിരുന്നില്ല. പിതാവായ പാട്രിക്കിന് ചാർലോട്ടിന്റെ വൈവാഹിക ജീവിതത്തിനെക്കുറിച്ച് ആശങ്കകൾ ഉണ്ടായിരുന്നു. ചാർലോട്ട് ഗർഭിണി ആവുന്നത് അവളുടെ ജീവൻ അപകടത്തിൽ ആക്കുമെന്ന് അദ്ദേഹം ഭയപ്പെട്ടിരുന്നു. അവസാനം പാട്രിക് ഭയപ്പെട്ടതുപോലെ ചാർലോട്ടിന്റെ മോശമായ രോഗാവസ്ഥയിൽ അവൾ ഗർഭിണി ആയി.

ഗർഭാവസ്ഥയുടെ ആദ്യഘട്ടത്തിൽ മൂന്ന് മാസം അവൾ ജീവിക്കാൻ വേണ്ടി സമരം നടത്തി. നിരന്തരമുള്ള ഛർദ്ദിമൂലം പോഷകമൂല്യമുള്ള ഭക്ഷണം സ്വീകരിക്കാൻ ശരീരത്തിനുകഴിഞ്ഞില്ല. പക്ഷേ, ദുർബ്ബലമായ രോഗാവസ്ഥയിലും അവൾക്ക് എഴുത്ത് ആവശ്യമായിരുന്നു. പക്ഷേ, അതേസമയം ഒരു പെൻസിൽപോലും പിടിക്കാനുള്ള ആരോഗ്യം അവൾക്ക് നഷ്ടമായിരുന്നു.

ചാർലോട്ട് തന്റെ അവസാനത്തെ നോവലായ *ഷിർലി*യിൽ എഴുതിയ വാക്കുകൾ അവളുടെ ജീവിതത്തിലും അന്വർത്ഥമാവുകയായിരുന്നു.

“Some sweet poisoned breeze, redolent of honey-dew and miasma, had passed in to her lungs and veins. She wasted like any snow wreath in thaw; she faded like any flower in drought.”

യഥാർത്ഥത്തിൽ ചാർലോട്ടിന്റെയും സഹോദരിമാരുടെയും മരണം ക്ലിനിക്കലി ട്യൂബർക്കുലോസിസ് കാരണമായിരുന്നു. വിക്ടോറിയൻ കാലഘട്ടത്തിൽ അതൊരു പൊതുപ്രതിഭാസമായിരുന്നു. മറ്റൊന്നും തെളിയിക്കാൻ കഴിഞ്ഞില്ലെങ്കിലും അവരിൽ മാനസിക അസ്വാസ്ഥ്യങ്ങളും മൂഡ് സ്വിങ്ങും, ആസ്പെർജർ സിൻഡ്രോമും കാണപ്പെട്ടിരുന്നുവെന്ന് പിന്നീട് എഴുതപ്പെട്ടിട്ടുണ്ട്.

അടുത്ത നീക്കത്തിൽ നിങ്ങൾ ചെക്ക്മേറ്ററാണ്

ബെർഗ്മാന്റെ *സെവന്ത് സീലിൽ* (200 മില്യൺ ജനങ്ങൾ മരിച്ച പ്ലേഗിന്റെ പശ്ചാത്തലത്തിലാണല്ലോ ഈ സിനിമ വികസിക്കുന്നത്) സിനിമ അവസാനിക്കാൻ ഏതാണ്ട് പത്ത് മിനിറ്റുള്ളപ്പോൾ മരണവുമായി ചതുരംഗം കളിക്കുന്ന യോദ്ധാവ് (knight), തോല്വി ഭയന്നാവാം കരുക്കളെ അറിയാതെ എന്ന ഭാവത്തിൽ തട്ടി മറിച്ചിടുന്നുണ്ട്. It is your move, Antonious Block, എന്ന് മരണം പറഞ്ഞുകഴിഞ്ഞ ഉടനെ ഭയത്തെക്കുറിച്ച് മരണവും യോദ്ധാവും സംസാരിക്കുന്നു. അതിനു ശേഷമാണ് ഇത്. കളത്തിലെ കരുക്കൾ പുനഃസ്ഥാപിക്കാനാവാതെ I forgot where the pieces were എന്നു പറയുന്ന അന്റോണിയസ് ബ്ലോക്ക് എന്ന യോദ്ധാവിനോട് മരണം പറയുന്നു: But I haven't forgotten.

കരുക്കൾ പുനഃസ്ഥാപിച്ച് മരണം പറയുന്നു: "വളരെ രസകരമായ ഒരു കാര്യം ഇനി നടക്കാൻ പോകുന്നു."

യോദ്ധാവ്: "എന്താണത്?"

മരണം: "അടുത്ത മൂവിൽ നിങ്ങൾ ചെക്ക് മേറ്റാണ്."

മരണത്തിന് നമ്മുടെ മറന്നുപോയ നീക്കങ്ങൾ വരെ ഓർമ്മയുണ്ട്! ഈ കോവിഡ് കാലത്താണ് *സെവന്ത് സീൽ* വീണ്ടും കണ്ടത്.

ബെർഗ്മാൻ 2007 ൽ മരിച്ചു, അപ്പോൾ വയസ്സ് 89. മരണത്തെ ഭംഗിയായി അവതരിപ്പിച്ച Nils Bengt Folke Ekerot എന്ന നടൻ എങ്ങനെയാണ് മരിച്ചത് എന്നന്വേഷിക്കണമെന്ന് തോന്നി. 1971 ൽ 51 ാമത്തെ വയസ്സിൽ എക്കെറോട്ട് മരിക്കുന്നു. സ്വയം നശിപ്പിക്കാനുള്ള ത്വരയുള്ള വ്യക്തിത്വമായാണ് എവിടെയും ഈ മഹാനടനെക്കുറിച്ച് സൂചിപ്പിക്കപ്പെട്ടിട്ടുള്ളത്. മരണത്തിലേക്ക് നടന്നടുക്കാൻ അമിതമായ മദ്യപാനവും പുകവലിയും വഴിയായി സ്വീകരിക്കുകയായിരുന്നു ഇയാൾ. ഫ്രോയിഡ് ആസന്നമരണ കാലത്തും പുകവലിയെ ഉപാസിച്ചതുപോലെ ശ്വാസകോശാർബ്ബുദം ഒടുവിൽ മരണത്തിന്റെ നടനെ കീഴ്പ്പെടുത്തുകയായിരുന്നു.

Reference

1. John J Ross MD, *The medical lives of famous writers*, St. Martins's Press, New York.
2. Katie Roiphe, *The violet Hour*, Virago Press, London
3. Jacques Derrida, *The Work of Mourning*, The University of Chicago Press.
4. Various articles from
5. www.thehistorypress.co.uk
6. www.thegardian.com
7. www.thetelegraph.co.uk

പ്രണയവും മരണവും വൂൾഫും പ്ലാത്തും

സാഹിത്യത്തിൽ പ്രണയം ജൈവികവും മാംസനിബദ്ധവും ദാർശനിക പരികല്പനയുമാണെന്ന ഒരു ധാരണ നിലനില്ക്കുന്നുണ്ട്. പല കവിതയിലും പ്രണയം ഒരു ആത്മാനുഭൂതി എന്നതിൽ കവിഞ്ഞ് ഒരു ആത്മപീഡയുടെ വ്യവഹാരമായി പരിണമിക്കുന്നത് നമുക്ക് കാണാൻ കഴിയും. അത്തരത്തിലുള്ള കവികളിൽ പ്രണയം സ്രോതസ്സാകുന്നത് ആത്മ നൈരാശ്യത്തിന്റെയും അതിൽ നിന്നുറവയെടുക്കുന്ന ജീവിത കാഴ്ചപ്പാടുകളുടെയും സ്വാംശീകരിച്ചെടുക്കുന്ന ജീവിത ദർശനത്തിന്റേതുമാണ്. ആൺ പെൺ ബന്ധങ്ങളിൽ നിന്നുമുണ്ടായിത്തീരുന്ന വേദനയുടെ സ്വരാംശങ്ങൾ ആസ്വാദ്യമാക്കിത്തീർക്കുക എന്ന പരമമായ ലക്ഷ്യം കൂടി ഈ കാവ്യ സങ്കല്പത്തിനുണ്ട്. പല കവികളിലും പ്രണയത്തോടൊപ്പം രോഗബാധിതമായ ഒരു മനസ്സും ഇത്തരം സങ്കല്പങ്ങളിലേക്ക് നയിക്കാൻ കാരണമാകുന്നത് കാണാൻ കഴിയും.

ജീവിതവും മരണവും ഒരു നാണയത്തിന്റെ രണ്ടു ഭാഗങ്ങളായിരിക്കുന്നതുപോലെ പ്രണയവും മരണവും തമ്മിലുള്ള അഭേദ്യമായ ബന്ധവും അനാദികാലം മുതൽ ചർച്ച ചെയ്യുന്നുണ്ട്. മനുഷ്യന്റെ ഉത്ഭവം മുതൽ മനുഷ്യന്റെ നിലനില്പും മരണവും വരെ ഇഴചേർന്നുകിടക്കുന്ന വികാരമാണ് പ്രണയം. പ്രണയത്തിന്റെ മൂർത്തമായ ഭാവം മരണത്തിൽ കണ്ടെടുക്കുന്ന നിരവധി പ്രണയ സങ്കല്പങ്ങൾ സമൂഹത്തിൽ പ്രചുര പ്രചാരം നേടിയിട്ടുമുണ്ട്. അത്തരത്തിലുള്ള സങ്കല്പങ്ങളെ ആക്കം കൂട്ടുന്ന രചനകളും വരികളും വാക്കുകളും എഴുത്തുകാരുടെ ബോധമണ്ഡലത്തിൽ സദാ വിലയം പ്രാപിച്ചിട്ടുള്ളതിനാൽ പൊതുബോധത്തിന്റെ പ്രണയസങ്കല്പങ്ങളെ സ്വാധീനിക്കുന്നതിൽ എഴുത്തുകാരുടെ ജീവിതത്തിനും കൃതികൾക്കും ചെറുതല്ലാത്ത പങ്കുണ്ട്. മാത്രവുമല്ല പ്രണയവും

മരണവും എക്കാലവുമുള്ള ധൈഷണികവും ദാർശനികവുമായ ചിന്തകൾക്ക് ആധാരമായിട്ടുള്ള ഇതിവൃത്തമാണല്ലോ.

അടുത്തിടെ പ്രണയ നൈരാശ്യത്തിൽപ്പെട്ട പെൺകുട്ടിയുടെ ആത്മഹത്യ സമൂഹമാധ്യമത്തിൽ ചർച്ച ചെയ്യപ്പെട്ടിരുന്നു. പെൺകുട്ടിയുടെ ഭാഗത്തുനിന്നുള്ള നരേറ്റീവ് ആയിരുന്നു കൂടുതലും. പ്രണയത്തിൽ പെൺകുട്ടി പുലർത്തിപ്പോന്ന സത്യസന്ധതയാണ് അവളുടെ ആത്മഹത്യ എന്ന നിലപാടിലുള്ള ആഖ്യാനങ്ങളും വ്യാഖ്യാനങ്ങളുമാണ് സമൂഹമാധ്യമങ്ങളിൽ പ്രത്യക്ഷപ്പെട്ടിരുന്നത്. ആത്മഹത്യ ഒരു തരത്തിലും പ്രോത്സാഹിക്കപ്പെടരുതെന്ന സന്ദേശങ്ങളും നിർദ്ദേശങ്ങളും ആഹ്വാനം ചെയ്യുന്ന സമൂഹത്തിൽ എന്തുകൊണ്ടാണ് പ്രണയത്തിനുള്ളിലെ ആത്മഹത്യകൾ വാഴ്ത്തപ്പെടുന്നത്?

അതിൽ എക്കാലവും സമൂഹം പുലർത്തിപ്പോന്ന പ്രണയസങ്കല്പങ്ങൾക്ക് വലിയ ഒരു പങ്കില്ലേ? പ്രണയത്തിന്റെ നിർവ്വചനങ്ങളിൽ ജീവിതത്തിനോളം പ്രാധാന്യം കൊടുക്കുന്നുണ്ട് മരണത്തിന്. "ഒരുമിച്ചുള്ള ജീവിതം സാദ്ധ്യമല്ലെങ്കിൽ ഒരുമിച്ചുള്ള മരണം" എന്ന പ്രസ്താവനകൾ ആണ് പ്രണയ സങ്കല്പങ്ങൾ സമ്മാനിച്ചത്. പ്രണയത്തിന്റെ ഉദാത്തത നിലനില്ക്കുന്നത് മരണത്തിലാണ് എന്നുള്ള വ്യാഖ്യാനങ്ങളെ ആധുനിക മനഃശാസ്ത്രചിന്തകനായ ഫ്രോയിഡ് "ഇറോസ് ആൻഡ് താനത്തോസ് (theory of life and death) എന്ന സിദ്ധാന്തംകൊണ്ട് വിശകലനം ചെയ്യുന്നുണ്ട്.

ജീവിതത്തിലെ വളരെ പോസിറ്റീവ് ആയ വികാരം പ്രണയമാണ്. ഒരു വ്യക്തിയുടെയും ആരോഗ്യകരമായ സമൂഹത്തിന്റെയും നല്ലനടപ്പിനും നിലനില്പിനും അത് അത്യന്താപേക്ഷിതമായതുമാണ്. എന്നാൽ ജീവിക്കാനുള്ള ആഗ്രഹം എത്തിച്ചേരുന്നത് മരണത്തിലാണ് എന്ന് ഫ്രോയിഡ് വിശദീകരിക്കുന്നത് "the goal of all life is death" എന്ന് പറഞ്ഞുകൊണ്ടാണ്.

അങ്ങനെയെങ്കിൽ പ്രണയത്തിനെ ആഘോഷിച്ച രണ്ട് യൂറോപ്യൻ സ്ത്രീപക്ഷ എഴുത്തുകാരായ വിർജിനീയവുൾഫിന്റെയും സിൽവിയ പ്ലാത്തിന്റെയും വരികളിലൂടെയും അവരുടെ ജീവിതത്തിലൂടെയും പ്രണയത്തിനെയും എഴുത്തിനെയും മരണത്തിനെയും അതിനുള്ളിലെ വൈരുദ്ധ്യത്തെയും എങ്ങനെ നോക്കിക്കാണുന്നുവെന്നുള്ളത് പരിശോധിക്കേണ്ടതാണ്. മനുഷ്യൻ ഉണ്ടാക്കി വെച്ച പ്രണയ സങ്കല്പങ്ങളിൽ ഇവരുടെ വാക്കുകളും രചനകളും ജീവിതവും സ്വാധീനിച്ചിട്ടുണ്ടെങ്കിൽ ഒരു പുനർവായന കാലം ആവശ്യപ്പെടുന്നില്ലേ?

അവർ നമുക്ക് മുന്നിൽ ലോകത്തെ കാഴ്ചവെച്ചു, ലോകത്തെക്കുറിച്ച് ആഖ്യാനം ചെയ്തു. പ്രണയത്തെക്കുറിച്ച് മനോഹരമായ വരികൾ രചിച്ചു. വ്യവസ്ഥിതി ഉണ്ടാക്കിവെച്ച മാമൂലുകളെ തകർക്കാൻ പ്രേരിപ്പിച്ചു. പക്ഷേ, സ്വന്തംജീവിതത്തോടും പ്രണയത്തോടും മരണത്തോടും അവർ എത്രമാത്രം വൈരുദ്ധ്യാത്മകത പുലർത്തിയിരുന്നു എന്നത്

നമ്മൾ അറിയേണ്ടതാണ്. ഒരുപക്ഷേ, ഈ വൈരുദ്ധ്യം തന്നെയായിരിക്കും വൂൾഫിന്റെയും പ്ലാത്തിന്റെയും സർഗ്ഗാത്മകതയുടെ യഥാർത്ഥ ഉറവിടം.

വിർജീനിയ വൂൾഫിന്റെ ആത്മഹത്യാക്കുറിപ്പ് ഇങ്ങനെയായിരുന്നു.

"പ്രിയപ്പെട്ടവനെ,

എനിക്ക് വീണ്ടും ഭ്രാന്ത് പിടിച്ചിരിക്കുന്നു. നമുക്ക് ഇനി പഴയതുപോലുള്ള ഭീകരമായ ദിവസങ്ങളിലൂടെ കടന്നുപോകേണ്ട.

എനിക്ക് എന്റെ ഭ്രാന്തിൽനിന്നും ഒരു മോചനമില്ല.

ഞാൻ ശബ്ദങ്ങൾ കേൾക്കാൻ തുടങ്ങിയിരിക്കുന്നു.

എനിക്ക് ഒന്നിലും ശ്രദ്ധ കേന്ദ്രീകരിക്കാൻ കഴിയുന്നില്ല.

അതുകൊണ്ട് എന്താണോ നല്ലതെന്ന് തോന്നുന്നത് അത് ചെയ്തുകൊണ്ടിരിക്കുന്നു.

നിന്നെക്കൊണ്ട് സാദ്ധ്യമാവുന്ന സന്തോഷം എനിക്ക് നീ തന്നിട്ടുണ്ട്.

എന്റെ ജീവിതത്തിൽ ആരൊക്കെയാകുമായിരുന്നോ അതൊക്കെ നീ ആയിട്ടുണ്ട്.

ഈ ഒരു നശിച്ച സൂക്കേട് വരുന്നതിനുമുൻപ് നമ്മളെപ്പോലെ സന്തോഷത്തിൽ ജീവിച്ച ആരുമുണ്ടാവില്ല.

എനിക്ക് ഇതിലും അധികമൊന്നും പൊരുതാൻ കഴിയുമെന്ന് തോന്നുന്നില്ല.

എനിക്ക് അറിയാം ഞാൻ നിന്നെ നശിപ്പിച്ചുകൊണ്ടിരിക്കുകയാണ്.

ഞാൻ ഇല്ലാതെ നിനക്ക് ജോലി ചെയ്യാൻ കഴിയില്ല.

ഞാൻ ഇല്ലെങ്കിൽ നിനക്ക് അതിനൊക്കെ കഴിയും.

നീ നോക്ക് എനിക്ക് ഇതുപോലും നല്ല രീതിയിൽ എഴുതാൻ കഴിയുന്നില്ല.

ജീവിതത്തിൽ അനുഭവിച്ച എല്ലാ സന്തോഷങ്ങൾക്കും ഞാൻ നിന്നോട് മാത്രമാണ് കടപ്പെട്ടിരിക്കുന്നത്.

അത്രയ്ക്ക് ക്ഷമയും സ്നേഹവും നിനക്കുണ്ടായിരുന്നു എന്ന് എല്ലാവർക്കും അറിയാം.

ആരെങ്കിലും എന്നെ രക്ഷിച്ചിട്ടുണ്ടെങ്കിൽ അത് നീയാണ്.

നിന്റെ നന്മകളൊഴികെ മറ്റെല്ലാം എന്നെ വിട്ടുപോയി.

എനിക്കിനിയും നിന്റെ ജീവിതം നശിപ്പിക്കാൻ കഴിയില്ല.

എനിക്ക് തോന്നുന്നില്ല നമ്മളേക്കാൾ സന്തോഷത്തിൽ ജീവിച്ച മറ്റാരും ഈ ഭൂമിയിൽ ഉണ്ടാവില്ലെന്ന്."

വിർജീനിയ വൂൾഫ് തന്റെ ഭർത്താവായ ലിയോണാർഡിന് എഴുതിയ ആത്മഹത്യാക്കുറിപ്പാണിത്. ഇംഗ്ലീഷ് കവിയായ ടി എസ് എലിയട്ട് ഈ കുറിപ്പിനെക്കുറിച്ച് പരാമർശിച്ചത് "ഒരു ലോകത്തിന്റെ അവസാനം" (the end of a world) എന്നാണ്. ലോകസാഹിത്യ ചരിത്രത്തിൽ വായനക്കാരെ ഇത്രയും വേദനിപ്പിച്ച ഒരു വിടവാങ്ങൽ വേറെയുണ്ടാവില്ല. മരണത്തിന്റെ അവസാന നിമിഷവും അവർ പ്രണയിക്കുകയായിരുന്നു.

സ്ത്രീകളുടെ സ്വാതന്ത്ര്യവും അവരുടെ ഉയർച്ചയും വൂൾഫിന്റെ വിഷൻ ആയിരുന്നു. പൂർണ്ണമായും സ്ത്രീപക്ഷചിന്തകളായിരുന്നു അവർ തന്റെ രചനകളിലൂടെ പങ്കുവെച്ചത്. സമൂഹത്തിന്റെ യാഥാസ്ഥിതിക ചിന്താഗതിയിൽനിന്നും സ്ത്രീ മോചിപ്പിക്കപ്പെടണമെന്നും അതിന് പുരുഷന്റെ ഇഷ്ടങ്ങൾക്കനുസരിച്ചു പരുവപ്പെടാനുള്ളതല്ല സ്ത്രീയുടെ വ്യക്തിത്വം എന്നും സമൂഹത്തെ ഓർമ്മിപ്പിച്ചുകൊണ്ടാണ് *a room of ones own* എന്ന നോവൽ പ്രസിദ്ധീകരിച്ചത്. പത്തൊൻപതാം നൂറ്റാണ്ടിന്റെ സ്ത്രീ ജീവിതം വരച്ചുവെച്ച കൃതി.

സമൂഹത്തിൽ വളരെ സ്വാധീനം ചെലുത്തി, പുരുഷനെപ്പോലെ സ്ത്രീകൾക്കും ഈ സമൂഹത്തിൽ അവകാശങ്ങളുണ്ടെന്നും അവരുടെ സ്വാതന്ത്ര്യത്തിനും ഉയർച്ചയ്ക്കും അവരുടെ വ്യക്തിത്വത്തിനും വേണ്ടിയുള്ള പോരാട്ടങ്ങളെ അംഗീകരിക്കാൻ വേണ്ടിയുള്ള കരുത്തുറ്റ വരികൾ ലോകത്തിനുമുന്നിൽ വരച്ചിട്ട വുൾഫ്, സ്വന്തം ജീവിതത്തിൽ പ്രണയത്തിനുള്ളിൽ വിധേയത്വം ശക്തമായി പ്രകടിപ്പിച്ചിരുന്നു എന്നതിനുള്ള തെളിവാണ് പ്രണയത്തിൽ അധിഷ്ഠിതമായ ആത്മഹത്യാക്കുറിപ്പ് (a room of ones own) എന്ന കൃതിയുടെ രചയിതാവ് എന്ന നിലയ്ക്ക് വൂൾഫിന്റെ ആത്മഹത്യ അവരുടെ നിലപാടിലെ വൈരുദ്ധ്യം അനാവരണം ചെയ്യുന്നുണ്ട്.

മിസ്സിസ് ഡാല്ലോവേ എന്ന കൃതിയിൽ കുടുംബം എന്ന വ്യവസ്ഥാപിത അന്തരീക്ഷത്തിൽ ഉണ്ടാവേണ്ടുന്ന തുല്യപങ്കാളിത്തത്തിനെക്കുറിച്ചു ഇങ്ങനെ എഴുതിയിരുന്നു.

'For in marriage a little license, a little independence there must be between people living together day in and day out in the same house, which Richard gave her, and she him.'

ഇതിനുപുറമെ വുൾഫ് സ്ത്രീ പുരുഷ ബന്ധത്തിൽ അധീശത്വം എങ്ങനെ പ്രവർത്തിക്കുന്നു എന്ന് സൈദ്ധാന്തികമായി നിർവ്വചിച്ചുവെച്ചിട്ടുള്ള അസാമാന്യ പ്രതിഭയായിരുന്നു. പക്ഷേ, സ്വന്തം പ്രണയത്തിനുള്ളിൽ വൂൾഫിന്റെ വിധേയത്വം എത്രമാത്രമാണെന്ന് വെളിപ്പെടുത്തുന്നതായിരുന്നു അവരുടെ *ആത്മഹത്യാക്കുറിപ്പ്.* വുൾഫ് മുന്നോട്ടുവെച്ചത് ഹിപ്നോട്ടിക് പവർ ഓഫ് ഡോമിനേഷൻ എന്ന അധീശത്വ ഘടനയെ കുറിച്ചാണ്.

പ്രണയം ആൺ അധികാര മേഖലയാണ്. പക്ഷേ, സ്നേഹം, ആരാധന, കടപ്പാട് എന്നിവയ്ക്കുള്ളിൽ പ്രവർത്തിക്കുന്ന അധീശത്വത്തെ തിരിച്ചറിയാൻ പലപ്പോഴും പ്രണയിനികൾക്ക് കഴിഞ്ഞെന്ന് വരില്ല. ഇത് ആൺ അധികാരവ്യവസ്ഥയുടെ പ്രതീകാത്മകമായ തലത്തിന് ഉദാഹരണമാണെന്ന് ഫ്രഞ്ച് ഫിലോസഫറായ പിയറി ബോർഡ്യു സൂചിപ്പിക്കുന്നുണ്ട്.

വ്യവസ്ഥയ്ക്കകത്തുള്ള പൊരുത്തക്കേടുകളെക്കുറിച്ച് ബോർഡ്യു നിരന്തരം സംസാരിക്കുന്നുണ്ട്. നിയമങ്ങളുടെയും നിയന്ത്രണങ്ങളുടെയും ലോകത്ത് ആണധികാര വ്യവസ്ഥയുടെ അധീശത്വം അടിച്ചേല്പി

ക്കപ്പെട്ട രീതിയും സ്വീകരിക്കപ്പെട്ട രീതിയും ഇതിന് ഉദാഹരണമാണെന്നും, സ്ത്രീ പുരുഷ ബന്ധം എന്നത് അസാധാരണമായ വിധത്തിൽ സ്വാഭാവികമാണെന്ന് തോന്നുന്നുവെന്നും പ്രതീകാത്മകമായ ഒരു തത്ത്വത്തിലൂടെ അധീശത്വം ചെലുത്തുന്നയാളും അധീശത്വത്തിന് വഴിപ്പെടുന്നയാളും ഒരുപോലെ അംഗീകരിക്കുന്നുവെന്നും അദ്ദേഹം പറയുന്നു. അധീശത്വത്തെക്കുറിച്ച് സൈദ്ധാന്തികമായ അറിവുകൾ പങ്കുവെച്ച സ്ത്രീപക്ഷവാദിയുടെ മരണം അധീശത്വത്തിൽ അധിഷ്ഠിതമായിരുന്നുവെന്നുള്ളതിന്റെ വായന ആണ് വുൾഫിന്റെ *ആത്മഹത്യാക്കുറിപ്പ്*. മാത്രവുമല്ല പ്രണയത്തിന്റെ ഉദാത്തത നിലനില്ക്കുന്നത് മരണത്തിൽ ആണ് എന്ന് വൂൾഫ് വിശ്വസിച്ചിരുന്നു എന്നതിന്റെ തെളിവാണ് ഈ വരികൾ.

"മൃത്യു നിന്നിലേക്കെൻ മനം
സ്വസ്ഥം പറന്നിടും
പ്രണയിനിയായി പുണർന്നിടും
എന്നുള്ളിൽ നിൻ സ്ഥാനം"

(Against you I will flying myself, unanguished and unyielding, o death)

വുൾഫിന്റെ പ്രണയ സങ്കല്പങ്ങളിൽ ഒരു യഥാർത്ഥ കാമുകൻ എന്തായിരിക്കണമോ അതുപോലെയായിരുന്നു ഭർത്താവായ ലിയോണാർഡ്. പക്ഷേ, എന്നിട്ടും വിഷാദ രോഗം വൂൾഫിൽനിന്നും വിട്ടുമാറിയിരുന്നില്ല.

ഒടുവിൽ *ആത്മഹത്യാക്കുറിപ്പ്* എഴുതി വെച്ചതിനുശേഷം ഇഷ്ടപ്പെട്ട വസ്ത്രം ധരിച്ചു, അതിൽ പാറക്കഷണങ്ങൾ കുത്തിനിറച്ചു വീടിന് പുറകു വശത്തുള്ള ലൂയിസ് നദിയിലേക്ക് എടുത്തുചാടുകയായിരുന്നു.

വൂൾഫിന്റെ പ്രണയലേഖനം തന്നെയായിരുന്നു അവരുടെ ആത്മഹത്യാക്കുറിപ്പും, മരണത്തിന്റെ കാരണവും പ്രണയമായിരുന്നു. മരണം വരിച്ചുകൊണ്ട് അവർ സ്വത്വത്തെ സാക്ഷാൽക്കരിക്കുകയായിരുന്നു. ഉദാത്തമായ പ്രണയം മരണത്തിലാണ് എന്ന നരേറ്റീവിനെയാണ് വുൾഫ് ആത്മഹത്യയിലൂടെ ഊട്ടിയുറപ്പിക്കുന്നത്. ഇവിടെയും എഴുത്തിലൂടെ പാട്രിയാർക്കിയുടെ കീഴിൽനിന്നും സ്ത്രീകളെ മോചിപ്പിക്കാൻ ആഹ്വാനം ചെയ്ത സ്ത്രീപക്ഷവാദി പ്രണയത്തിനുള്ളിൽ പരാജയപ്പെടുകയായിരുന്നു. തികച്ചും പ്രണയത്തിന്റെ ഗ്ലോറിഫിക്കേഷൻ എന്ന നിലയിലാണ് വുൾഫിന്റെ ആത്മഹത്യ സമൂഹത്തിലേക്ക് പ്രചരിക്കപ്പെട്ടത്.

പക്ഷേ, ഇതിൽനിന്നും തികച്ചും വ്യത്യസ്തമായിരുന്നു അമേരിക്കൻ കവയിത്രിയായ സിൽവിയ പ്ലാത്തിന്റെ മരണം. പ്ലാത്തിന്റെ ആത്മഹത്യ കുറിപ്പ് കണ്ടെടുക്കാനായില്ലെങ്കിലും അവസാനനാളുകളിൽ എഴുതപ്പെട്ട 20 വരികൾമാത്രമുള്ള 'the edge' എന്ന കവിതയിൽ പ്ലാത്തിന്റെ ആത്മഹത്യാലോകം കിടന്നിരുന്നു. ഈ കവിതയുടെ ആദ്യവരികളിൽ "a woman is perfected by death" എന്നുകൂടി പ്ലാത്ത് പറയുന്നുണ്ട്. ഒരു സ്ത്രീയുടെ പൂർണ്ണത മരണത്തിലാണ് പ്ലാത്ത് കാണുന്നത്. പ്രണ

യത്തെക്കുറിച്ച് കവിതകൾ എഴുതിക്കൊണ്ടിരിക്കുമ്പോൾത്തന്നെ പ്ലാത്ത് ഇടയ്ക്കിടെ ആത്മഹത്യാശ്രമങ്ങൾ നടത്തിക്കൊണ്ടിരുന്നു. വിഷാദ രോഗ മാണ് പ്ലാത്തിന്റെ ആത്മഹത്യാശ്രമങ്ങൾക്ക് കാരണമാവുന്നത് എന്ന നരേറ്റീവിനെ തകർത്തുകൊണ്ട് പ്രണയമാണ് മരണത്തിലേക്ക് നയിച്ചതെന്നുള്ള വാദങ്ങളെ ന്യായീകരിക്കുന്ന നിരീക്ഷണങ്ങളാണ് വ്യക്തിപരവും സാമൂഹികവുമായ ചുറ്റുപാടുകളിൽനിന്ന് ഉയർന്നു വന്നത്.

പ്ലാത്ത് തന്റെ ആത്മകഥാംശപരമായ നോവലായ *ബെൽ ജാറിൽ* എഴുതപ്പെട്ട വരികൾ ഇങ്ങനെയായിരുന്നു.

"മരണം വളരെ മനോഹരമായിരിക്കണം

ചെങ്കല്ലിൻ നിറമുള്ള ഭൂമിയുടെ മടിയിൽക്കിടന്ന്

ചുറ്റുമുള്ള പുല്ലുകൾക്ക് മെയ്യിൽ ഉമ്മവെക്കാൻ ഇടം കൊടുത്ത്, മൗനത്തെ ശ്രദ്ധയോടെ കേട്ട് ഇന്നലെകൾ ഇല്ലാതെ, നാളെയെക്കുറിച്ചു ചിന്തിക്കാതെ, കാലത്തെ മറന്ന്, ജീവിതത്തിന് മാപ്പ് കൊടുത്തു സമാധാനത്തിലേക്ക് പറന്നിറങ്ങണം."

ഒരുപക്ഷേ, മരണത്തെക്കുറിച്ചു ലോകത്തുവെച്ചേറ്റവും മനോഹരമായ കാവ്യാഖ്യാനമായിരിക്കാം ഈ വരികൾ. അവർ ജീവിതത്തിനെക്കാളും ഏറെ സ്നേഹിച്ചത് മരണത്തെയായിരുന്നു. മരണത്തോടുള്ള അവരുടെ ഒടുങ്ങാത്ത ആസക്തി പ്രണയത്തിൽ നിന്നുമായിരുന്നു ഉത്ഭവിച്ചത്. സ്വന്തം ഭർത്താവായ റ്റൈഡ് ഹ്യൂസിന് മറ്റൊരു ബന്ധം ഉണ്ടായതും പ്ലാത്തുമായുള്ള ബന്ധം വേർപ്പെട്ടതും വിഷാദരോഗത്തിന് ആക്കംകൂട്ടിയെങ്കിലും അതിനേക്കാളും അവർ തകർന്നുപോയത് അവസാന പ്രതീക്ഷയായിരുന്ന പ്രണയം നിരർത്ഥകമായപ്പോഴാണ്. ജീവിതത്തോടും പ്രണയത്തോടും തികഞ്ഞ സത്യസന്ധത പ്ലാത്ത് പുലർത്തിപ്പോന്നിരുന്നു.

ഹാർപ്പർ ആൻഡ് റോ എന്ന പ്രസിദ്ധീകരണത്തിലെ എഡിറ്ററോട് പ്ലാത്തിന് പ്രണയമുണ്ടായിരുന്നു. പട്ടണത്തിലെ ബുക്ക് പാർട്ടിയിൽ വെച്ച് അദ്ദേഹത്തിനോട് സംസാരിക്കുന്നത് കണ്ടെന്നും, ആ സമയത്ത് അവർ പ്ലാത്തിന്റെ കൈയിൽ അവസാനത്തെ കത്ത് കണ്ടെന്നും മാത്രമല്ല, അത്രയും മോശമായ മാനസികാവസ്ഥയിലും ആ ബന്ധം പുതുക്കാനുള്ള ആഗ്രഹവും പ്രകടിപ്പിച്ചുവെന്നും ബയോഗ്രാഫേഴ്സ് പറയുന്നു. പക്ഷേ, മറ്റൊരാളുമായി പ്രണയത്തിലായിരുന്ന എഡിറ്ററുടെ തിരസ്കാരം പ്ലാത്തിന് ഉൾക്കൊള്ളാൻ കഴിയുമായിരുന്നില്ല. അത് റ്റെഡ്ഹ്യൂസിന്റെ ഭാഗത്തു നിന്നുള്ള തിരസ്കാരത്തെക്കാളും അവരെ വേദനിപ്പിച്ചു. പ്രണയത്തിൽ നിന്നുള്ള പുറത്താക്കപ്പെടലായിരുന്നു പ്ലാത്തിന്റെ ആത്മഹത്യക്കുള്ള യഥാർത്ഥ കാരണം.

അവസാന ദിവസങ്ങളിലുള്ള പ്ലാത്തിന്റെ മരണവിഭ്രാന്തി എങ്ങനെയായിരുന്നുവെന്ന് വരച്ചിടുന്നത് അവരുടെ കത്തുകളാണ്. പ്രണയം, സ്നേഹം, ദേഷ്യം, നിരാശ, വിഷാദം എന്നീ വികാരങ്ങളെല്ലാം അതിന്റെ

മൂർത്തമായഭാവത്തിൽ പ്ലാത്തിൽ സജീവമായിരുന്നു. ഒരേ സമയം സന്തോഷവും ദുഃഖവും നിറഞ്ഞുനില്ക്കുന്ന വൈരുദ്ധ്യാത്മകത പ്ലാത്തിന്റെ മാനസികാവസ്ഥയുടെ അടയാളങ്ങളായിരുന്നു. മാത്രവുമല്ല ടെൻഷൻ കുറയ്ക്കാൻ പുകവലിക്ക് അടിമയായി മാറുകയും ചെയ്തു.

പ്ലാത്തിന്റെ പ്രണയ സങ്കല്പങ്ങൾ ഇലക്ട്ര കോംപ്ലക്സിൽ അതിഷ്ഠിതമായിരുന്നു. തന്റെ അച്ഛനോടുള്ള പ്രണയമാണ് പ്ലാത്തിന്റെ "ഡാഡി" എന്ന കവിത. അതുകൊണ്ട് തന്നെയാണ് അച്ഛന്റെ രൂപവും ഭാവവുമുള്ള റ്റെഡ്ഹ്യൂഗ്സിനെ പ്രണയിക്കുകയും വിവാഹം കഴിക്കുകയും ചെയ്തത്. പക്ഷേ, ജീവിത യാഥാർത്ഥ്യവും ഭാവനയും തമ്മിലുള്ള പൊരുത്തക്കേടുകൾ വിഷാദരോഗത്തിന്റെ തീവ്രത കൂട്ടിക്കൊണ്ടിരുന്നു.

പ്ലാത്തിന്റെ ഭാവനയും ജീവിതവും പ്രണയത്തിന്റെ ഉന്മാദത്തിൽ പ്രതിഷ്ഠിക്കപ്പെടാൻ അവർ ആഗ്രഹിച്ചിരുന്നു. ആരാധനയും ബഹുമാനവും പ്രണയമായി രൂപാന്തരപ്പെട്ടപ്പോൾ ഒടുവിൽ അത് വെറുപ്പിലേക്കുള്ള പ്രയാണമായി മാറുകയും ചെയ്തു. അവസാനം തന്റെ ശരീരത്തിനെയും മനസ്സിനെയും സ്വാധീനിച്ചിരിക്കുന്ന പ്രണയത്തെ കൊന്നുകൊണ്ടാണ് പ്ലാത്ത് തന്റെ സ്വത്വത്തെ ഉയർത്തെഴുന്നേല്പിക്കുന്നത്. അവിടെയും സ്വന്തം ശരീരം നശിപ്പിച്ചുകൊണ്ട്, മരണത്തെ പുല്കിക്കൊണ്ട് പ്രണയത്തെ പ്രാപിക്കുകയാണ്.

ടെൻഷൻ കുറയ്ക്കാൻ പ്ലാത്ത് നിരന്തരമായി പുകവലിക്കുമായിരുന്നു. പക്ഷേ, അധിക കാലം പിടിച്ചുനില്ക്കാൻ അവരുടെ മാനസികാവസ്ഥയ്ക്ക് കഴിഞ്ഞില്ല. 1963 ഫെബ്രുവരി 11 ന് രാവിലെ തന്റെ കുട്ടികൾ കിടക്കുന്ന മുറിയിലെ വിടവുകൾ ടവൽകൊണ്ട് അടച്ചു. ഓവനിലെ ഗ്യാസ് തുറന്നിട്ട് അതിനിടയിലേക്ക് തല വെച്ചു കൊടുത്തു. അക്ഷരാർത്ഥത്തിൽ ഭീകരമായ മരണംകൊണ്ട് അവർ ലോകത്തെതന്നെ ഞെട്ടിച്ചു. മരണത്തിന്റെ തെരഞ്ഞെടുപ്പിൽ പോലും അവർ വ്യത്യസ്തയായിരുന്നു. അത്രയ്ക്കും തീക്ഷ്ണമായ വേദനയോടെയാണ് അവർ മരണത്തെ പ്രാപിച്ചത്. 'ലേഡീ ലസാറസ്' എന്ന കവിതയിൽ പ്ലാത്ത് മരണത്തിലൂടെ ഉയിർത്തെഴുന്നേല്ക്കാം എന്നുപറയുന്നുണ്ട്. പ്ലാത്തിന്റെ മരണ സങ്കല്പത്തിൽ. ജീവിതത്തിനോളം പ്രണയത്തിനോളം പ്രാധാന്യം മരണത്തിന് ഉണ്ടായിരുന്നു. അതുകൊണ്ടാണ് "മരണം ഒരു കലയാണ്" എന്ന് പ്ലാത്ത് നിർവ്വചിച്ചത്. ആത്മഹത്യയെ മഹത്വവല്ക്കരിച്ചുകൊണ്ടാണ് അവർ വിട വാങ്ങിയത്. പ്ലാത്തും വൂൾഫും കൃതികളിലും ജീവിതത്തിലും ഒട്ടേറെ സാമ്യത പുലർത്തിയിരുന്നു. രണ്ടുപേരും സ്ത്രീപക്ഷവാദികളും ആധുനിക എഴുത്തുകാരുമാണ്. അവർ ഫാസിസത്തിനെ എഴുത്തിലൂടെ നിശിതമായി വിമർശിച്ചിരുന്നു. പ്ലാത്ത് നസി എന്ന പദത്തിലൂടെയാണ് തന്റെ കവിതകളിൽ തിന്മയെക്കുറിച്ച് സംസാരിച്ചതെങ്കിൽ "ത്രീ ഗൈനെയ" എന്ന പദം ഉപയോഗിച്ചാണ് ഫാസിസ്റ്റ് വ്യവസ്ഥിതിയെക്കുറിച്ചു വൂൾഫ് സംസാരിച്ചത്. ഇരുവരും തുറന്നുപറ

ച്ചിലിലൂടെയാണ് സത്യസന്ധമായ നിരീക്ഷണങ്ങൾ നടത്തിയ എഴുത്തുകാരായി സമൂഹത്തിൽ മാറിയത്. മാത്രമല്ല സ്വന്തം ജീവിതം തന്നെയാണ് സർഗ്ഗാത്മകതയുടെ തട്ടകമായി കണ്ടത്.

പ്രണയം ജീവിതാസക്തിയായി, ജീവിതധാരയായി പ്രതിഷ്ഠിക്കപ്പെട്ട ആധുനിക കാലത്തും പ്രണയിനികൾ വായിച്ചനുഭവിച്ച് അറിയുന്ന പ്രണയ സങ്കല്പത്തിൽ മരണവും പ്രണയവും ഇത്രമേൽ മോഹിപ്പിക്കുന്നതിൽ കാല്പനിക എഴുത്തുകാർക്കും ആധുനിക എഴുത്തുകാർക്കും വലിയ പങ്കുണ്ട്. ആത്മഹത്യ മനുഷ്യത്വവിരുദ്ധമായ ആശയമാണ്. ഒരു വാക്കുകൊണ്ടും വരികൾകൊണ്ടും ജീവിതംകൊണ്ട് പ്രോത്സാഹിക്കപ്പെട്ടുകൂടാ. വരും നാളുകളിൽ മരണത്തെ മറികടന്നുകൊണ്ടുള്ള പ്രണയത്തെ പ്രോത്സാഹിപ്പിക്കേണ്ട വരികളും രചനകളും കാലത്തിന്റെ അനിവാര്യതയായി മാറിയിരിക്കുന്നത് ഇത്തരം ചരിത്രസന്ദർഭങ്ങൾ എഴുത്തുകാരെ ഓർമ്മപ്പെടുത്തുന്നുണ്ട് എന്ന് സൂചിപ്പിക്കാനാണ് ഇത്രയും പറഞ്ഞു വെക്കുന്നത്. A Star Coming from Heaven That was you Darling എന്ന് ആർത്തലയ്ക്കുന്ന വിഡ്ഢികളുടെ സ്വർഗ്ഗം മാത്രമായി പ്രണയ സങ്കല്പങ്ങൾ കൂമ്പടഞ്ഞുകൂടാ. പ്രണയമെന്ന മൺചെരാതിന്റെ ചുറ്റും പറന്ന് എരിഞ്ഞുവീഴുന്ന ഈയാംപാറ്റകളായി പ്രണയിനികൾ ഒടുങ്ങിക്കൂടാ....

References

1. Virginia woolf *the art of biography.*
2. Virginia woolf *Mrs dalloway.*
3. Sylviya Plath, Collected poems.
4. Sylviya plath, *the bell jar.*
5. പിയറി ബോർഡ്യു, *ആണത്വവും അധീശത്വവും* (കെ എം അനിൽ-സംഗീത).

ലോക്ക്ഡൗണും ഗാർഹിക പീഡനങ്ങളും

ലോകത്തു നടന്നിട്ടുള്ള മഹായുദ്ധങ്ങളിലും ദുരന്തങ്ങളിലും അപ്രസക്തരായ ജനതയായിരുന്നു സ്ത്രീകൾ. എന്നാൽ എല്ലാ ദുരന്തങ്ങളുടെയും ഏറ്റവും തീവ്രമായ പ്രത്യാഘാതം അനുഭവിച്ച ഇരകളും സ്ത്രീയായിരുന്നു. എക്കാലവും ദുരന്തങ്ങളുടെ ആഘാതങ്ങൾ അവർക്കുമേൽ കനത്ത പ്രഹരം ഏല്പിച്ചു കടന്നുപൊയിക്കൊണ്ടിരുന്നു. അതൊന്നും ആരും അറിഞ്ഞിരുന്നില്ല. എവിടെയും രേഖപ്പെടുത്തിയിരുന്നില്ല. ചരിത്രത്തിൽപ്പോലും സ്ത്രീ അജ്ഞാതയായിരുന്നു. പുരുഷൻ നിർമ്മിച്ച ചരിത്രത്തിൽ സ്ത്രീ അദൃശ്യയാവുന്നത് സ്വാഭാവികമാണല്ലോ. പക്ഷേ, അതിജീവനശ്രമങ്ങളിൽ എന്നും സ്ത്രീ മുൻപിലായിരുന്നു. എന്നിട്ടും ഓരോ ദുരന്തങ്ങളിലും തകർന്നുപോവുമെന്ന് കരുതിയിരുന്ന ജീവിതത്തെയും കുടുംബത്തെയും കരയ്ക്കടുപ്പിക്കാനുള്ള സ്ത്രീകളുടെ അപാരമായ ആർജ്ജവം ഒരിക്കലും എവിടെയും അംഗീകരിക്കപ്പെട്ടില്ല.

ലോകം മുഴുവനും വ്യാപിച്ച മഹാമാരിയിലും സ്ത്രീയുടെ അവസ്ഥവ്യത്യസ്തമായിരുന്നില്ല. കൊറോണ വൈറസ് ലിംഗഭേദമില്ലാതെ പടർന്ന് പിടിച്ചുകൊണ്ടിരിക്കുമ്പോഴും സ്ത്രീക്ക് പ്രതിരോധിക്കേണ്ടത് രോഗത്തെമാത്രമായിരുന്നില്ല. ഗാർഹിക പീഡനത്തെക്കൂടിയാണ്. ലോക്ക്ഡൗൺ കാലത്താണ് സ്ത്രീകൾ കൂടുതൽ മാനസികമായും ശാരീരികമായും ആക്രമിക്കപ്പെട്ടത്. ഐക്യരാഷ്ടസഭയുടെ കണക്കുപ്രകാരം ഗാർഹിക പീഡനം ഇരട്ടിയിലധികമാണ് റിപ്പോർട്ട് ചെയ്യപ്പെട്ടത്. ഷാഡോ പാൻഡെമിക് എന്ന് പേരിട്ട് വിളിച്ചിരുന്ന നിഴൽ മഹാമാരിയിൽ ലോകമെമ്പാടുമുള്ള സ്ത്രീകളും കുട്ടികളും അനുഭവിക്കുന്ന ഗാർഹിക പീഡനത്തിന്റ അളവ് വർദ്ധിച്ചിരിക്കുന്നു. നിരവധി പരാതികളാണ് ദേശീയ വനിതാ കമ്മീഷൻ മുൻപാകെ റിപ്പോർട്ട് ചെയ്തിരിക്കുന്നത്.

ലോക്ക്ഡൗണിൽ തൊഴിൽ ഇല്ലാത്തതും സോഷ്യൽ ഡിസ്റ്റൻസ് പാലിക്കുന്നതിന്റെ ഭാഗമായും വീട്ടിൽ അടച്ചിരിക്കുന്നതും സാമൂഹിക ബന്ധത്തിനുള്ള അവസരങ്ങൾ നഷ്ടപ്പെടുന്നതും ലഹരി ഉപയോഗിക്കാനുള്ള അവസരം നിഷേധിക്കപ്പെടുന്നതും പുരുഷനിൽ കടുത്ത മാനസിക അസ്വസ്ഥത ഉണ്ടാക്കുന്നു. അതുകൊണ്ടുതന്നെ അസ്വസ്ഥതയുടെ പ്രതിഫലനം കായികമായും മാനസികമായും പീഡനങ്ങളായി വന്ന് പതിക്കുന്നത് വീടിനുള്ളിലെ സ്ത്രീകളിലാണ്.

കുട്ടികളെയും വയോജനങ്ങളെയും എന്തിന് വീട്ടിലെ വളർത്തുമൃഗങ്ങളെപ്പോലും അവർ വെറുതെ വിടുന്നില്ല. വ്യക്തിത്വ വൈകല്യവും സാമൂഹിക വിരുദ്ധവുമായ പുരുഷന്റെ മനസ്സും പീഡനത്തിന്റെ തീവ്രത വർദ്ധിപ്പിക്കുന്നുണ്ട്.

പുരുഷാധിപത്യ വ്യവസ്ഥയിൽ കുടുംബഭദ്രത സംരക്ഷിക്കാനുള്ള ബാദ്ധ്യത സമൂഹം നിഷ്കർഷിച്ചുവെച്ചിട്ടുള്ളത് സ്ത്രീകളിൽ ആയതുകൊണ്ട് പുരുഷനുണ്ടാവുന്ന ആത്മാഭിമാനക്കുറവ്, ദുരഭിമാനം, അസൂയ, കോംപ്ലക്സുകൾ ഒക്കെ അണപൊട്ടി ഒഴുകുന്നതും ഇങ്ങനെയുള്ള സാഹചര്യങ്ങളിൽ കൂടുതലാണ്. പുരുഷ കേന്ദ്രീകൃത സമൂഹത്തിൽ സ്ത്രീ ഒരു കമ്മോഡിറ്റി ആണ്. ഒരു വസ്തുവിനെപ്പോലെ, പ്രോപ്പർട്ടിയെപ്പോലെ നിയന്ത്രിച്ചുനിർത്താൻ കഴിയുന്ന ഒന്ന് സ്ത്രീയുടെ മാനസിക ശാരീരിക അവസ്ഥയുടെ ഉടമസ്ഥാവകാശത്തിന് കാലങ്ങളായി ആൺ ആധികാര വ്യവസ്ഥിതി കൈയിൽ വെച്ചിരിക്കുകയാണ്. പത്തൊൻപതാം നൂറ്റാണ്ടിന്റെ അവസാന കാലത്തുപോലും ഭാര്യയെ തല്ലുന്നത് സ്ത്രീയുടെ മേൽ പുരുഷന്റെ അധികാരവും അവകാശവും ആണെന്ന വികല ധാരണയാണ് അവരെ ഭരിക്കുന്നത്. നിയന്ത്രണങ്ങളിൽ നിന്നുള്ള ചെറിയ വ്യതിചലനം ഉൾക്കൊള്ളാൻ കഴിയാത്തതുകൊണ്ട് ആക്രോശങ്ങളുടെയും അക്രമങ്ങളുടെയും രൂപത്തിൽ സ്ത്രീയുടെ മേൽ വന്ന് വീഴുന്നു. ഇത്തരത്തിലുള്ള മനോഭാവം പിൻപറ്റുന്ന പുരുഷന്മാർക്ക് സ്ത്രീകൾ തങ്ങളുടെ നിയന്ത്രണത്തിൽനിന്നും പുറത്തുകടന്നുവെന്നു തോന്നിയാൽ ഉടനെ സ്ത്രീയുടെ വ്യക്തിത്വത്തെ ഡീഗ്രേഡ് ചെയ്യുന്നു. അത് ആസിഡ് ആക്രമണത്തിലേക്കും പെട്രോൾ ഒഴിച്ച് കത്തിക്കുന്നതിലേക്കും കൊണ്ടെത്തിക്കുന്നു.

ദിവസം മുഴുവൻ ഒന്നിച്ചിരിക്കുന്ന സാഹചര്യത്തിൽ സ്ത്രീകളെ പരിഹസിക്കുക, ഭീഷണിപ്പെടുത്തുക, വൈകാരികമായി ചൂഷണം ചെയ്യുക എന്നത് വിനോദമായും ചിലർ ഏറ്റെടുക്കുന്നു. അതിന്റെ അനുരണനങ്ങൾ ആണ് സ്ത്രീകൾക്കെതിരായ ട്രോളുകളായി സോഷ്യൽ മീഡിയയിൽ രൂപാന്തരപ്പെടുന്നത്. ലോക്ക്ഡൗണിൽ സ്ത്രീകൾക്ക് പൊലീസ് സ്റ്റേഷനിൽ പോകാൻ കഴിയുന്നില്ല. കോവിഡ് ഭീതി നിലനില്ക്കുന്നതിനാൽ അടുത്തുള്ള വീടുകളിൽ അഭയം പ്രാപിക്കുന്നതിനും തടസ്സമാവുന്നു. സുരക്ഷിതമായ ഇടങ്ങളിൽ എത്തിച്ചേരാൻ കഴിയാത്ത അവസ്ഥയും വന്നു ചേരുന്നു. ഇതിനിടയിലും കുടുംബത്തിന്റെ വൈകാ

രിക അന്തരീക്ഷം കാത്തുസൂക്ഷിക്കാൻ നിശ്ശബ്ദമാകുകയാണ് ഒട്ടുമിക്ക സ്ത്രീകളും. കോവിഡ് കാലത്തായിരിക്കും കുടുംബാസൂത്രണത്തിന്റെ അഭാവത്തിൽ പ്രതീക്ഷിക്കാതെയുള്ള കുഞ്ഞുങ്ങൾ പിറന്നുവീഴുന്നത്. അതിന്റെ ശാരീരിക മാനസിക ബാദ്ധ്യതകൾ സ്ത്രീയെമാത്രമേ ബാധിക്കുകയുള്ളൂ. ഗർഭിണികൾ ആയ സ്ത്രീകളിൽ കോവിഡ് കാലം ആശങ്കകൾ കൊണ്ടുവന്നു. കുഞ്ഞിന് രോഗം പകരുമെന്ന ഭയം ഒരു തരം മാനസിക വിഭ്രാന്തിയിലേക്ക് സ്ത്രീകളെ എത്തിക്കുന്നു.

സാമ്പത്തിക അരക്ഷിതാവസ്ഥ, ദാരിദ്ര്യം, രോഗ ഭീതി, ഒറ്റപ്പെടൽ എന്നിവമൂലം സ്ത്രീകളിൽ മാനസിക സംഘർഷങ്ങൾ കൂടുന്നു. സ്ത്രീകൾക്കും കുട്ടികൾക്കും വീട് സുരക്ഷിത കേന്ദ്രങ്ങൾ അല്ലാതായിത്തീരുന്നു. കുടുംബം ഒരു വ്യവസ്ഥാപിതവ്യവഹാരം ആയതുകൊണ്ട് വീട് സംരക്ഷണവും കുടുംബ ഭദ്രത ഉറപ്പാക്കലും സ്ത്രീയുടെ ബാദ്ധ്യതയായി ചാർത്തിക്കൊടുത്തതുകൊണ്ട് പങ്കാളിയുടെ നിരുത്തരവാദിത്വപരമായ പെരുമാറ്റം പല സ്ത്രീകൾക്കും വീട് ഒറ്റയ്ക്ക് മുന്നോട്ടുകൊണ്ട് പോവേണ്ടി വരുന്നുണ്ട്. ലോക്ക്ഡൗണിൽ തൊഴിൽ ഇല്ലാത്തതും സാമ്പത്തിക അരക്ഷിതത്വവും ദിവസവേതനത്തിന് ജോലി ചെയ്യുന്ന സ്ത്രീകളെ കൂടുതൽ ദുരിതത്തിലാക്കി. വിദ്യാഭ്യാസവും സാമൂഹിക ബോധവും കുറഞ്ഞ സമൂഹത്തിൽ ഗാർഹിക പീഡനം കൂടുതൽ നിലനില്ക്കുന്നതെങ്കിലും. വിദ്യാഭ്യാസമുള്ളവരിൽ ശാരീരിക ആക്രമണങ്ങൾ കുറവാണെങ്കിലും വാക്കുകൾകൊണ്ടും പ്രവൃത്തികൾക്കൊണ്ടും വിവേചനങ്ങൾ ഉരുത്തിരിയുന്നുണ്ട്. തുല്യനീതി സങ്കല്പങ്ങൾ വാക്കുകളിൽ മാത്രം ഒതുക്കി ആൺമേല്ക്കോയ്മ എല്ലാ മേഖലയിലും തകർത്താടുകയാണ്. കുടുംബവും വീടും കൂട്ടുത്തരവാദിത്വത്തിന്റേതായ മേഖലയാണെന്നും അവിടെ സ്ത്രീക്കും പുരുഷനും തുല്യഅവകാശങ്ങളാണ് എന്നുമുള്ള ബോദ്ധ്യം ആധുനികസമൂഹത്തിൽ പോലും പാലിക്കപ്പെടുന്നില്ല. സ്ത്രീക്ക്മാത്രം വീട്ട് ജോലികൾ പകുത്തു നല്കി പാട്രിയാർക്കൽ പാരമ്പര്യത്തിനെ പരിപോഷിപ്പിക്കുന്ന പുരുഷൻ പങ്കാളി ഓൺലൈൻ ഇടങ്ങളിൽ സജീവമാകുന്നതിനോട് അസഹിഷ്ണുത പുലർത്തുന്നു. അതിന്റെ പ്രതികാരമെന്നോണം സ്ത്രീയെ മാനസികപീഡനത്തിന് വിധേയമാക്കുന്നുണ്ട്. വിദ്യാഭ്യാസംകൂടുതലുള്ള സ്ത്രീയോട് പങ്കാളിക്ക് തോന്നുന്ന അപകർഷതാബോധം കുത്തുവാക്കുകളായും സംശയരോഗമായും പരിണമിക്കുന്നു. ദിവസം മുഴുവനും ഒന്നിച്ചിരിക്കേണ്ടി വരുന്ന അവസ്ഥയിൽ പുരുഷന്റെ അടക്കിവെച്ച frustration മറനീക്കി പുറത്തു വരുന്നത് സ്ത്രീക്ക് നേരെയുള്ള ലൈംഗിക അതിക്രമങ്ങളിലേക്കും കൊണ്ടെത്തിക്കുന്നു.

ഇതൊക്കെയൊണെങ്കിലും വീടിനുള്ളിൽ നടക്കുന്ന അക്രമങ്ങളെ സ്ത്രീകൾ ചെറുത്തുനില്ക്കുന്നുണ്ട്. അതിന്റെ ഏറ്റവും വലിയ തെളിവാണ് ലോക്ക്ഡൗണിലും ഓൺലൈനിലൂടെയുള്ള പരാതികൾ. ദേശീയ വനിതാകമ്മീഷൻ പറയുന്നു, ഏറ്റവും കൂടുതൽ പരാതികൾ ഉയർന്ന്

വന്നത് ഉത്തരേന്ത്യയിലാണ്. കേരളത്തിൽനിന്നും വളരെക്കുറഞ്ഞ പരാതികളെ ഉണ്ടായിരുന്നുള്ളൂ എന്നത് വലിയ ഒരു ആശ്വാസം തന്നെയാണ്. അതിന്റെ കാരണം നിരന്തരമുള്ള സ്ത്രീ പോരാട്ടങ്ങളുടെ ചരിത്രവും സാംസ്കാരിക സാമൂഹിക മുന്നേറ്റങ്ങളിൽ കേരളത്തിൽ സ്ത്രീകൾ കൊണ്ടുവന്നിട്ടുള്ള വിപ്ലവകരമായ മാറ്റങ്ങളുമാണ്. ഏതൊരു മേഖലയിലും സ്ത്രീ വിരുദ്ധമായ പരാമർശങ്ങൾ ഉയർന്നുവരുന്നതുപോലും അനുവദിക്കാതെ സൂക്ഷ്മമായി ഇടപെടുന്ന പ്രബുദ്ധ സമൂഹം ആയി കേരളം മാറിയിട്ടുണ്ട് എന്നുള്ളതുകൊണ്ടാണ്.

സ്റ്റാറാണ് വിമലേച്ചി

'**വ**നിത ഹോട്ടൽ' എന്ന് നീലയിൽ വെള്ള അക്ഷരംകൊണ്ട് എഴുതിയ ബോർഡ് കണ്ട നിമിഷത്തിൽത്തന്നെ ഞാൻ അവിടേക്ക് ചാടിക്കയറുകയായിരുന്നു. സ്ത്രീകൾ നടത്തുന്ന അത്തരം ഉദ്യമങ്ങളിൽ അതിന്റെയൊക്കെ ഭാഗമാവുക എന്നത് കാലങ്ങളായുള്ള എന്റെ രാഷ്ട്രീയത്തിന്റെ ഭാഗംകൂടിയാണ്. വിശന്നു തളർന്നതുകൊണ്ടാവും അടുത്ത് കണ്ട കസേരയിലേക്ക് വീഴുകയായിരുന്നു. ഉടനെ എനിക്ക് മുന്നിൽ പാത്രങ്ങൾ നിരന്നു. വിഭവങ്ങൾ ഓരോന്നായി അതിൽ നിറഞ്ഞുകൊണ്ടിരുന്നു. വിളമ്പുന്ന കൈകളെ ആദരവോടുകൂടി ഞാൻ നോക്കി. ആദ്യത്തെ പത്തുമിനിറ്റ് ഭക്ഷണത്തിലേക്ക് മാത്രമായിരുന്നു എന്റെ ശ്രദ്ധ. ആർത്തിയോടെ ഭക്ഷണം കഴിക്കുമ്പോഴും ക്യാഷ് കൗണ്ടറിലിരിക്കുന്ന വട്ടമുഖമുള്ള സ്ത്രീ എന്നെ നോക്കി പുഞ്ചിരിക്കുന്നുണ്ടായിരുന്നു. കണ്ടുപരിചയമുള്ള മുഖമായതുകൊണ്ടെന്നപോലെ ഞാനും അവരെ നോക്കി ഹൃദയംകൊണ്ട് ചിരിച്ചു. തൊട്ടടുത്ത നിമിഷം അവർ എന്റെ മുന്നിലുള്ള ഒഴിഞ്ഞ കസേരയിൽ വന്നിരുന്നു. "എന്നെ ഓർമ്മയുണ്ടോ, ഒരു കാലത്ത് ഞായറാഴ്ചകളിൽ നിങ്ങളുടെ വീടിന്റെ വരാന്തയിൽ എനിക്ക് അല്പനേരം വിശ്രമിക്കാൻ, ഉള്ളുതുറന്ന് സംസാരിക്കാൻ ഒരു ഇടം ഉണ്ടായിരുന്നു"വെന്ന് പറഞ്ഞുകൊണ്ടാണ് അവർ സംസാരം തുടങ്ങിയത്. പിന്നെ ഓർമ്മകളെ ചികയാൻ പിന്നോട്ട് നടക്കുകയായിരുന്നു. കുറച്ചു വർഷങ്ങൾക്ക് മുൻപിൽ അന്ന് സോപ്പ് വില്ക്കാൻ വന്ന വിമലേച്ചിയുടെ മുഖം തെളിഞ്ഞു വന്നു. ഉടനെ ഉള്ളിലെ ആഹ്ലാദംകൊണ്ട് ഇടത്തെ കൈകൊണ്ട് അവരുടെ കൈ മുറുകെ പിടിച്ചു. ആ പരുക്കൻ കൈകളിലെ കടുത്ത ജീവിതാനുഭവത്തിന്റെ തഴമ്പ് എന്റെ കൈകളെ സ്പർശിച്ചു. "അന്ന് നിങ്ങളുടെ വീട്ടിൽ നിന്ന് ഇറങ്ങുമ്പോൾ കുടുംബശ്രീ ഉല്പന്ന

ങ്ങൾ വില്ക്കുന്നതിനിടെ ഒരു ആണിനാൽ അവന്റെ ലൈംഗികാസക്തിയുടെ പ്രകടനത്തിന് ഒരു നിമിഷമെങ്കിലും ഇരയാക്കപ്പെട്ടതിന്റെ നീറ്റലുണ്ടായിരുന്നു എനിക്ക്. അന്ന് ഒരു ഭാഗം തളർന്നുകിടക്കുന്ന ഭർത്താവ് വേച്ചു വേച്ചു അടുക്കളയിൽ പോയി എലിവിഷം കഴിച്ചു ആത്മഹത്യ ചെയ്തത് എനിക്ക് താങ്ങാൻ കഴിഞ്ഞില്ല. എന്റെ ശരീരം ആക്രമിക്കപ്പെട്ടത് അയാളുടെ എന്തോ കഴിവുകേടുകൊണ്ടായിരുന്നു എന്നപോലെയാണ് അയാൾ ജീവിതത്തോട് വിട പറഞ്ഞത്. പെണ്ണ് ഒരു ശരീരം മാത്രമാണ് അതിന്റെ പൂർണ്ണ ഉത്തരവാദിത്വം പുരുഷന്റെ കൈകളിൽ മാത്രമാണ് എന്ന സാമാന്യപുരുഷ പൊതുബോധത്തെ ഊട്ടിയുറപ്പിക്കുകയായിരുന്നു ആ ആത്മഹത്യ എന്ന് ഞാൻ വിലയിരുത്തി. ആ വികലമായ കാഴ്ചപ്പാട് ഒരു ജീവനെതന്നെ ഇല്ലാതാക്കി." അപ്പോഴും വിമലച്ചേച്ചി തുടർന്നു കൊണ്ടിരുന്നു. "വിശന്നുതളർന്ന എന്റെ മക്കളുടെ കണ്ണുകളെ എനിക്ക് അവഗണിക്കാൻ കഴിയുമായിരുന്നില്ല. പിന്നീട് ഒരു വാശിയായിരുന്നു. ജീവിതം ഇങ്ങോട്ട് തരുന്ന വെല്ലുവിളികളെ ഏറ്റെടുത്തു ജീവിതത്തോട് പൊരുതുക എന്നത് ജീവിതസമവാക്യമായി മാറി. എന്നെ ആക്രമിക്കാൻ വന്ന മനുഷ്യനെയും അയാളെ പിന്താങ്ങിയ കുടുംബത്തിനെയും ഞാൻ വെറുതെ വിട്ടില്ല. "നീ കൊഞ്ചി കുഴഞ്ഞിട്ടല്ലേ ആണിന്റെ ഭാഗത്തു പ്രലോഭനം ഉണ്ടാവുന്നത്" എന്ന് പൊലീസ് സ്റ്റേഷനിൽ നിന്ന് അയാളുടെ ഭാര്യ വാദിച്ചു. എത്ര വേഗമാണ് ഭർത്താവിന്റെ തെറ്റുകൾ കണക്കിലെടുക്കാതെ എന്നെ പഴിചാരിയത് ആ സ്ത്രീ." അടിമത്തം ഒരു ജന്മാവകാശമായി പ്രഖ്യാപിക്കപ്പെട്ട ആ സ്ത്രീയുടെ മുഖം എന്റെ മുന്നിൽ തെളിഞ്ഞുവന്നു. വീണ്ടും വിമലച്ചേച്ചി എന്നെ തട്ടിയുണർത്തിക്കൊണ്ട് പറഞ്ഞു ആ കേസിൽ ഞാൻ പൊരുതി ജയിച്ചു. അതെനിക്ക് ഒരു ആവേശമായിരുന്നു ജീവിക്കാൻ. വീണ്ടും കുടുംബശ്രീയൂണിറ്റിന്റെ ഭാഗമായി നിന്നുകൊണ്ട് ഭക്ഷണം ഉണ്ടാക്കി കൊണ്ടുനടന്നുവിറ്റു ഞാൻ മക്കളെ പഠിപ്പിച്ചു. മകൾ ഇപ്പോൾ ഡിഗ്രിക്ക് പഠിക്കുന്നു. മകന് എഞ്ചിനീയറിങ്ങിന് അഡ്മിഷൻ കിട്ടി. ലോൺ സംഘടിപ്പിച്ചു. സ്വന്തമായി വീടുവെച്ചു. ഇപ്പോൾ കുടുംബശ്രീയിൽ നിന്നുതന്നെ ഒരു വനിത ഹോട്ടൽ തുടങ്ങി സ്വയം പര്യാപ്തത നേടി. പക്ഷേ, വിമലേച്ചി ഏറ്റവും കൂടുതൽ ആഘോഷിക്കുന്നത് ആ പര്യാപ്തത നല്കിയ സ്വാതന്ത്ര്യ ബോധം കൂടിയാണ് എന്ന് ഞാൻ മനസ്സിലാക്കി. അങ്ങനെ ജീവിതം തന്റെ കൈക്കുള്ളിൽ ഭദ്രമാക്കിയ സന്തോഷത്തിൽ വിമലച്ചേച്ചിയുടെ ഒരു കണ്ണുനീർത്തുള്ളി എന്റെ കൈകളിലേക്ക് ഉരുണ്ടുവീണു. അതിൽ കടുത്ത ജീവിതാനുഭവങ്ങളുടെ കയ്പ്പുള്ളതുകൊണ്ടോ എന്നറിയില്ല അത് എനിക്ക് ഒരു നീറ്റലായി അനുഭവപ്പെട്ടു. പെട്ടെന്ന് ഒരു ഫോൺ കോൾ വന്ന് ഇതാ വരുന്നു എന്ന് പറഞ്ഞ് ഏതോ കസ്റ്റമർക്കുള്ള ഭക്ഷണപ്പൊതിയുമായി വിമലച്ചേച്ചി സ്കൂട്ടറിൽ ഇരുന്നുപോകുമ്പോൾ അഭിമാനംകൊണ്ടും സന്തോഷംകൊണ്ടും എന്റെ മനസ്സും വയറും നിറഞ്ഞിരുന്നു. കാണാതാക്കപ്പെടുന്ന സ്ത്രീകൾ എന്ന

പ്രശ്നത്തെ ചർച്ച ചെയ്തവരിൽ പ്രമുഖൻ സാമ്പത്തിക ശാസ്ത്രജ്ഞനായ അമർത്യസെന്നായിരുന്നു. കുടുംബം കൊടുക്കുന്ന അനാവശ്യ ബാദ്ധ്യതകളെ സ്ത്രീക്ക് മാത്രമായി നല്കിയതുകൊണ്ട് തൊഴിലിടങ്ങളിൽ നിന്ന് അപ്രത്യക്ഷമായി വന്നവരാണ് ചില സ്ത്രീകൾ. പാട്രിയാർക്കി തൊഴിൽ എടുത്ത് ജീവിക്കുന്ന സ്ത്രീക്ക് മേൽ കൊണ്ടുവരുന്ന കനത്ത സമ്മർദ്ദവും ചൂഷണവും എത്രമാത്രം സ്ത്രീകളെ തൊഴിലിടങ്ങളിൽനിന്നും അകറ്റി നിർത്തുന്നുണ്ട്. പെണ്ണിന്റെ തൊഴിലിടങ്ങളെ അദൃശ്യമാക്കുന്നത് പുരുഷൻ തന്നെയാണ്. അപൂർവ്വം സ്ത്രീകൾക്ക് അല്ലെങ്കിൽ വിമലമാർക്ക് മാത്രമേ പൊരുതാൻ കഴിയുന്നുള്ളൂ. ബാക്കിയുള്ളവർ തളർന്നുപോകുന്നത് കുടുംബത്തിന്റെ വൈകാരിക പരിസരം കാത്തു സൂക്ഷിക്കാനുള്ള ഉത്തരവാദിത്വം പതിച്ചു നല്കിയതിന്റെ പേരിലാണ്. “പിന്നെ കാണാം അല്ല കണ്ടിരിക്കും” അല്ല കണ്ടിരിക്കും എന്നുള്ള വിമലച്ചേച്ചിയുടെ ഉറക്കെയുള്ള ശബ്ദത്തിൽ ജീവിതത്തിന്മേലുള്ള ഉറച്ച കാൽവെപ്പിന്റെ ആത്മവിശ്വാസമുണ്ടായിരുന്നു.

ടി പദ്മനാഭന്റെ
അനശ്വര പ്രണയകഥകൾ

I see you every where, in the stars, in the river, to me you are everything that exists, the reality of everything.

പ്രശസ്ത യൂറോപ്യൻ സാഹിത്യകാരി വിർജീനിയ വുൾഫ് 1919 ൽ എഴുതിയ *Night and Day* എന്ന കൃതിയിൽ പ്രണയത്തെക്കുറിച്ച് രേഖപ്പെടുത്തിയ വരികളാണ്. പ്രണയത്തിലായിരിക്കുമ്പോൾ എല്ലാ യാഥാർത്ഥ്യത്തിലും നീയായിരിക്കും എന്ന വിർജീനിയ വുൾഫിന്റെ മനോഹരമായ വാചകം അന്വർത്ഥമാവുന്നത് മലയാള ചെറുകഥാ സാഹിത്യത്തിന്റെ കുലപതി ടി പദ്മനാഭന്റെ പ്രണയകഥകളെ ചേർത്തുവെച്ചു വായിക്കുമ്പോഴാണ്. അദ്ദേഹത്തിന്റെ കഥകളൊക്കെ ആത്മകഥാപരം ആയതുകൊണ്ടുതന്നെ അദ്ദേഹം വരച്ചിടുന്ന കഥാസന്ദർഭത്തിൽ ഒളിഞ്ഞും തെളിഞ്ഞും പ്രണയത്തിന്റെ അനിർവ്വചനീയമായ അനുഭൂതി അനുഭവിക്കാൻ ഓരോ വായനക്കാരനും കഴിയും.

ഒരിക്കൽ അദ്ദേഹത്തിനോട് ചോദിച്ചു കഥകളിൽ പ്രണയത്തിന്റെ ആർദ്രമായ ആഴക്കടൽ സമ്മാനിച്ച കഥാകൃത്ത് ജീവിതത്തിൽ പ്രണയിച്ചിട്ടില്ലേ എന്ന്. 'ഉണ്ട്, പ്രണയിച്ചിട്ടുണ്ട്... പ്രണയിക്കാത്തവരായി ആരുമില്ല. എന്റെ പ്രണയമാണ് 'ഗൗരി'യായി പിറന്നത്. ഗൗരിയുമായുള്ള ബന്ധം ഇപ്പോഴുമുണ്ട്. സാഹിത്യത്തിലൂടെ ഒഴുകിവന്ന ബന്ധമാണ്. അറുപതാം വയസ്സിലാണ് ഞാൻ 'ഗൗരി' എഴുതുന്നത്. പ്രായത്തിനും കാലത്തിനും എന്നിലെ പ്രണയത്തെ തളർത്താൻ കഴിഞ്ഞില്ല' എന്നായിരുന്നു ടി പദ്മനാഭൻ എന്ന കഥപറച്ചിലുകാരന്റെ മറുപടി.

ഇവിടെ കഥപറച്ചിൽ എന്ന് ഉപയോഗിച്ചത് മനഃപൂർവ്വമാണ്. ടി പദ്മനാഭൻ കഥ എഴുതുക മാത്രമായിരുന്നില്ല പറയുകയും പറയിപ്പിക്കുകയും

ചെയ്തു. പക്ഷേ, എത്ര പറഞ്ഞിട്ടും തീരാത്ത കഥകൾ അദ്ദേഹത്തിന്റെ പ്രണയകഥകളാണ്. കാരണം അതിൽ കഥാകാരന്റെ ഒരു നൊമ്പരമുണ്ട്, വിലാപമുണ്ട്, നീറ്റലുണ്ട്. പറഞ്ഞുകഴിഞ്ഞിട്ടും തീരാത്ത, കേട്ട് കഴിഞ്ഞിട്ടും നെടുവീർപ്പ് മാത്രം അവശേഷിപ്പിക്കുന്ന പ്രണയം ചാലിച്ച കഥകളാണ് അത്.

പദ്മനാഭന്റെ നരേറ്റീവിൽ കൂടുതലായി ഉപയോഗിക്കുന്നത് 'അയാൾ' എന്ന തേർഡ് പേഴ്സൺ നരേറ്റീവ് ആണ്. അത് ആത്യന്തികമായി പദ്മനാഭനിലെ 'ഞാൻ' ആണ് എന്ന് കാലങ്ങളായുള്ള വ്യാഖ്യാനം. അയാളിലെ മനുഷ്യൻ ആർദ്രതയുടെയും നന്മയുടെയും കരുണയുടെയും പ്രതീകമാണ്. എന്നാൽ ഇതിനപ്പുറം അയാൾക്ക് ഒരു മുഖമുണ്ട്. ഒരുപക്ഷേ, അയാളുടെ മറ്റുള്ള മുഖങ്ങളെക്കാൾ വായനക്കാരന് നിർമ്മലമായ സ്നേഹം തോന്നുന്നത് അയാളിലെ കാമുകന്റെ ഭാവമാണ്. അത് അറിയണമെങ്കിലും അനുഭവിക്കണമെങ്കിലും അദ്ദേഹത്തിന്റെ പ്രണയകഥകളിലൂടെ യാത്ര ചെയ്തേ മതിയാകൂ.

ടി പദ്മനാഭന്റെ മാസ്റ്റർ പീസുകൾ 'പ്രകാശം പരത്തുന്ന പെൺകുട്ടി,' 'ഗൗരി,' 'കടൽ' എന്നീ കഥകളാണ് എന്ന് പറയുന്നുണ്ടെങ്കിലും അത്ര പ്രശസ്തി ലഭിക്കാത്തതും ശ്രദ്ധിക്കപ്പെടാത്തതും മാസ്റ്റർപീസുകളോടൊപ്പം തന്നെ കിടപിടിക്കുന്നതുമായ പ്രണയകഥകളും അദ്ദേഹം രചിച്ചിട്ടുണ്ട്. പൊതുവെ 'ഗൗരി'യും 'കടലു'മൊക്കെ പ്രണയകഥകളായിട്ടാണ് അറിയപ്പെടുന്നത്. 'പ്രണയത്തിന്റെ അധരസിന്ദൂരംകൊണ്ട് എഴുതിയ കഥയാണ് 'ഗൗരി' എന്ന് നിരൂപിച്ചത് കെ പി അപ്പനാണ്. അതിനപ്പുറം 'ഗൗരി'യെക്കുറിച്ചു എന്തെങ്കിലും പറയാൻ വാക്കുകൾ അപര്യാപ്തമാണ്. തുടക്കം മുതൽ ഒടുക്കംവരെ അനശ്വരപ്രണയത്തിന്റെയും നഷ്ടപ്രണയത്തിന്റെയും ചീളുകൾ അടുക്കിവെച്ചു നിർമ്മിച്ച ശില്പഭംഗി ഒത്തിണങ്ങിയ രചനയാണ് 'ഗൗരി.'

ഗൗരിയെന്ന പ്രണയിനിയെ സംബന്ധിച്ചു പ്രണയം ഒരു അഭയകേന്ദ്രമാണ്. ആശ്രിതത്വത്തിന്റെ ഭാഷയാണ്. ഒറ്റപ്പെടലിന്റെ ഭീകരതയിൽ നിന്നുമുള്ള മോചനമാണ്. വിദ്യാഭ്യാസവും ഉയർന്ന പദവിയുള്ള ഉദ്യോസ്ഥയായിരുന്നു ഗൗരി. ഔദ്യോഗികരംഗത്തു പൂർണ്ണമായും വിജയിച്ച സ്ത്രീ എന്നുതന്നെ പറയാം. പക്ഷേ, ഗൗരിയുടെ ദാമ്പത്യജീവിതം തീർത്തും പരാജയമായിരുന്നു. അവർ ജീവിക്കാനുള്ള കച്ചിത്തുരുമ്പായി കാണുന്നത് തന്റെ പ്രണയത്തെയാണ്. ഗൗരിയുടെ അഭിപ്രായത്തിൽ പ്രണയം മധുരമായ വേദനയാണ്. ഒരേ സമയം ആഹ്ലാദത്തിന്റെയും വേദനയുടെയും പ്രണയച്ചുഴിയിൽ അകപ്പെട്ട പരൽമീനിനെപ്പോലെ കിടന്ന് പിടയുകയാണ് ഗൗരിയിലെ പ്രണയം.

ബാഗ്മതിയുടെ തീരത്തുള്ള ക്ഷേത്രത്തിലേക്ക് നടക്കുമ്പോൾ ഗൗരി മനസ്സിൽത്തട്ടി പറയുന്ന ഒരു വാചകമുണ്ട്.

"ഇത്തവണ ദേവന്റെ മുമ്പിലെത്തുമ്പോൾ ഞാൻ സനാഥയായിരിക്കുമല്ലോ."

അനാഥത്വത്തിൽനിന്നുള്ള മോചനമാണ് പ്രണയം. വ്യക്തിജീവിതത്തിൽ നിസ്സഹായയായ സ്ത്രീക്ക് സനാതനത്വത്തിന്റെ വാതിൽ പ്രണയം തുറന്നുകൊടുക്കുന്നുണ്ട്. പക്ഷേ, അതേ സമയം ഗൗരിക്ക് 'അയാൾ' (കഥാകൃത്ത്) പറഞ്ഞുകൊടുക്കുന്ന കഥയിൽ ഒരു പെൺകുട്ടിയെ അനാഥത്വത്തിലേക്ക് തള്ളിവിടുന്നുണ്ട് പ്രണയം. കാമുകിയെ ഉപേക്ഷിച്ചു ഭീരുവിനെപ്പോലെ ഒളിച്ചോടിയ കാമുകനെയും വിവാഹശേഷം നഷ്ടപ്രണയത്തിൽ ജീവിതം ഹോമിച്ച പ്രണയിനിയെയും ഗൗരിയിൽ കാണാൻ കഴിയും. പ്രണയജീവിതത്തിൽ സംഭവിക്കുന്ന സമാനതയും വൈരുദ്ധ്യതയും ഒരേ സമയം പദ്മനാഭൻ 'ഗൗരി'യിലൂടെ വെളിപ്പെടുത്തുന്നു.

മനുഷ്യജീവിതം കറുപ്പിനും വെളുപ്പിനും ഇടയിലാണ്. യഥാർത്ഥത്തിൽ മനുഷ്യൻ സത്യസന്ധമായി ജീവിക്കുന്ന ഒരിടമുണ്ട്. കറുപ്പും വെളുപ്പും ലയിക്കുന്ന വിസ്തൃതി കുറഞ്ഞ ചാരനിറമുള്ള ഒരു ചെറിയ പ്രദേശം. പൊയ്മുഖങ്ങളില്ലാതെ കാപട്യങ്ങൾ ഇല്ലാതെ, നാട്യങ്ങൾ ഇല്ലാതെ, സദാചാരനിയമങ്ങൾക്കനുസൃതമല്ലാതെ മനുഷ്യൻ സ്വതന്ത്രമായി നിഷ്കളങ്കമായി ജീവിക്കുന്ന ഇടം. അവിടെയാണ് ഗൗരിയും അയാളും പ്രണയിച്ചിരുന്നത്. അതിന്റെ തെളിവാണ് അയാൾ പറയുന്ന ഈ വാക്കുകൾ.

'പിന്നീട് ഒഴിവ് ദിവസങ്ങൾ തീർന്നപ്പോൾ രണ്ടുപേരും രണ്ട് വഴിക്ക് അവരുടേതായ ലോകങ്ങളിലേക്ക് പതിവുപോലെ മുഖംമൂടികളണിഞ്ഞു.'

'ഗൗരി'യിലെയും 'കടലി'ലെയും പ്രണയത്തിന് സമാനമായ സ്വഭാവങ്ങൾ ഉണ്ട്. അതുകൊണ്ടായിരിക്കാം 'ഗൗരി'യുടെ തുടർച്ചയെന്നോണം 'കടൽ' വായിക്കപ്പെടുന്നത്.

രണ്ടിലും പ്രണയിനികളുടെ യൗവനത്തിനുശേഷമുള്ള പ്രണയമാണ് കഥയിൽ ആവിഷ്കരിക്കുന്നതെങ്കിലും പ്രണയം തുടങ്ങുന്നത് അതിനും എത്രയോ മുന്നെയാണ്. ഭൂതകാലത്തിലെ പ്രണയത്തുടർച്ചയാണ് കഥയിൽ ആഖ്യാനം ചെയ്യപ്പെടുന്നത്. 'ഗൗരി'യിലെയും 'കടലി'ലെ അമ്മയുടെയും പ്രണയം വർഷങ്ങൾക്കു ശേഷം ജീവിതാന്ത്യം വരെ അവർക്ക് ജീവിക്കാനുള്ള ഇണയും തുണയുമായി മാറുന്ന മനോഹരമായ ദൃശ്യം കഥാകൃത്ത് വരച്ചിടുന്നു.

ആഴക്കടലിന്റെ വന്യമായ സൗന്ദര്യം പേറുന്ന പ്രണയകഥയാണ് 'കടൽ.' അതിലെ കഥാനായിക ഭാര്യയും അമ്മയുമാണ്. കവികളും എഴുത്തുകാരും പാടിയും പറഞ്ഞും വിഗ്രഹവല്ക്കരിക്കപ്പെട്ട പദവും ജീവിതവുമാണ് അമ്മ. സ്നേഹത്തിന്റെയും ത്യാഗത്തിന്റെയും മൂർത്തമായ ഭാവം. സ്വന്തം ആഗ്രഹങ്ങളും വികാരങ്ങളും വിചാരങ്ങളും ത്യജിച്ചു കുടുംബഭദ്രത കാത്തുസൂക്ഷിക്കേണ്ട ചുമതല എന്നും അമ്മയ്ക്ക് മാത്ര

മാണ്. അങ്ങനെയുള്ള അമ്മയ്ക്ക് പ്രണയിക്കാൻ കഴിയുമോ എന്നുള്ള ചോദ്യത്തെ തകർത്തുകൊണ്ടാണ് ടി പദ്മനാഭന്റെ 'കടൽ' എന്ന കഥയിലെ നായികയായ അമ്മ പ്രണയിക്കുന്നത്. ഇവിടെ അമ്മയുടെ വയസ്സ് 50 ആണ് എന്ന് പരാമർശിക്കുന്നുണ്ട്. പ്രണയത്തിന് പ്രായമില്ല, കാലമില്ല, കുടുംബിനി എന്ന പരിവേഷമില്ല എന്ന് കഥാകാരൻ 'കടൽ' കഥയിലൂടെ സമർത്ഥിക്കുന്നു.

അമ്മയും കാമുകനും തമ്മിൽ അയക്കുന്ന കത്തിലൂടെ അമ്മയുടെ പ്രണയം മകൾ വായിച്ചറിയുകയാണ്. സംഗീതം പഠിപ്പിച്ച അദ്ധ്യാപകനുമായുള്ള പ്രണയബന്ധം അമ്മ കാലങ്ങളോളം കത്തിടപാടിലൂടെ തുടർന്നു. ഒടുവിൽ തന്റെ പ്രിയതമൻ അസുഖബാധിതനായി മരണപ്പെട്ടു എന്നറിഞ്ഞതിനുശേഷമാണ് അമ്മയ്ക്ക് വയ്യാതാവുന്നത്. 'എന്റെ സൂക്കേട് ഡോക്ടർക്ക് ചികിത്സിച്ചു മാറ്റാൻ കഴിയുമോ?' എന്നുള്ള അമ്മയുടെ ചോദ്യത്തിൽ പ്രണയത്തിന്റെ തീവ്രത അടയാളപ്പെടുത്തുന്നു.

തന്റെ ഭാര്യയും സംഗീത അദ്ധ്യാപകനും തമ്മിലുള്ള ബന്ധം കത്തിടപാടിലൂടെ വായിച്ചറിഞ്ഞ ഭർത്താവ് ഭാര്യ അറിയാതെ കത്തുകൾ മാറ്റി വെക്കുന്നു. എന്നിട്ട് ഭാര്യയോട് ചോദിക്കുന്നു. 'നിങ്ങൾ ബനാറസിൽ ഭാര്യാഭർത്താക്കന്മാരെ പോലെയാണോ ജീവിച്ചത്' എന്ന്.

അതിന് അവൾ കൊടുക്കുന്ന ഒരു മറുപടിയുണ്ട്. 'ഒരു സ്ത്രീയും പുരുഷനും തമ്മിലുള്ള സ്നേഹത്തിന്റെ വ്യാപ്തിയെക്കുറിച്ച് നിങ്ങളോട് സംസാരിക്കുന്നത് വെറുതെയാണെന്ന് എനിക്കറിയാം.'

വിവാഹത്തിനപ്പുറം സ്ത്രീ പുരുഷബന്ധങ്ങളെ തെറ്റായി വ്യാഖ്യാനിക്കുന്ന കപടസദാചാര സമൂഹത്തിന് പുറത്താണ് ആ മറുപടി വന്നു വീഴുന്നത്. അമ്മയുടെ പ്രണയത്തെ കാമഭ്രാന്ത് എന്ന് വിശേഷിപ്പിക്കുന്ന സമൂഹത്തിൽ കാലങ്ങളോളം കത്തിലൂടെ പ്രണയം ഒരു നിധിയെന്ന കണക്കിൽ കാത്തുസൂക്ഷിക്കുന്ന അമ്മയെ അവതരിപ്പിക്കുന്നത് വഴി വ്യവസ്ഥിതി ഉണ്ടാക്കിവെച്ച അമ്മ സങ്കല്പത്തെയാണ് തകർത്തു തരിപ്പണമാക്കിയത്. എന്ന് മാത്രമല്ല പ്രണയം മാംസദാഹിയല്ല എന്നും വ്യക്തമാക്കുന്നു.

സമീപകാലത്തു ഏറെ പ്രശസ്തമായ ഒരു കഥയാണ് 'മരയ.' ഏറെ ചർച്ചചെയ്യപ്പെട്ടതും. ഈ കഥ എഴുതുമ്പോൾ പദ്മനാഭന് വയസ്സ് 87 എന്നും ഓർക്കണം. ഈ കഥ എഴുതാനിടയായ സാഹചര്യം മരയ എന്ന പേരിലുള്ള കഥാസമാഹാരത്തിന്റെ അന്ത്യത്തിൽ ഒരു കുറിപ്പിൽ പദ്മനാഭൻ വ്യക്തമാക്കുന്നുണ്ട് എന്നും പറഞ്ഞുകൊള്ളട്ടെ.

സാധാരണ രീതിയിലുള്ള ഒരു പ്രണയകഥയായി 'മരയ'യെ കാണാൻ വയ്യ. കഥ പറയുന്ന ആളും മരയയും ഏതാനും മണിക്കുറുകൾ മാത്രമേ ഒന്നിച്ചു ചെലവഴിക്കുന്നുള്ളു. കന്യാസ്ത്രീയായ മരയയുടെ സ്കൂളിൽ ഒരു വാർഷികോത്സവത്തിൽ പങ്കെടുക്കാൻ പോയതാ

യിരുന്നു കഥാകൃത്ത്. സംഭാഷണത്തിന്റെ ഇടയിൽ തങ്ങളുടെ വീക്ഷ ണങ്ങൾക്കും വിശ്വാസങ്ങൾക്കും ഏറെ സമാനതകൾ ഉണ്ടെന്ന് അവർ മനസ്സിലാക്കുന്നു. കവിതയിലും സിനിമയിലുമൊക്കെ അവരുടെ അഭി പ്രായങ്ങൾ ഒന്നാണ്. ആശാന്റെയും ആൽഫ്രഡ് നോയിസിന്റെയും കവിതകളിൽ അഭിരമിക്കുന്ന അവർ ഇരുവരും *സൗണ്ട് ഓഫ് മ്യൂസി ക്കി*ന്റെ ആരാധകരുമാണ്. ഒരു യഥാർത്ഥ പ്രണയകഥയെ ആധാരമാക്കി രചിക്കപ്പെട്ടിട്ടുള്ളതാണല്ലോ വിശ്വപ്രസിദ്ധമായ ഈ സിനിമ. സുന്ദരിയും യൗവനയുക്തയുമായ 'മരയ.' അവർ ഒരു കന്യാസ്ത്രീയാണെന്നുകൂടി ഓർക്കണം. ഈ സിനിമ കാണുക മാത്രമല്ല, അതിന്റെ റീമാസ്റ്റർ ചെയ്ത ഏറ്റവും പുതിയ സി ഡി സമ്പാദിച്ചു തന്റെ ഏകാന്തതയിൽ അത് വീണ്ടും വീണ്ടും കണ്ട് അതിന്റെ വശ്യതയിൽ ലയിച്ചുചേരുകയും ചെയ്യുന്നുണ്ട്!

സംഭാഷണത്തിലും പെരുമാറ്റത്തിലും അങ്ങേയറ്റത്തെ അഭിജാ തത്വം പ്രകടമാക്കുന്ന മരയ ചുരുങ്ങിയ സമയത്തിനുള്ളിൽ വളരെ വലിയ മതിപ്പാണ് ആളിൽ ഉണ്ടാക്കുന്നത്. സമാന ഹൃദയരായ ഇവരുടെ ഇട യിൽ പ്രകൃതി അനുരാഗത്തിന്റെ നേർത്ത നൂലുകൾകൊണ്ട് ഒരു കാണാപ്പാലം കെട്ടുന്നുണ്ടോ? കഥ വായിച്ചുതീരുമ്പോൾ 'ഉണ്ട്' എന്ന് തന്നെയായിരിക്കും സഹൃദയർ പറയുക.

നഷ്ടപ്രണയത്തിന്റെ കണ്ണുനീർത്തുള്ളി വീണ കഥയാണ് 'സ്നേഹം മാത്രം' എന്ന കഥ. ഇടിഞ്ഞുപൊളിഞ്ഞ വീടിന്റെ മുറ്റത്തു നിന്ന് കണ്ടെടുക്കുന്ന റോസാച്ചെടി പ്രണയത്തിന്റെ അടയാളമായിരുന്നു. അവിടെ ഓർമ്മകളാണ് ജീവിതത്തെ മുന്നോട്ടുനയിക്കുന്നത്. പ്രണയ ത്തിന്റെ ബാക്കിപത്രം പോലെ അവശേഷിച്ച റോസാച്ചെടി കഥാകാരന്റെ ദേഹം മുഴുവനും പടർന്നുപിടിക്കുന്നു. കഥാകൃത്തിന്റെ പിന്നീടുള്ള ജീവി തത്തെ നയിക്കുന്നതും നിയന്ത്രിക്കുന്നതും നഷ്ടപ്രണയത്തിന്റെ ഓർമ്മ കളാണ്.

ഭൂതകാലത്തിൽ സംഭവിച്ച ഒരു പ്രണയ ജീവിതത്തെ സ്വപ്നത്തി ലൂടെ ഓർത്തെടുക്കുകയാണ്. അതിന് നിമിത്തമായി മാറിയത് ഇടിഞ്ഞു പൊളിഞ്ഞ വീട് ആണ്. വീടിന്റെ പേര് മനഃപൂർവ്വം പരാമർശിച്ചില്ല കാരണം അത് ജീവിതത്തിൽ നിന്നൊരു ഏടാണ്. കഥയിലെ പ്രണയിനി അദൃശ്യയാണ്. അവൾക്ക് പേരില്ല, സ്വപ്നത്തിൽ വന്ന് കഥാകൃത്തിനോട് സംസാരിക്കുകയാണ്. ഭീരുവിനെപ്പോലെ ഒളിച്ചോടിയതിൽ പെൺകുട്ടി യോട് അയാൾ കുറ്റസമ്മതം നടത്തുന്നുണ്ട്. പക്ഷേ, അവൾ ധൈര്യ വതിയായിരുന്നു. പ്രണയത്തിനുവേണ്ടി എത്രവേണമെങ്കിലും കാത്തു നില്ക്കാൻ അവൾ തയ്യാറായിരുന്നു. പക്ഷേ, അത് ഉൾക്കൊള്ളാനുള്ള മനസ്സ് അയാൾക്കുണ്ടായിരുന്നില്ല. അതുകൊണ്ടുതന്നെ അവളുടെ പ്രണയം തിരസ്കരിക്കപ്പെടുകയാണ്. പ്രണയത്തിന്റെ തീവ്രതയിൽ ഏറ്റവും മുന്നിൽ പെൺകുട്ടിയാണ് കഥാകൃത്ത് ആയിരുന്നില്ല. തന്റെ

ഭീരുത്വംകൊണ്ട് നഷ്ടപ്പെടുത്തിയ പ്രണയത്തിന്റെ കുറ്റബോധം അയാളിൽ നീറ്റലുണ്ടാക്കി. അത് അയാളുടെ മനസ്സിൽ ആഴത്തിൽ മുറിവുകൾ ഉണ്ടാക്കിയിരുന്നു. കാലാന്തരത്തിൽ പെൺകുട്ടിയുടെ തകർന്നടിഞ്ഞ വീടിന്റെ മുറ്റത്തുനിന്ന് കിട്ടിയ പനിനീർപ്പൂവിന്റെ തണ്ടുകൊണ്ട് നഷ്ട പ്രണയത്തിനെ താലോലിക്കുന്ന കഥാകൃത്തിനെ കാണിച്ചുകൊണ്ട് കഥ അവസാനിക്കുന്നു. ഇവിടെയും പ്രണയം ഒരു തുടർച്ച ആവശ്യപ്പെടുന്നുണ്ട്. അത് അവകാശപ്പെടുന്ന വരികളാണ്.

'പിന്നീട് ഏതോ ഒരു നിമിഷത്തിൽ ഞാൻ കണ്ടു എന്റെ റോസാച്ചെടി വളർന്നുവലുതായിരിക്കുന്നു. ശാഖകളോടും ഉപശാഖകളോടും കൂടി വലിയ ഒരു വള്ളിയായി നിറയെ ചുവന്നുതുടുത്ത പൂക്കളുമുണ്ടായിരുന്നു.'

ടി പത്മനാഭന്റെ പ്രണയകഥകളിൽ പ്രണയസൗരഭ്യം നിറഞ്ഞുനില്ക്കുന്ന കഥയാണ് 'ഒരു പൂക്കാലത്തിന് വേണ്ടി.' എന്തുകൊണ്ടോ പ്രശസ്തി നേടാതെയും ചർച്ചചെയ്യപ്പെടാതെയും പോയ കഥയാണിത്.' ഒരു പൂക്കാലത്തിന് വേണ്ടി' എന്ന ശീർഷകം ഒരു പ്രണയത്തിനുവേണ്ടി എന്ന അർത്ഥം നല്കുന്നുണ്ട്.

റെസ്റ്റോറന്റിൽ തനിക്ക് അഭിമുഖമായിരിക്കുന്ന കാമുകി കാമുകന്മാരുടെ സംസാരത്തിൽനിന്നും ആംഗ്യങ്ങളിൽനിന്നും പ്രണയത്തിന്റെ തിരശ്ശീല വീഴുന്ന ദൃക്സാക്ഷി അനുഭവം കഥാകൃത്തിന്റെ യൗവനകാലത്തിൽ പ്രണയത്തിൽ സംഭവിച്ച താളപ്പിഴവുകളെ ഓർമ്മപ്പെടുത്തുന്നു. അതിന് നിദാനമെന്നോണം റെസ്റ്റോറന്റിന് അടുത്ത് ബസ് കാത്തുനില്ക്കുന്ന ഒരു സ്ത്രീയുടെ കാഴ്ച അത്രമേൽ കഥാകാരനെ അലോസരപ്പെടുത്തുന്നുണ്ട്. അതിലുപരി അയാളുടെ പ്രേമത്തെയും അകാലത്തിൽ മരിച്ചുപോയ കാമുകിയുടെ ഭർത്താവിനെയും ഓർക്കാൻ ഇടയാക്കുന്ന ഒരു സാഹചര്യം ഉരുത്തിരിയുന്നു. ഇവിടെ ബസ് കാത്തുനില്ക്കുന്ന യുവതിയിലൂടെയും റെസ്റ്റോറന്റിൽനിന്നും നിരാശപ്പെട്ടു ഇറങ്ങിപ്പോയ പെൺകുട്ടിയുടെയും രംഗങ്ങൾ സ്വന്തം ജീവിതത്തിൽ സംഭവിച്ചുപോയ താളപ്പിഴകൾ എന്തെന്ന് തിരിച്ചറിയാൻ അയാളെ സഹായിക്കുന്നു.

ഒടുവിൽ തനിക്ക് നഷ്ടപ്പെട്ടുപോയ പ്രണയത്തെ വീണ്ടും പൂക്കാനും തളിർക്കാനും കായ്ക്കാനും ആഗ്രഹിച്ചുകൊണ്ട് പ്രണയിനിക്ക് പ്രതീക്ഷയോടെ കത്തെഴുതുകയാണ്.

'ദയവായി ഞാൻ പറഞ്ഞതിനെക്കുറിച്ച് ആലോചിക്കുക. ഇനിയും സമയമുണ്ട്.'

പ്രണയം ഒരിക്കലും അവസാനിക്കുന്നില്ല. അത് തുടരുകയാണ്. ഒരു പൂക്കാലത്തിനുവേണ്ടിയുള്ള കാത്തിരിപ്പ് ആഗ്രഹിച്ചുകൊണ്ട് കഥ അവസാനിക്കുന്നു.

ഒരിക്കൽ പ്രണയിച്ചാൽ ജീവിതാന്ത്യം വരെ കാമുകി കാമുകന്മാരായി തുടരും എന്ന മറ്റൊരു ആഖ്യാനം നിർമ്മിച്ചുകൊണ്ടാണ് 'ഒരു ഇടവേള യുടെ അറുതി' എന്ന മനോഹരമായ പ്രണയകഥ അവതരിപ്പിക്കുന്നത്. മറ്റുള്ള കഥകളിൽനിന്നും വ്യത്യസ്തമായി ഒരു സ്ത്രീയുടെ കാഴ്ചയിൽ ക്കൂടി കഥ പറയുന്ന രീതിയാണ് ഇവിടെ കഥാകൃത്ത് അവലംബിച്ചത്.

ഇരുപത് വർഷം മുൻപേ അകന്നുപോയി ഇപ്പോൾ ക്യാൻസർ ബാധിതനായി മരണം കാത്തുകഴിയുന്ന, മരിച്ചുപോയ തന്റെ മകന്റെ അച്ഛനെ കാണാൻ വന്ന മദ്ധ്യവയസ്കയായ സ്ത്രീയുടെ ജീവിത വിഹ്വ ലതകൾ വൈകാരികമായി അടയാളപ്പെടുത്തിയ മറ്റൊരു കഥയാണ്. 'ഒരു ഇടവേളയുടെ അറുതി.'

ചെറുപ്പക്കാരനായ ഡോക്ടർ ഇരുപത് വർഷം മുന്നേ വേർപെട്ട് പോയ രണ്ട് ജീവിതത്തെ കൂട്ടിയിണക്കുകയാണ്. മെഡിക്കൽ എത്തി ക്സിന് വിപരീതമായി രോഗിയുടെ വ്യക്തിപരമായ ജീവിതത്തിൽ ഇട പെട്ടത് അയാളിലെ മനുഷ്യനന്മയെ കാണിക്കുന്നു. മനുഷ്യനായിരിക്കുക എന്നുള്ളതാണല്ലോ എല്ലാ തത്ത്വങ്ങളുടെയും അടിസ്ഥാനം എന്നും കഥാകാരൻ കഥയിലൂടെ പറഞ്ഞുവെക്കുന്നു.

'ഒരു പൂക്കാലത്തിന് വേണ്ടി' എന്ന കഥയിലെപ്പോലെ തന്നെ 'ഒരു ഇടവേളയുടെ അറുതി' എന്ന കഥയിലും പ്രണയഭംഗങ്ങളുടെ കാരണ ക്കാരായി ചിത്രീകരിക്കുന്നത് പുരുഷന്റെ ഭാഗത്തുള്ള കൊള്ളരുതായ്മ കളും പിഴവുകളും ആണ്. അതുകൊണ്ട് മാത്രം സംഭവിക്കുന്ന നഷ്ട പ്രണയം കഥാകൃത്ത് ഉൾപ്പെടെയുള്ള പുരുഷവർഗ്ഗത്തിന്റേതാണ്. പ്രണ യത്തിൽ ആദ്യാവസാനം സത്യസന്ധരായിരിക്കുന്നതും നീതി കാണി ക്കുന്നതും സ്ത്രീകൾ ആണ് എന്നുള്ള വസ്തുത പത്മനാഭൻ തന്റെ പ്രണയകഥകളിലൂടെ പറഞ്ഞുവെക്കുന്നുണ്ട്.

'ഒരിക്കൽ' എന്ന കഥ പ്രത്യക്ഷത്തിൽ പ്രണയ കഥയാണെന്ന് തോന്നില്ല. പക്ഷേ, പ്രണയത്തിന്റെ ലാഞ്ഛന എവിടെയൊക്കെയോ ഒളിഞ്ഞും തെളിഞ്ഞും നില്ക്കുന്നുണ്ട്. അവിചാരിതമായി റെയിൽവേ സ്റ്റേഷന്റെ പ്ലാറ്റ്ഫോമിന്റെ മൂലയിൽ സാധനങ്ങൾ സൂക്ഷിച്ചുവെക്കുന്ന ഷെഡ്ഡിന് പുറകിലായി ചാരിനില്ക്കുന്ന പെൺകുട്ടിയെ ശ്രദ്ധിക്കാനി ടയായ നായകൻ അവളെ എന്തിനാണ് എന്നറിയാതെ നോക്കിയതിൽ നിന്നും പ്രണയത്തിന്റെ സുഗന്ധം അവിടമാകെ പരക്കുന്നുണ്ട്.

'അവളുടെ മുഖം അയാൾ ശരിക്കും കാണുകയുണ്ടായില്ല. അവൾ കാണാൻ നല്ലവളാണോ, അവൾ ചെറുപ്പക്കാരിയാണോ എന്നൊന്നും മനസ്സിലാക്കാനും അയാൾക്ക് കഴിഞ്ഞില്ല എന്നിട്ടും എന്തിനാണ്?'

ചെറുപ്പക്കാരും പെൺകുട്ടിയും അയാൾ സഞ്ചരിച്ച കംപാർട്ട്മെന്റി ലാണ് യാത്ര ചെയ്തത്. ഇതിനിടയിൽ പെൺകുട്ടിയെക്കുറിച്ച് അയാൾ പലതരം സങ്കല്പങ്ങൾ നെയ്തുകൂട്ടുകയും ചെയ്തു. ചെറുപ്പക്കാർ

അവളെ വില്ക്കാൻ കൊണ്ട് പോവുകയാണോ എന്നൊക്കെയുള്ള ആശങ്ക അയാളെ വല്ലാതെ അലട്ടി. ചെറുപ്പക്കാരുടെ പെരുമാറ്റത്തിൽ എന്തൊക്കെയോ അസ്വാഭാവികത തോന്നിയതുകൊണ്ട് പൊലീസിൽ ഏല്പിക്കുമെന്ന് ഭീഷണിപ്പെടുത്തി ട്രെയിനിൽനിന്നും ഇറക്കി വിട്ടു. പെൺകുട്ടിയെക്കൊണ്ട് നായകൻ ജീവിതം എന്നൊരു മറ്റൊരു വണ്ടിയിൽ യാത്ര ചെയ്യുന്ന കാഴ്ചയിൽ കഥ അവസാനിക്കുന്നു.

ഇവിടെ കഥാനായകൻ വിവാഹിതനാണ്. അയാൾക്ക് കുടുംബവുമുണ്ട്. എങ്കിലും പെൺകുട്ടിയോട് ആദ്യകാഴ്ചയിൽ തോന്നിയ അനുരാഗം എല്ലാ പ്രതിബന്ധങ്ങളെയും എതിർത്തു തോല്പിക്കാൻ കാരണമാവുകയാണ്. പ്രണയത്തിനുമുന്നിൽ എല്ലാ പ്രതിബന്ധങ്ങളും നിഷ്ഫലമാണ് എന്നുള്ള സത്യം വീണ്ടും അടിവരയിടുകയാണ് 'ഒരിക്കൽ' എന്ന കഥയിലൂടെ കഥാകാരൻ.

'ദേശ് ഒരു ഹിന്ദുസ്ഥാനി രാഗം' എന്ന കഥ അത്യന്തം സുന്ദരവും എന്നാൽ ഏറെ വിചിത്രവുമായ ഒന്നാണ്. കഥയുടെ തലകെട്ട് ഒരു രാഗത്തിന്റെ പേരാണ്. പ്രണയത്തിന്റെ വിലോലഭാവങ്ങളെ ദ്യോതിപ്പിക്കാൻ ഉപയോഗിക്കുന്ന രാഗമാണ് 'ദേശ്.' ഈ കഥയിൽ പ്രണയം മറ നീക്കി നേരിട്ട് പ്രത്യക്ഷപ്പെടുന്നില്ല എന്ന് നാം ഓർക്കണം. എല്ലാം സൂചനകൾ മാത്രമാണ്. എന്തിന്റെയും ഏതിന്റെയും അർത്ഥമന്വേഷിക്കുന്ന ഗുരുനാഥന്മാരെയും കഥാകൃത്ത് ഈ രചനയിൽ വിമർശിക്കുന്നുണ്ട്. ദേശ് രാഗം പോലെ തന്നെ ഏറെ സംഗീതാത്മകമായ ഭാഷയിലാണ് ഈ കഥ പദ്മനാഭൻ എഴുതിയിരിക്കുന്നത്. അനന്യ സാധാരണമായ ശോഭയോടെ ഈ കഥ മലയാളസാഹിത്യത്തിൽ വേറിട്ട് നില്ക്കുന്നു.

പ്രണയം ഒരു നീറ്റലായി അവശേഷിക്കുന്ന കഥയാണ് 'രാത്രിയുടെ അവസാനം.' ഒരു പെൺകുട്ടി നിരന്തരം അയക്കുന്ന കത്തുകളാണ് അയാളെ ഓർമ്മകളിലേക്ക് എടുത്തെറിയുന്നത്. ഒരു സ്വപ്നത്തിൽ എന്നപോലെ പെൺകുട്ടി പ്രണയത്തിന്റെ ചുഴികളിലൂടെ അയാളെ കൈപിടിച്ചുകൊണ്ട് പോവുകയാണ്. അവൾ ചോദിക്കുന്ന ചോദ്യങ്ങൾക്ക് അയാൾ ഉത്തരമില്ലാതെ നിസ്സഹായനായി നോക്കിനിന്നു. നിങ്ങൾക്ക് തുണയായി ഞാൻ നില്ക്കട്ടെ എന്ന പെൺകുട്ടിയുടെ ചോദ്യത്തിനും മൗനമായിരുന്നു മറുപടി. മറ്റുള്ള കഥകളിലെപ്പോലെ കാമുകന്റെ ഭീരുത്വം അയാളെയും വേട്ടയാടുന്നുണ്ട്.

ആത്മഹത്യ ചെയ്യാൻ തീരുമാനിച്ചപ്പോൾ പെൺകുട്ടി കൊടുത്ത സ്നേഹംകൊണ്ടായിരുന്നില്ലേ നിങ്ങൾ ജീവിച്ചത് എന്ന് പെൺകുട്ടി അയാളെ ഓർമ്മപ്പെടുത്തുന്നുണ്ട്.

യഥാർത്ഥത്തിൽ 'രാത്രിയുടെ അവസാനം' എന്ന കഥയിലെ പെൺകുട്ടി 'പ്രകാശം പരത്തുന്ന പെൺകുട്ടി'യാണ്.

ഒടുവിൽ കടലിലേക്ക് മറയാൻ പോകുന്ന സൂര്യനെ നോക്കി അവൾ

അയാളോട് പറയുകയാണ് 'നമുക്ക് മടങ്ങാം.' ഇവിടെയും പെൺകുട്ടിയുടെ പ്രണയം അനശ്വരമാണ്. അത് സ്വീകരിക്കാൻ കഴിയാത്ത കാമുകന് മുന്നിൽ അവൾ ദുഃഖിക്കുന്നുണ്ട്. പൂർത്തിയാക്കാൻ കഴിയാത്ത പ്രണയമാണ് 'നമുക്ക് മടങ്ങാം' എന്ന വാക്കുകൾകൊണ്ട് അർത്ഥമാക്കുന്നത്. കഥാകൃത്തിന് കത്തുകൾ അയക്കുന്ന പെൺകുട്ടിയുടെയും ഓർമ്മയിലെ പെൺകുട്ടിയുടെയും പ്രണയം അയാളെ അലോസരപ്പെടുത്തുന്നുണ്ട്. പക്ഷേ, എന്തുകൊണ്ടോ പ്രണയിക്കാനുള്ള ധൈര്യം അയാൾ കാണിക്കുന്നില്ല. എന്നിട്ടും പ്രണയിനികൾ ധൈര്യത്തോടെ അവരുടെ പ്രേമം തുടരുകയാണ്. പക്ഷേ, അതേസമയം അയാൾ നഷ്ടപ്രണയത്തിൽ ഉരുകിത്തീരുകയും ചെയ്യുന്നു.

പ്രണയവും രതിയും സൗന്ദര്യാത്മകമായി ആവിഷ്കരിച്ച മറ്റൊരു പ്രണയകഥയാണ് ടി പദ്മനാഭന്റെ 'കടയനെല്ലൂരിലെ സ്ത്രീ.' തീവ്രമായി പ്രണയിക്കപ്പെടാനുള്ള ത്വര പ്രകടിപ്പിച്ച നായികയാണ് 'കടയനെല്ലൂരിലെ സ്ത്രീ'യിലെ റഹീമിന്റെ ഭാര്യ. 'ഗൗരി'യെപ്പോലെയും 'കടലി'ലെ അമ്മയെപോലെയും വിവാഹേതരബന്ധത്തിന്റെ ഊഷ്മളതയിൽ കുടുംബത്തിന്റേതായ എല്ലാ മതിൽക്കെട്ടുകളെയും ഭേദിച്ചുകൊണ്ട് റഹീമിന്റെ ഭാര്യയും ബാലചന്ദ്രനും പ്രണയിക്കുകയാണ്. ആഗ്രഹിച്ചതുപോലുള്ള പ്രണയം കിട്ടാത്തതുകൊണ്ടും അവഗണനയും ഒറ്റപ്പെടുത്തലും ചേർന്ന് നിരാശയുടെ പടുകുഴിയിലേക്ക് എടുത്തെറിയപ്പെട്ട സ്ത്രീകളുടെ പ്രതിനിധിയാണ് റഹീമിന്റെ ഭാര്യ.

'അവൾ അന്യമതക്കാരിയാണ്. മറ്റൊരാളുടെ ഭാര്യയാണ്' എന്ന് ബാലചന്ദ്രൻ ചിന്തിക്കുന്നുണ്ടെങ്കിലും ആത്യന്തികമായി സമൂഹം സ്ത്രീയെയും പുരുഷനെയും തമ്മിൽ അകറ്റി നിർത്താൻ സൃഷ്ടിക്കുന്ന വേലിക്കെട്ടുകൾ മാത്രമാണ് അതെല്ലാമെന്നും അതിനപ്പുറം സ്ത്രീയും പുരുഷനും തമ്മിൽ വാക്കുകൾകൊണ്ട് നിർവ്വചിക്കാൻ കഴിയാത്തവിധം അഭേദ്യമായ ബന്ധമുണ്ടെന്നും മതം, വിവാഹം, കുടുംബം എന്നീ പ്രതിബന്ധങ്ങളെ മറികടക്കാനുള്ള ശേഷി പ്രണയത്തിനുണ്ടെന്നും അവകാശപ്പെടുന്ന കഥയാണ് 'കടയനെല്ലൂരിലെ സ്ത്രീ.'

പദ്മനാഭന്റെ പ്രണയകഥകളിൽ രതി മറഞ്ഞുകിടക്കുകയാണ്. എന്നാൽ ഈ കഥകളിലൊന്നും പ്രണയത്തിന്റെ ആർദ്രമായ ആഴക്കടൽ വായനക്കാരന് സമ്മാനിച്ചിട്ടും അതിൽനിന്നും കാമനകളുടെ ഒരു ചീള് പോലും പെറുക്കി എടുക്കാൻ കഴിയില്ല. റഹീമിന്റെ ഭാര്യയും ബാലചന്ദ്രനുമായുള്ള രതിയെ മറക്കുന്നത് കോരിച്ചൊരിഞ്ഞു പെയ്യുന്ന മഴയുടെ വിവിധ രുപഭാവങ്ങളെ ചേർത്തുവെച്ചാണ്. പ്രകൃതിയെ കൂട്ടിയിണക്കിക്കൊണ്ട് പ്രണയത്തെയും കാമനകളെയും വായനക്കാരിൽ സന്നിവേശിപ്പിക്കാനുള്ള അസാമാന്യ കഴിവ് കഥാകാരൻ പ്രകടിപ്പിക്കുന്നുണ്ട്.

വിവാഹേതര ബന്ധങ്ങളെക്കുറിച്ചും പ്രണയത്തെക്കുറിച്ചും കഥകളെഴുതുന്ന ടി പദ്മനാഭൻ എന്തുകൊണ്ട് തന്റെ കഥകളിൽനിന്ന് രതി

യുടെ ഭാവങ്ങളെ അകറ്റിനിർത്തുന്നത് എന്ന് ചോദിച്ചാൽ അദ്ദേഹത്തിന് ഉത്തരമുണ്ട്.

'മലർക്കെ തുറന്നിടുന്നതിലല്ല, അല്പം മാത്രം തുറന്ന് ബാക്കിയൊക്കെ ഭംഗിയായി മറച്ചുവെച്ചു, മറച്ചുവെച്ചതിനു പിന്നിൽ അനുവാചകനെക്കൊണ്ട് ചിന്തിപ്പിക്കുന്നതിലാണ് യഥാർത്ഥ കല ഉള്ളത് എന്ന് താൻ വിശ്വസിക്കുന്നു' എന്നാണ് അദ്ദേഹത്തിന്റെ മറുപടി.

മുകളിൽ പരാമർശിച്ച ടി പദ്മനാഭന്റെ പത്തു പ്രണയകഥകളും ഒരേ സമയം അനശ്വര പ്രണയത്തിന്റെ തീവ്രമായ അനുഭൂതിയും നഷ്ട പ്രണയത്തിന്റെ തീരാത്ത വിഹ്വലതകളും ആവിഷ്കരിക്കുന്നു. അദ്ദേഹത്തിന്റെ അധിക പ്രണയകഥകളിലും കഥാകൃത്തു തന്നെയാണ് നായകൻ. നായകനിലൂടെ ആർദ്രമായ പ്രണയത്തെ അതിന്റെ എല്ലാ തീവ്രതയോടെയും അവതരിപ്പിക്കുമ്പോഴും പ്രണയത്തിന്റെ മാസ്മരിക അനുഭൂതി തീക്ഷ്ണമായി അനുഭവിപ്പിക്കുന്നത് പദ്മനാഭന്റെ പ്രണയിനികളിലൂടെയാണ്. കാരണം ശക്തവും ഉദാത്തവും ജീവസ്സുറ്റതുമായ പ്രണയംകൊണ്ട് വായനക്കാരനെ കീഴടക്കാൻ പദ്മനാഭനിലെ പ്രണയിനികൾക്കേ കഴിഞ്ഞുള്ളു.

അനുരാഗികളിലെ 'ആണും പെണ്ണും'

"ഞാൻ ഒരിക്കൽ ഇവളോട് ചോദിച്ചു, ഞാൻ ഒരാണായിരുന്നുവെങ്കിൽ, നമുക്ക് കല്യാണംകഴിക്കാമായിരുന്നില്ലേ എന്ന്. നമ്മുടേത് ഒരു മുസ്ലിംഫാമിലികൂടിയാണല്ലോ... അതുകൊണ്ട് മതവും കുഴപ്പമില്ല" (2022 ജൂൺ).

സ്വവർഗ്ഗാനുരാഗികളായ ആദില നസ്രിനും ഫാത്തിമ നൂറയും പ്രായപൂർത്തിയായ രണ്ട് വ്യക്തികളായതിനാൽ സ്വന്തം ഇഷ്ടത്തിന് അനുസരിച്ചു ജിവിക്കാനുള്ള ഭരണഘടനാപരമായ അവകാശമുണ്ടെന്ന് കേരള ഹൈക്കോടതി നിർദ്ദേശിച്ചു. തുടർന്ന് അവർ രണ്ടുപേരും മാധ്യമങ്ങൾക്ക് കൊടുത്ത അഭിമുഖത്തിനിടയിൽ ആദിലനസ്റിൻ പറഞ്ഞ കാര്യമാണ് മുകളിൽ കൊടുത്തത്. ഒരുപക്ഷേ, സാമൂഹിക അധീശത്വം സ്ഥാപിച്ചെടുത്ത ആൺ പെൺ ഭിന്നലൈംഗികതയിലേക്ക് കടന്നാലുള്ള സുരക്ഷിതത്വവും സാമൂഹിക അംഗീകാരവുമായിരിക്കും ഇങ്ങനെ ചിന്തിക്കാൻ അവരറിയാതെതന്നെ അവരെ പ്രേരിപ്പിച്ചഘടകം. അത് സ്വാഭാവികവുമാണ്. ഇതേ വാക്കുകളായിരുന്നു... 25 വർഷം മുമ്പ് മാധവിക്കുട്ടിയിൽ നമ്മൾ വായിച്ചത്.

"ഷീല, നീ ഒരാൺകുട്ടിയായിരുന്നുവെങ്കിൽ നിനക്ക് എന്നെ സ്നേഹിച്ചു തുടങ്ങാമായിരുന്നു. എന്റെ അച്ഛൻ നിന്നെ പഠിപ്പിച്ചിട്ടുണ്ട്. അതുകൊണ്ട് ഞാൻ നിന്റെ ഗുരുപുത്രിയാണ്. ഗുരുപുത്രിമാരെ സ്നേഹിച്ച രാജകുമാരന്മാരെപ്പറ്റി നീ കേട്ടിട്ടില്ലേ? നിയെന്തുകൊണ്ട് ഒരാണായി ജനിച്ചില്ല?" ഇത് 1988-ൽ മാധവിക്കുട്ടി എഴുതിയ 'ചന്ദനമരങ്ങളി'ലെ സ്വവർഗ്ഗാനുരാഗികളായ ഷീലയും കല്യാണിക്കുട്ടിയും തമ്മിലുള്ള സംഭാഷണമാണ്.

കേരളത്തിന്റെ പൊതുബോധത്തിൽ, 'ചന്ദനമരങ്ങളി'ലെ കല്യാണിക്കുട്ടിയും ഷീലയും കാൽ നൂറ്റാണ്ടിനുശേഷവും മാറ്റമില്ലാതെ തുടരുന്നുവെന്ന് ആദില-നൂറ സ്വവർഗ്ഗാനുരാഗികളുടെ വിഷയം തെളിയിക്കുന്നു. ഇത് സ്വന്തം ലൈംഗികതയും സ്വത്വവും എന്താണെന്ന് തിരിച്ചറിഞ്ഞിട്ടും, ഒരുമിച്ചുള്ള ഒരു ജീവിതത്തിനുവേണ്ടി, ആൺ-പെൺ ദ്വന്ദങ്ങൾ പേറുന്ന ഭിന്നലൈംഗിക സങ്കൽപ്പത്തിലേക്ക് ചേക്കേറാൻ സ്വവർഗ്ഗാനുരാഗികളെപ്പോലും ചിന്തിപ്പിക്കുന്ന ഘടകമാണ്.

ആധുനികസമൂഹമെന്നും പ്രബുദ്ധജനത എന്നും വിളിക്കപ്പെടുന്ന കേരളത്തിന്റെ സാംസ്കാരിക സാമൂഹ്യപരിസരത്തുനിന്ന് ആദില-നൂറ സ്വവർഗ്ഗാനുരാഗികളോടുണ്ടായ സമൂഹത്തിന്റെ സമീപനം തികച്ചും യാഥാസ്ഥിതികമായിരുന്നു. ഇവരിൽ ആരാണ് ആണ്? ആരാണ് പെണ്ണ്? എന്നുള്ള അവരുടെ ചോദ്യത്തിന് അസ്വാഭാവികതയുടെ കൂരമ്പുകൾ പ്രകടമാണ്. പിതൃമേധാവിത്ത സമൂഹം നിർവ്വചിച്ചുവച്ച കാഴ്ചകളിലാണ് മനുഷ്യനെയും അവന്റെ ജീവിതത്തെയും പ്രണയത്തെയും രതിയെയും ആവിഷ്കരിച്ചത്. ആൺ-പെൺ ഭിന്നലൈംഗികത അധീശത്വം സ്ഥാപിച്ച സമൂഹത്തിൽ പുരുഷനും സ്ത്രീയും തമ്മിലുള്ള ലൈംഗികതയിലൂടെ പ്രത്യുല്പാദനവും കുടുംബം എന്ന സങ്കൽപ്പം രൂപപ്പെടുത്തി. അതുകൊണ്ടുതന്നെ മഹാഭൂരിപക്ഷം വരുന്ന മനുഷ്യജീവിതവും ഭിന്നലൈംഗികതയിലൂടെയാണ് ആവിഷ്കരിക്കപ്പെട്ടത്. അതിനപ്പുറം ആ വ്യവസ്ഥയിൽ നിന്നുള്ള ചെറിയ ഒരു വ്യതിയാനത്തെപ്പോലും ഞെട്ടലോടെ സമൂഹം നേരിട്ടു. 2018 സെപ്റ്റംബർ ആറാം തീയതിയാണ് ഐ പി സി 377 റദ്ദാക്കിക്കൊണ്ടുള്ള സുപ്രീം കോടതി വിധി വരുന്നത്. ഉഭയകക്ഷി സമ്മതപ്രകാരമുള്ള സ്വവർഗ്ഗലൈംഗികത ക്രിമിനൽ കുറ്റമല്ല. ജീവിക്കാനുള്ള സ്വാതന്ത്ര്യമാണ് പ്രധാനപ്പെട്ടത് എന്ന സന്ദേശം സ്വവർഗ്ഗാനുരാഗികളുടെ കമ്യൂണിറ്റിയും സംഘടനകളും പുരോഗമനസമൂഹവും വളരെ ആവേശത്തോടെയാണ് കണ്ടത്. ഭരണഘടനാപരമായുള്ള അംഗീകാരം കൂടുതൽ ഇത്തരത്തിലുള്ള പരസ്യപ്പെടുത്തലിന് കാരണമായി.

സാമൂഹിക സങ്കല്പങ്ങൾക്കനുസരിച്ചാണ് മനുഷ്യനെയും അവന്റെ ലൈംഗികതയെയും തരം തിരിച്ചിരിക്കുന്നത്. മനുഷ്യരുടെ വ്യക്തിത്വവും സദാചാരവും സാമൂഹികമായ അന്തസും എല്ലാക്കാലവും ലൈംഗികതയുമായി ബന്ധപ്പെട്ടുകിടക്കുന്നു. അതുകൊണ്ടുതന്നെ ലൈംഗികമായ സ്വത്വം അനാവരണം ചെയ്യുന്നത് വ്യക്തിത്വത്തിന്റെ അഭാവമാണ് എന്നുള്ള ധാരണയെ തിരുത്തി വ്യക്തിത്വത്തിന്റെ പ്രഭാവമാണ് എന്നുള്ള കാഴ്ചപ്പാട് കൊണ്ടുവരാൻ പുരോഗമന സമൂഹം ആഞ്ഞു ശ്രമിക്കുമ്പോൾ വലിയ ഒരു വിഭാഗം അതിനെ പിന്നോട്ടടിക്കാൻ ശ്രമിക്കുന്നുണ്ട്. ഇന്നും സ്വവർഗ്ഗാനുരാഗികളോടുള്ള സമൂഹത്തിന്റെ മനോഭാവം വളരെ വികലമാണ്. പുരുഷസ്വവർഗ്ഗലൈംഗികതയെക്കാളും പതിന്മടങ്

വിമർശനമാണ് സ്ത്രീസ്വവർഗ്ഗാനുരാഗികളുടെ കാര്യത്തിൽ. കാരണം, രണ്ടാംകിട പൗരൻ എന്ന നിലയിൽ സ്ത്രീയുടെ ലൈംഗികത പൊതുവെ അടിച്ചമർത്തപ്പെട്ടതാണ്. മാത്രവുമല്ല പുരുഷാധിപത്യപരമായ വീക്ഷണത്തിൽ നിന്നും സ്ത്രീകൾ മുക്തവുമല്ല. അതുകൊണ്ട് സ്ത്രീകളുടെ സ്വവർഗ്ഗാനുരാഗജീവിതം ഉൾക്കൊള്ളാൻ എല്ലാക്കാലത്തും സമൂഹത്തിന് വിമുഖതയുണ്ട്.

ലൈംഗികത എന്ന വാക്കിനെ ചേർത്തുവെച്ചു സ്ത്രീയെ പരാമർശിക്കുമ്പോൾ അസഹ്യമാണ്; എന്നാൽ സ്ത്രീയുടെ ശരീരം വസ്തുവിനെപ്പോലെ കാണുന്നത് ലൈംഗികതയുടെ അടിസ്ഥാനത്തിലുമാണ്. പുരുഷവർഗ്ഗം മാത്രമല്ല സ്ത്രീകൾ പോലും അറിഞ്ഞോ അറിയാതെയോ ഈ ഒരു മാനസികാവസ്ഥയെ പേറുന്നുണ്ട്. എല്ലാം കൊണ്ടും നമ്മുടെ പൊതുബോധം രൂപപ്പെട്ടത് പിതൃമേധാവിത്ത സങ്കല്പങ്ങളെ നെഞ്ചിലേറ്റിയപുരുഷ വർഗ്ഗത്തിന്റെയും അത് പൂർണ്ണമായി ഉൾക്കൊണ്ട സ്ത്രീവർഗ്ഗത്തിന്റെയും ചിന്തകളെ അടിസ്ഥാനമാക്കിയാണ്. ഫ്രഞ്ച് ഫിലോസഫറും സാമൂഹിക സൈദ്ധാന്തികയും സ്ത്രീപക്ഷവാദിയുമായ സീമോൺ ദി ബുവെ, അവരുടെ *സെക്കന്റ് സെക്സ്* എന്ന പുസ്തകത്തിൽ ഇങ്ങനെ പറയുന്നു. 'one is not born , but rather becomes, a woman'.

സ്ത്രീയായിട്ട് ജനിക്കുന്നതല്ല, സ്ത്രീയായിട്ട് ആയിത്തീരുകയാണ് എന്നാണ്. ഒരു കുഞ്ഞു ജനിച്ച അന്ന് മുതൽ പെണ്ണാക്കിത്തീർക്കുകയാണ്. വിവാഹത്തിനും പ്രത്യുല്പാദനത്തിനും തലമുറകളെ ഉല്പാദിക്കാനുള്ള ഒരു ഉപകരണമായി അവളെ വാർത്തെടുക്കുന്നു. ചുറ്റുപാടിൽ നിന്നും സ്ത്രീക്ക് മാത്രമായ നിയമസംഹിതകളെയും സദാചാരവിചാരങ്ങളെയും മൂല്യനിർണ്ണയങ്ങളെയും അടിസ്ഥാനമാക്കി ഒരു സാംസ്കാരിക ശരീരമായി പരുവപ്പെടുത്തിയെടുത്തു. അതുകൊണ്ട് സ്ത്രീയുടെ ഭിന്നലൈംഗികതയിൽ നിന്നുമുള്ള വിടുതൽ ഒരു തരത്തിലും മാനസികമായി ഉൾക്കൊള്ളാൻ കഴിയാത്ത സമൂഹം വീണ്ടും അവളെ അതിലേക്ക് നിർബ്ബന്ധപൂർവ്വം വലിച്ചിഴക്കുകയാണ്. അതേസമയം സ്വവർഗ്ഗാനുരാഗത്തിൽ സ്ത്രീയും പുരുഷനും ഈ സങ്കല്പത്തിന്റെ വാഹകരുമാണ്.

അമേരിക്കൻ ഫിലോസഫറും ജെന്റർ തിയറിസ്റ്റുമായ ജൂഡിത്ത് ബട്‌ലർ അവരുടെ ഏറെ പ്രസിദ്ധമായതും അനേകം ചർച്ചകൾക്ക് ആധാരമാക്കിയതുമായ *ജന്റർ ട്രബിൾ* എന്ന പുസ്തകത്തിൽ ഭാഷയിലെ ലിംഗത്തിനെക്കുറിച്ചു പറയുന്നുണ്ട്. ഏകവചനമായ woman ബഹുവചനമാകുമ്പോൾ 'women' എന്നാണ്. എല്ലാ സ്ത്രീകൾക്കും പൊതുവായ ഒരു വ്യക്തിത്വം ഉണ്ടാവുക എന്നാണ് അത് അർത്ഥമാക്കുന്നത്. ഓരോ സ്ത്രീയും വ്യത്യസ്തമാണ്, പക്ഷേ, ആ വ്യത്യസ്തത അംഗീകരിക്കാതെ

എല്ലാസ്ത്രീകളെയും ഒരൊറ്റ സവിശേഷമായ വ്യക്തിത്വത്തിൽ വാർത്തെടുക്കുന്നത് ഭിന്നലൈംഗികത നിലനിർത്തുക എന്ന ഉദ്ദേശ്യത്തോടെയാണ്. അതുപോലെ ഏകവചനമായ 'man' ബഹുവചനമാകുമ്പോൾ men ആവുന്നത് ആണധികാരത്തിന്റെ സവിശേഷത ഒരൊറ്റ വ്യക്തിത്വത്തിൽ നിലനിർത്തി ഐക്യദാർഢ്യപ്പെടുക എന്ന ലക്ഷ്യത്തോടെയാണ്. ഇത് നിർബ്ബന്ധിത സാമൂഹികക്രമമായി തുടരാൻ മനുഷ്യസമൂഹം എല്ലാക്കാലത്തും ശ്രമിക്കുന്നുണ്ട്. അതുകൊണ്ടുതന്നെ ലിംഗം (gender) സാംസ്കാരികമായി നിർമ്മിച്ചെടുത്തതാണ് എന്നും സീമോൺ ദി ബുവെ അടിവരയിടുന്നുണ്ട്. ഇങ്ങനെ സാംസ്കാരികമായി പരുവപ്പെടുത്തിയ സ്ത്രീലിംഗം സ്വന്തം വർഗ്ഗത്തിനോടുതന്നെ ലൈംഗികാഭിമുഖ്യം പ്രകടിപ്പിക്കുന്നത് ഭിന്നലൈംഗികത എന്ന അധീശത്തസാമൂഹിക ക്രമം തകർക്കുകയാണ് എന്ന് തോന്നൽ എല്ലാക്കാലത്തും മുഖ്യധാരാ സമൂഹത്തിന് ഉണ്ടാവുന്നു. വലതുപക്ഷ ഏജൻസികൾ സ്വവർഗ്ഗലൈംഗികതയെ അക്രമാസക്തമായ രീതിയിൽ എതിർത്തു. ഇതിന് വലിയ ഒരു ഉദാഹരണമാണ് 1996-ൽ പ്രദർശനത്തിനെത്തിയ, ദീപ മേത്തയുടെ *ഫയർ* എന്ന സിനിമ.

വിവാഹിതയായ രണ്ട് സ്ത്രീകൾക്കിടയിലെ പ്രണയവും രതിയുമാണ് വിഷയം. സിനിമക്കെതിരെ ഹിന്ദുതീവ്രവാദ സംഘടനകൾ ആക്രമാസക്തമായി. ബോംബെ, ഡൽഹി എന്നീ മെട്രോപൊളിറ്റൻ നഗരങ്ങളിൽ പ്രദർശനം നിർത്തിവെക്കുകയും ചെയ്തു. പിതൃമേധാവിത്ത ഘടന അടിച്ചമർത്തിയ രണ്ട് സ്ത്രീ ജീവിതങ്ങളാണ് രാധയുടേതും സീതയുടേതും. ഇന്ത്യൻ സംസ്കാരം സ്ത്രീക്ക് മാത്രമായ് പകർന്നു നല്കിയ 'പാതിവ്രത്യ'ത്തെ തച്ചുടച്ചുകൊണ്ട് ആൺ പെൺ ഭിന്നലൈംഗികതയിൽ നിന്നും സ്വവർഗ്ഗലൈംഗികതയിലേക്ക് പ്രവേശിക്കുവാനും സാമൂഹികമായും രാഷ്ട്രീയമായുമുള്ള എതിർപ്പുകളെ പിന്തള്ളി അതിജീവിക്കാനും അവർക്ക് കഴിഞ്ഞു. അവർ സ്വവർഗ്ഗത്തിൽ ജീവിതാനുഭൂതി കണ്ടെത്തി. പക്ഷേ, സ്വവർഗ്ഗാനുരാഗത്തിലേക്ക് എത്തുമ്പോഴും രാധ ആണിന്റേത് എന്ന് പറയപ്പെടുന്ന ഭാവത്തിലേക്കും സീത പെണ്ണിന്റേത് എന്ന് ചാർത്തപ്പെട്ട ഭാവത്തിലേക്കും മാറുന്നതായി കാണാൻ കഴിയും. ദാമ്പത്യവും ലൈംഗികതയും ആൺ-പെൺ ദ്വന്ദ്വത്തിനെ മാതൃകയാക്കിയാണ് സ്വവർഗ്ഗാനുരാഗികളെ പോലും സ്വാധീനിക്കുന്നത് എന്നതിന്റെ വലിയ ഒരു തെളിവാണ് ഈ സിനിമ. ഒരു സ്ത്രീയുടെ ജീവിതത്തിന്റെ പൂർണ്ണത അമ്മയാകുമ്പോഴാണ് എന്ന പാരമ്പര്യസങ്കല്പത്തെ സിനിമ പൊളിക്കുന്നുണ്ട്. രാധയുടെയും സീതയുടെയും അടിച്ചമർത്തിയ ലൈംഗികതയുടെ വീണ്ടെടുപ്പ് നടത്തുന്നത് സ്വവർഗ്ഗാനുരാഗത്തിലൂടെയാണ്. ഇത് സമൂഹം ഉണ്ടാക്കി വെച്ച ആൺ സങ്കല്പത്തെ കനത്ത ക്ഷതം ഏല്പിക്കുന്നുണ്ട്. മാത്രവുമല്ല പ്രത്യുത്പാദനപരമല്ലാത്ത

സ്വവർഗ്ഗാനുരാഗവും അതിലെ രതിയും പിതൃമേധാവിത്ത സമൂഹം എല്ലാക്കാലവും എതിർത്തിരുന്നു. അതുകൊണ്ടുതന്നെ *ഫയർ* എന്ന സിനിമ പിതൃകേന്ദ്രീകൃത വ്യവസ്ഥയെ വെല്ലുവിളിച്ചു.

മനുഷ്യന്റെ പരിണാമചക്രത്തിൽ, മനുഷ്യൻ ഉണ്ടായത് മുതൽ വിവിധങ്ങളായ ലൈംഗികത നിലനില്ക്കുന്നുണ്ട്. അത് കഥയിലും കവിതയിലും കലയിലും ആവിഷ്കരിച്ചിട്ടുണ്ട്. സ്വാഭാവികം എന്ന് കരുതപ്പെടുന്ന സ്ത്രീ പുരുഷ ബന്ധങ്ങളോടൊപ്പം തന്നെ ലൈംഗിക ന്യൂനപക്ഷ സമൂഹം അവരുടെ സ്വത്വപ്രകാശനം സാംസ്കാരിക മേഖലയിലെ എല്ലാ രംഗത്തും വെളിപ്പെടുത്തിയിട്ടുണ്ട്.

അതിന്റെ തെളിവാണ് ക്ലാസിക്കൽ ആന്റീകിറ്റിയിലെ ഗ്രീക്ക് കവയിത്രിയായ സാഫോ. സാഹിത്യത്തിലെ ആദ്യത്തെ ക്വിയർ സ്ത്രീ. അവരാണ് ലെസ്ബിയൻ എന്ന വാക്ക് ലോകത്തിന് നൽകുന്നത്. പിന്നീട് 1800-ൽ വൂ ത്സാസൊ എന്ന ചൈനീസ് കവയിത്രിയും 1900-ൽ നതാലി ക്ലിഫ്ഫോർഡ് ബർണേ എന്ന ഫ്രഞ്ച്കവയിത്രിയുടെ സൊണേറ്റസിലും സ്വവർഗ്ഗലൈംഗികതയുടെ ചീളുകൾ കണ്ടെടുക്കാൻ കഴിയും.

1880-ൽ പ്രസിദ്ധീകരിക്കപ്പെട്ട, ഫ്രഞ്ച് നെച്ചറലിസ്റ്റ് എഴുത്തുകാരനായ എമിലി സോളയുടെ നോവലായ *നാന*യിൽ സ്വവർഗ്ഗാനുരാഗം പ്രകടമായ വിഷയമായി വന്നു. നാനാ എന്ന പ്രധാനകഥാപാത്രത്തിന് നിരവധി പുരുഷന്മാരുമായി ബന്ധമുണ്ടെങ്കിലും അവൾക്ക് തീവ്രമായ ലൈംഗികാഭിമുഖ്യം ഉണ്ടാവുന്നത് സാറ്റേൺ എന്ന സ്ത്രീയിലാണ്. നാനായും സാറ്റേൺ പോസെസിവ് ആയിരുന്നു. അതുകൊണ്ടുതന്നെ സാറ്റേൺ നാനയുടെ വീട്ടിലുള്ള സ്ത്രീകളെയും പുരുഷന്മാരെയും കണ്ട് ദേഷ്യപ്പെട്ട് പറയുന്നുണ്ട്: "ഇവരെയെല്ലാം ഇന്ന് രാത്രി ഇവിടെ നിന്ന് പറഞ്ഞയക്കണം. നമുക്ക് രണ്ട് പേർക്കും ഇന്ന് രാത്രി തനിച്ചുകിടക്കണം, ഇല്ലെങ്കിൽ ഞാൻ പോകും."

റിയലിസത്തിന്റെ അങ്ങേയറ്റമായ നേച്ചറിലസത്തിൽ മനുഷ്യന്റെ വ്യത്യസ്തമായ ലൈംഗിക തിരഞ്ഞെടുപ്പിനെക്കുറിച്ച് എമിലി സോള അന്നത്തെ കാലത്തു പരാമർശിച്ചു. എന്നാൽ ആധുനിക സാമൂഹിക രാഷ്ട്രീയ പരിസരത്താണ് ലൈംഗിക ന്യൂനപക്ഷങ്ങളെ കുറിച്ചുള്ള രചനകൾ സാഹിത്യത്തിൽ മുഖ്യപ്രമേയമാകുന്നത്. ലെസ്ബിയനിസം പരാമർശിച്ചുകൊണ്ട് നിരവധി കൃതികൾ പ്രത്യക്ഷപ്പെട്ടിട്ടുണ്ട്. 1928-ൽ പ്രസിദ്ധീകരിക്കപ്പെട്ട *ദി വെൽ ഓഫ് ലോൺലിനൻസ്* ആണ് ഇംഗ്ലീഷ് ഭാഷയിലെ തന്നെ ആദ്യത്തെ ഒരു കൃതി. ബ്രിട്ടീഷ് എഴുത്തുകാരിയായ റാഡ്ക്ലിഫ് ഹാൾ തന്റെ ആത്മകഥ കൂടിയായ ഈ നോവലിലൂടെ സ്വവർഗ്ഗാനുരാഗ ലൈംഗികതയെക്കുറിച്ച് പരാമർശിച്ചപ്പോൾ ഇംഗ്ലണ്ടിൽ ഈ പുസ്തകം ഏറെ വിവാദങ്ങൾക്ക് വഴിവെച്ചു. ആ കാലത്ത് ലെസ്ബിയനിസം നിയമപരമായി അംഗീകരിച്ചിട്ടുമുണ്ട്. എന്നിട്ടും

ബ്രിട്ടീഷ് സമൂഹത്തിലെ ഒരു വിഭാഗം നോവലിനെ അസാന്മാർഗികം എന്ന് ചാപ്പകുത്തുകയും നോവൽ 1959 വരെ നിരോധിക്കുകയും കോപ്പികൾ നശിപ്പിക്കുകയും ചെയ്തു. പുസ്തക പ്രസാധകനെ അശ്ലീല പ്രസിദ്ധീകരണ നിയമം 1857 (obscene publication act of 1857) വെച്ചു അറസ്റ്റിലാക്കി തടവിലിട്ടു. ഈ പുസ്തകത്തിന് എതിരെയുള്ള കാമ്പയിൻ ശക്തമാക്കിക്കൊണ്ട് The Sunday Express എന്ന മാധ്യമത്തിന്റെ എഡിറ്റർ പറഞ്ഞത് ഇങ്ങനെയായിരുന്നു: 'I would rather give a healthy boy or a healthy girl, a phial of prussic acid than this novel'

സ്വവർഗ്ഗലൈംഗികത നിയമപരമായി അംഗീകരിച്ചിട്ടും അന്ന് ആധുനിക സമൂഹത്തിലേക്ക് കാൽവെച്ച ബ്രിട്ടീഷ്സമൂഹത്തെ പോലും ഭിന്ന ലൈംഗികതയുടെ അധീശത്വഘടന എത്രത്തോളം സ്വാധീനിച്ചിരുന്നു എന്ന് ഇപ്പോൾ നോക്കികാണാൻ കഴിയും. മാതൃത്വത്തെയും സ്ത്രീയെന്ന സ്വത്വത്തെയും വെല്ലുവിളിച്ചുകൊണ്ട് അസ്വാഭാവികമായതും പ്രകൃതിവിരുദ്ധവുമായ ലൈംഗികതയെ ഊട്ടിയുറപ്പിക്കാനാണ് നോവൽ ശ്രമിച്ചതെന്നും അത് പുതിയ തലമുറയെ അത്തരത്തിൽ ചിന്തിപ്പിക്കാൻ ഇടയാക്കും എന്നതുമായിരുന്നു നോവലിന് എതിരെയുള്ള വാദം.

ദി വെൽ ഓഫ് ലോൺലിനസ്സ് എന്ന നോവലിലെ മുഖ്യകഥാപാത്രമായ സ്റ്റീഫൻ ഗോർദോനിന് വിവാഹിതയായ മറ്റൊരു സ്ത്രീയുമായുണ്ടായ പ്രണയവും രതിയുമാണ് നോവലിന്റെ ഇതിവൃത്തം. നോവലിന്റെ തുടക്കം മുതൽ, പെണ്ണായ സ്റ്റീഫൻ ആൺ ആവാൻ ശ്രമിക്കുമായിരുന്നു. സ്റ്റീഫൻ ആൺ ആവാത്തതിലുള്ള നിരാശ മാതാപിതാക്കളെപ്പോലെ സ്റ്റീഫനെയും അലട്ടുന്നുണ്ട്. പക്ഷേ, അവൾ വേഷത്തിലും നടപ്പിലും ആണിനെ പോലെ പെരുമാറി. എന്നിട്ടും തന്റെ ലൈംഗികാഭിമുഖ്യം നിയന്ത്രിക്കാൻ കഴിഞ്ഞില്ല. ആദ്യ ദർശനത്തിൽ തന്നെ വീട്ടിലെ ജോലിക്കാരിയുമായി അനുരക്തയായി അവളെ ചുംബിക്കാൻ ശ്രമിച്ചു. പിന്നീട് ഒരു പുരുഷനുമായും അവൾക്ക് പ്രണയബന്ധമുണ്ടാകുന്നുണ്ട്. പക്ഷേ, അയാളുമായി ലൈംഗികപരമായി ആകർഷണം തോന്നാത്തതുകൊണ്ട് ആ ബന്ധം തകർന്നു. അതിനുശേഷം വിവാഹിതയായ ഒരു സ്ത്രീയുമായി അനുരാഗമുണ്ടാവുകയും രതിയിലേർപ്പെടുകയും ചെയ്തു. അവളുടെ പ്രണയം പങ്കാളി നിഷേധിക്കാൻ തുടങ്ങിയപ്പോഴാണ് താൻ ഒരു ലെസ്ബിയൻ ആണെന്ന് അവൾ തിരിച്ചറിയുന്നത്. നോവലിലെ നായിക സമൂഹമനഃശാസ്ത്രത്തിനോടൊപ്പം യാത്ര ചെയ്യാൻ നിരന്തരം ശ്രമിച്ചിട്ടും ലൈംഗികമായ അഭിവാഞ്ഛ അവൾക്ക് പെണ്ണിനോട് തന്നെയായിരുന്നു. ഈ നോവലിൽ സ്റ്റീഫന് വിവാഹിതയുമായ സ്ത്രീയിലും, സ്റ്റീഫന് ജോലിക്കാരിയുമായുള്ള ബന്ധത്തിലും എന്താണ് സംഭവിക്കുന്നതെന്ന് നോക്കു. കൃത്യമായി സ്റ്റീഫന് ആൺഭാവത്തിലേക്കും പങ്കാളി പെൺഭാവത്തിലേക്കും മാറുന്നതായി കാണാം.

ഭിന്നലൈംഗികതയിലെ അനുകരണീയമായ മാതൃകകൾ ബോധത്തിലും അബോധത്തിലും ലെസ്ബിയൻ പങ്കാളികളും പിന്തുടരുന്നുണ്ട് എന്ന് ഈ രചനയും സാക്ഷ്യപ്പെടുത്തുന്നു.

1963 ൽ ആണ് സിൽവിയ പ്ലാത്തിന്റെ *ബെൽജാർ* പുറത്തിറങ്ങിയത്. 'വിക്ടോറിയസ് ലൂക്കാസ്' എന്ന തൂലികാനാമത്തിലാണ് *ബെൽജാർ* ആദ്യമായി പ്രസിദ്ധീകരിക്കപ്പെട്ടത്. പ്ലാത്തിന്റെ ആത്മകഥയാണ് എന്ന തരത്തിൽ നോവൽ ഏറെ ചർച്ച ചെയ്യപ്പെട്ടു. പഠനകാലത്തു പ്ലാത്ത് തന്റെ അമ്മയ്ക്ക് എഴുതിയ കത്തുകളിലെ പ്ലാത്തിന്റെ ജീവിതം നോവലിൽ കാണാൻ കഴിയും. ഒരു സ്ത്രീ തന്റെ ജീവിതത്തിൽ ഉടനീളം നേരിടുന്ന ഐഡന്റിറ്റി ക്രൈസിസ് ആണ് നോവലിന്റെ മുഖ്യവിഷയം. സ്ത്രീകളെ ചൂഴ്ന്ന് നില്ക്കുന്ന സദാചാര മൂല്യങ്ങളെയും, അവരുടെ ലൈംഗികതയെയും വ്യക്തിത്വത്തെയും അടിച്ചമർത്തി വാർപ്പ്മാതൃകയിൽ നിർത്തുന്ന പിതൃമേധാവിത്ത സംസ്കാരത്തെയാണ് *ബെൽജാറി*ലൂടെ പ്ലാത്ത് വെളിപ്പെടുത്തുന്നത്. ബെൽജാറിലെ മുഖ്യ കഥാപാത്രമായ എസ്തേറിനോട് ജോനിന് തോന്നുന്ന വൈകാരികമായ ബന്ധമാണ് നോവലിലെ സ്വവർഗ്ഗാനുരാഗ പ്രമേയം. മെന്റൽ ഹോസ്പിറ്റലിൽ വെച്ചു എസ്തേറും ജോനും തമ്മിൽ പ്രണയത്തിലാവുന്നു. എന്തുകൊണ്ടോ എസ്തേർ ജോനിന് തന്നോടുള്ള ലൈംഗികമായ ഇടപെടലിനെ വിലക്കി. അതിന് ശേഷം ഇർവിൻ എന്ന പുരുഷനുമായുള്ള എസ്തേറിന്റെ പ്രണയ ബന്ധത്തിൽ സ്വാഭാവികമായും ലൈംഗികത കടന്നുവരുന്നു. ജോനിനെ സംബന്ധിച്ചു എസ്തേർ അവളുടെ കൈയിൽനിന്നും നഷ്ടപ്പെടുകയായിരുന്നു. ഇതിൽ മനം നൊന്ത് ജോൻ എന്ന സ്വവർഗ്ഗപ്രണയിനി ആത്മഹത്യ ചെയ്യുകയാണ്. സ്ത്രീക്ക് സ്ത്രീയോടുള്ള പ്രണയവും രതിയും ഭിന്നലൈംഗികതയുടെ നിലനില്പിന് ഭീഷണിയാണ്. കാമുകൻ ഉണ്ടാവുമ്പോൾ മാത്രമേ സ്ത്രീയുടെ സ്വത്വം പ്രകടമാവുന്നുള്ളു എന്നുള്ള എസ്തേറിന്റെ ഉൾബോധവും പിതൃകേന്ദ്രീകൃത മൂല്യവ്യവസ്ഥ സാംസ്കാരികമായി നിർമ്മിച്ചെടുത്തതാണ്. അതു മാത്രമായിരുന്നു അവൾ പെട്ടെന്ന് തന്നെ സ്വവർഗ്ഗാനുരാഗത്തിൽനിന്നും അകലാനും ആൺ-പെൺ ഭിന്നലൈംഗികതയിലേക്ക് മാറാനുമുള്ള കാരണവും. അതുതന്നെയാണ് സ്വവർഗ്ഗാനുരാഗ പങ്കാളികൾ ആൺ-പെൺദ്വന്ദ്വങ്ങൾക്ക് അനുസരണമായി മാനസികമായി അടിമപ്പെടുന്നതും. ഒരിക്കൽ ഒരു കൂട്ടം വിദ്യാർത്ഥികൾ ഞങ്ങളുടെ മുന്നിലൂടെ നടന്ന് പോകുന്ന പെൺകുട്ടികളെ നോക്കുന്നതുകണ്ട് ഞാനും ചോദിച്ചു. എന്താണ് ഇങ്ങനെ നോക്കുന്നത് എന്ന്. അവർ സ്വവർഗ്ഗാനുരാഗികളാണ് പക്ഷേ, ഇവരിൽ ആരാണ് പെണ്ണ്? ആരാണ് ആണ്? എന്ന് നോക്കിയതാണ്. പെൺകുട്ടികളുടേത് എന്ന് കരുതപ്പെടുന്ന വസ്ത്രം ധരിച്ച, കാഴ്ചയിൽ പെൺകുട്ടികൾ എന്ന് മാത്രം തോന്നിപ്പിക്കുന്ന സ്വവർഗ്ഗാനുരാ

ഗികളിൽ പോലും ആണിനേയും പെണ്ണിനേയും തിരയുന്ന വിദ്യാർത്ഥികളിലും അതേ പാറ്റേൺ പ്രവർത്തിക്കുന്നത് കാണാൻ കഴിയും.

കേരളത്തിലും ഇത്തരം ബന്ധങ്ങൾ പുതുമയുള്ളതല്ല. 1970 കളിൽ കേരളത്തിലെ പ്രമുഖമായ ഒരു വനിതാ കോളേജിലെ അദ്ധ്യാപികയും വിദ്യാർത്ഥിനിയും തമ്മിൽ ഗാഢമായ പ്രണയബന്ധത്തിലേർപ്പെട്ടിരുന്ന 'സംഭവം' അന്നത്തെ തലമുറയിൽനിന്ന് പറഞ്ഞുകേട്ടിട്ടുണ്ട്. അവർ തമ്മിലുള്ള ബന്ധം മറ്റുള്ളവരുടെ ശ്രദ്ധയിൽപ്പെടുകയും അത് ചർച്ചയാവുകയും ചെയ്തു. വാഴ്ത്തപ്പെട്ട അദ്ധ്യാപക വിദ്യാർത്ഥി ബന്ധത്തിന്റെ 'മാന്യത'യെല്ലാം കൈവിട്ടുകൊണ്ട് എല്ലാ സാമൂഹിക ക്രമങ്ങളെയും അട്ടിമറിച്ചുകൊണ്ട്, ചുറ്റുപാടുമുള്ള എതിർപ്പിനെ അവഗണിച്ചുകൊണ്ട് സമൂഹത്തിന് അപരിചിതമായ ഒരു അനുരാഗാനുരാഗജീവിതത്തിലേക്ക് ഒരു അദ്ധ്യാപിക വിദ്യാർത്ഥിനിയുടെ കൈ പിടിച്ചു നടന്ന് പോകുന്നു. ഇങ്ങനെ കുടുംബം, മതം, സാമൂഹിക അംഗീകാരം, അധികാരം അങ്ങനെ വ്യക്തികളെ ബാധിക്കുന്ന എല്ലാ ഘടകങ്ങളെയും മറികടന്ന് വിപ്ലവാത്മകമായ ചില അനുഭവങ്ങളും ഇത്തരം പ്രണയത്തിൽ നമുക്ക് കാണാൻ കഴിയും. ഇന്ന് പഴയ കാലത്തിൽനിന്നും വ്യത്യസ്തമായി സ്വവർഗ്ഗ പ്രണയിനികൾ അവരുടെ ലൈംഗികത എന്താണ് എന്ന് തിരിച്ചറിഞ്ഞ് അവരുടെ കൂട്ടായ്മ വഴിയും സാംസ്കാരിക സംഘടനകൾ വഴിയും അല്ലാതെയും പരസ്യപ്പെടുത്തുന്നുണ്ട്. ഒരു വ്യക്തിയുടെ മൗലികാവകാശം എന്ന നിലയ്ക്കുള്ള ഭരണഘടനാപരമായ അംഗീകാരം കൂടി ഇന്ന് ലഭിച്ചത് കൂടുതൽ വെളിപ്പെടുത്തലുകൾക്ക് പ്രചോദനമായിട്ടുണ്ട്.

ആദ്യ കാലങ്ങളിൽ സ്വവർഗ്ഗാനുരാഗികളുടെ പ്രണയവും ലൈംഗികതയും പുറംലോകമറിഞ്ഞാൽ കുടുംബം, മതം, സമൂഹം എന്നീ സ്ഥാപനങ്ങളിൽനിന്നുള്ള എതിർപ്പ് ആത്മഹത്യയിലേക്ക് കൊണ്ടെത്തിച്ചിരുന്നു. മറ്റുള്ള മനുഷ്യരെപ്പോലെ സാധാരണ പൗരാവകാശങ്ങളോട് കൂടി ജീവിക്കുന്ന ഒരു കഥാപാത്രത്തെപോലും ഈ വിഷയത്തിൽ മലയാള സാഹിത്യവും മലയാള സിനിമയും സംഭാവന ചെയ്തില്ല എന്നതാണ് സത്യം. ഭിന്നലൈംഗികതയിൽനിന്നുള്ള വിടുതൽ സിനിമയുടെ വിഷയമാക്കുമ്പോഴും ക്ലൈമാക്സിൽ സ്വവർഗ്ഗപ്രണയിനികൾ പൊരുതാൻ കഴിയാതെ ആത്മഹത്യ ചെയ്യുന്നത് ആൺ പെൺ ഭിന്ന ലൈംഗികതാവാദത്തിനെ ബലപ്പെടുത്തുവാൻ സഹായിച്ചു.

പത്മരാജന്റെ *ദേശാടനക്കിളി കരയാറില്ല* എന്ന സിനിമ (1986) സ്വവർഗ്ഗാനുരാഗത്തിന്റെ പശ്ചാത്തലത്തിൽ പില്ക്കാലത്ത് ഏറെ ചർച്ചചെയ്യപ്പെട്ടതാണ്. നിമ്മിയും സാലിയും തമ്മിലുള്ള ബന്ധമാണ് സ്വവർഗ്ഗാനുരാഗം എന്ന നിലയിൽ വ്യാഖ്യാനിക്കുന്നത്. പക്ഷേ, പത്മരാജൻ അതിനെക്കുറിച്ച് നേരിട്ട് എവിടെയും പരാമർശിച്ചിട്ടില്ല. രണ്ട് പെൺകുട്ടികളും

സ്കൂളിൽ നിന്നുള്ള പിക്നിക് ട്രിപ്പിൽനിന്നും ഒളിച്ചോടിയതിനുശേഷം അവർ രണ്ടുപേരും സ്വതന്ത്രവ്യക്തികൾ എന്ന നിലയിൽ ഒരുമിച്ചു താമസിക്കാൻ തുടങ്ങിയപ്പോഴാണ് സാലിയിൽ ആൺഭാവങ്ങൾ പ്രകടമായത്. ആരും തിരിച്ചറിയാതിരിക്കാൻ മുടി വെട്ടി. ഭാവത്തിൽ സാധാരണ കാമുകനിൽ കാണുന്ന തരത്തിലുള്ള സ്നേഹവും സംരക്ഷണവും സുരക്ഷിതത്വവും നിമ്മിക്ക് സാലി കൊടുക്കുന്നുണ്ട്. ഇവിടെ നിമ്മി പൂർണ്ണമായും സ്ത്രീ സ്വത്വത്തിൽ നിന്നാണ് സാലിയുടെ സ്നേഹം അനുഭവിക്കുന്നത്. നിമ്മിക്ക് അതേസമയം ഒരാണിനോട് പ്രണയം തോന്നുന്നുമുണ്ട്. പക്ഷേ, അവസാനം അവൾ സാലിയിൽ അഭയം പ്രാപിക്കുന്നു. സിനിമയുടെ ക്ലൈമാക്സിൽ രണ്ടു പെൺകുട്ടികളും ആത്മഹത്യ ചെയ്യുന്നു. സ്വവർഗ്ഗ ലൈംഗികതയോടുള്ള സാമൂഹിക എതിർപ്പാണ് ആത്മഹത്യക്ക് നിദാനം. ഭിന്നലൈംഗികത നിലനിർത്താനുള്ള പിതൃമേധാവിത്ത ഘടനയുടെ കാഴ്ചപ്പാടിനനുസരണമായി രണ്ട് പെൺജീവിതങ്ങൾ അവസാനിച്ചു. സർഗ്ഗാത്മകരചനകളിൽ, വ്യവസ്ഥിതിക്ക് പ്രതികൂലമായ വിഷയങ്ങളായ ലൈംഗികത്തൊഴിലാളിയുടെയും സ്വവർഗ്ഗാനുരാഗിയുടെയും ജീവിതം അവതരിപ്പിച്ച പത്മരാജനും സിനിമയുടെ ക്ലൈമാക്സിൽ സമൂഹത്തിന്റെ ഹൃദയസ്പന്ദനത്തിനൊപ്പം യാത്ര ചെയ്തു.

പത്മരാജന്റെ *നവംബറിന്റെ നഷ്ടം* എന്ന സിനിമ 1982-ൽ ഇറങ്ങിയതാണ്. അധികമാരും ചർച്ചചെയ്യാത്ത, എന്നാൽ അക്കാലത്ത് ശ്രദ്ധേയമായ ഒരു സിനിമ. അച്ഛനാൽ ഉപേക്ഷിക്കപ്പെട്ട മീരയെ ഓമനിച്ചു വളർത്തുന്നു സഹോദരൻ. അന്നത്തെ കാലത്ത് ആൺകുട്ടികളെ പോലെ ജീൻസും ടോപ്സും അണിഞ്ഞ്, ആൺകുട്ടികൾ കോളേജിൽ അടിയുണ്ടാക്കുന്നപോലെ മീര പെൺകുട്ടിയോട് അടികൂടുന്നു. ദാസ് എന്ന ചെറുപ്പക്കാരനുമായി പ്രണയത്തിലാവുകയും പിന്നീട് അത് തകർന്നപ്പോൾ മെന്റൽഹോസ്പിറ്റലിൽ ചികിത്സയിൽ ആവുകയും ചെയ്തു. ചികിത്സയ്ക്കുശേഷം തിരിച്ചെത്തിയ മീരയ്ക്ക് കൂട്ടായി വന്നത് തന്റെ ഒരേ ഒരു സഹോദരന്റെ ഭാര്യയാണ്. അവർ തമ്മിൽ വളരെ ശക്തമായ ഒരു ബന്ധം നിലനിന്നിരുന്നു. അവളുടെ ശാരീരികമായ രഹസ്യങ്ങൾവരെ ചേട്ടത്തിയമ്മ മനസ്സിലാക്കി. ഒരിക്കൽ അവളോട് കാറിന്റെ ഡ്രൈവിങ് സീറ്റിലിരുന്ന് അവർ വൈകാരികമായി ചോദിക്കുന്നുണ്ട്, നിന്റെ സുഹൃത്തുക്കൾ കുട്ടിയും ഭർത്താവുമായി ജീവിക്കുമ്പോൾ നിനക്ക് മാത്രം ഇതൊന്നും എന്താണ് തോന്നാത്തത്"

അവർ തമ്മിലുള്ള പ്രത്യേകതരം ബന്ധത്തിന്റെ ചിത്രം കൂടുതൽ വ്യക്തമാവുന്നത് ഒരു ഗാനരംഗത്താണ്. ഭാവങ്ങൾകൊണ്ടും വ്യക്തിപരമായ അടുപ്പംകൊണ്ടും സ്വവർഗ്ഗാനുരാഗത്തിന്റെ പ്രതീതി ഈ സിനിമയും സൃഷ്ടിക്കുന്നുണ്ട്. ഭിന്നലൈംഗികതാ സാംസ്കാരികഭൂമിയിൽ വ്യത്യസ്ത മനുഷ്യരെ ഒരൊറ്റ കുടക്കീഴിൽ നിർത്തുക എന്നുള്ളതും പാട്രിയാർക്കിയുടെ തന്ത്രങ്ങളാണ്.

1974 ൽ പ്രസിദ്ധീകരിക്കപ്പെട്ട, വി ടി നന്ദകുമാറിന്റെ *രണ്ട് പെൺ കുട്ടികൾ* എന്ന നോവൽ സ്വവർഗാനുരാഗമാണ് പ്രമേയമാക്കുന്നത് (ഈ നോവൽ അക്കാലത്തെ പ്രമുഖ സംവിധായകനായിരുന്ന മോഹൻ പിന്നീട് സിനിമയാക്കുകയുണ്ടായി). നാട്ടിൻപുറത്തെ സാധാരണ ഒരു ഗ്രാമത്തിലെ സ്കൂളിൽ പഠിക്കുന്ന പെൺകുട്ടികളായ ഗിരിജയും കോകിലയും അഗാധമായ പ്രണയത്തിലേക്ക് എത്തിച്ചേർന്നു. ഗിരിജ കോകിലയെ പ്രണയിക്കുമ്പോഴും ഗിരിജ എല്ലായ്പ്പോഴും തന്നോട് പ്രണയാഭ്യർത്ഥന നടത്തിയ ആൺകുട്ടിയായ ഗോപിയാവാനാണ് ശ്രമിക്കുന്നത്. അതിനെക്കുറിച്ച് നോവലിൽ ഇങ്ങനെ പറയുന്നുണ്ട്

"സൗന്ദര്യത്തെക്കുറിച്ച് വിചാരിക്കുമ്പോഴെല്ലാം ഗോപിയെ ഓർക്കും. അവസാനമായി തെറ്റിപ്പിരിഞ്ഞ സംഭവത്തെക്കുറിച്ച് ആലോചിക്കും. അപ്പോഴെല്ലാം അസാധാരണമായ ഒരഭിലാഷമാണുണ്ടാകുന്നത്. മാറിടത്തോട് അമർത്തപ്പെടാനും മുഖത്തു ചുംബനങ്ങൾ വർഷിക്കപ്പെടാനുമല്ലായിരുന്നു മോഹം. ഗോപിയായിത്തീരുവാൻ ഗോപി ചെയ്തപോലെയെല്ലാം ചെയ്താൽ ശക്തമായ ആസക്തിയുണ്ടാകും"

കോകിലയും ഗിരിജയും ശാരീരികമായും മാനസികമായും അതിനുള്ളിൽ ജീവിച്ചു. ഗിരിജയ്ക്ക് കോകിലയോട് മാത്രമാണ് ലൈംഗിക ആഭിമുഖ്യം ഉണ്ടായിരുന്നത്. പക്ഷേ, കോകില ഒരേ സമയം മറ്റൊരു ആണിനെയും പ്രണയിച്ചു. പക്ഷേ, നോവൽ അവസാനിക്കുമ്പോൾ രണ്ട് പെൺകുട്ടികളും ഭിന്നലൈംഗികതയിലേക്ക് മാറുന്നതായാണ് നോവലിസ്റ്റ് ചിത്രീകരിച്ചത്. സ്വവർഗ്ഗലൈംഗികതയിൽത്തന്നെ ഗിരിജ ആണിന്റേത് എന്നു വിശേഷിപ്പിക്കുന്ന സാംസ്കാരിക ഭാവത്തിനുള്ളിൽ ആണ് ജീവിക്കുന്നത്. സമൂഹത്തിൽ അധീശത്വം സ്ഥാപിച്ച ക്രമത്തിനുള്ളിൽ മാത്രമേ സാമൂഹികാംഗീകാരം നേടിയെടുക്കാൻ കഴിയുകയുള്ളു എന്ന ചിന്തയിൽനിന്നുമാണ് ഓരോ സ്വവർഗ്ഗാനുരാഗിയും പിന്നീട് സ്വയം മറച്ചുപിടിച്ചുകൊണ്ട് വഴിമാറി സഞ്ചരിക്കുന്നത്.

ഇതിൽനിന്നും വ്യത്യസ്തമായി 2016 ൽ ഇറങ്ങിയ ലെസ്ബിയൻ നോവൽ ആണ് സംഗീത ശ്രീനിവാസന്റെ *ആസിഡ്*. വിവാഹിതയും രണ്ട് ആൺകുട്ടികളുടെ അമ്മയുമായ കമലയും കൂട്ടുകാരിയായ ഷാലിയും തമ്മിലുള്ള പ്രണയമാണ് നോവലിന്റെ കഥാതന്തു. കമല ചെറുപ്പത്തിൽ ഒരു പെൺകുട്ടിയെ ചുംബിച്ചതിനാലാണ് കമലയ്ക്ക് അടച്ചിട്ട മുറിയിൽ ദിവസങ്ങളോളം കഴിയേണ്ടി വന്നത്. അതിനെക്കുറിച്ച് കമലയുടെ അമ്മായിഅമ്മയോട് പറഞ്ഞ വാക്കുകൾ ഇങ്ങനെയായിരുന്നു: "ആണും പെണ്ണുമാണ് പരസ്പരം തൊടേണ്ടത് അല്ലാതെ പെണ്ണും പെണ്ണുമല്ല കേട്ടോടി അസത്തെ. പറഞ്ഞുകൊടുക്ക് നിന്റെ മോൾക്ക്. ഒന്നേ ഉള്ളൂ ലാളിച്ചു വഷളാക്കിയപ്പോ അച്ഛന്റെ പേര് നാറ്റിക്കാൻ നടക്കുന്നു പിശാച്."

കമല സാമൂഹിക ക്രമമനുസരിച്ച് ആണിനെ വിവാഹം ചെയ്തു.

അവളുടെ ലൈംഗികസ്വത്വം പുരുഷവ്യവസ്ഥിതിക്ക് അനുകൂലമായ രീതിയിൽ അടിച്ചമർത്തി. മാധവന് മറ്റൊരു സ്ത്രീയുമായി ഉണ്ടായ പ്രണയബന്ധം കമലയെ ഒരു തരത്തിലും ബാധിക്കുന്നില്ല. മാധവൻ മനപ്പൂർവ്വം അതിന്റെ അടയാളങ്ങൾ ജീവിതത്തിൽ നിരത്തി. പക്ഷേ, കമല അസ്വസ്ഥയായില്ല. ഒരു യാത്രയിൽ വെച്ചു കണ്ടുമുട്ടിയ കൂട്ടുകാരിയിൽ കമല ആകൃഷ്ടയായി. അവൾ ഷാലിയിൽ അനുരക്തയായി പ്രണയവും രതിയും നിറഞ്ഞ ജീവിതത്തിൽ അഭയം പ്രാപിച്ചു. തന്റെ കുഞ്ഞുനാളിലെ അടിച്ചമർത്തപ്പെട്ട ലൈംഗികാഭിമുഖ്യം ഉണർന്നത് ഷാലിയുമായി ഹൃദയബന്ധത്തിൽ ഏർപ്പെട്ടപ്പോഴാണ്. ഇരുവരുടെയും രതിജീവിതം ഭർത്താവിന്റെ മുന്നിൽ വെളിപ്പെട്ടതിനുശേഷവും കമലയും ഷാലിയും ധൈര്യപൂർവ്വം അതിജീവിച്ചു. പക്ഷേ, തന്റെ മകനുമായുള്ള ഷാലിയുടെ വൈകാരിക ബന്ധം കമലയെ തളർത്തി. അതുകൊണ്ട് മാത്രമാണ് അവൾ ഷാലിയെ ഉപേക്ഷിച്ചത്. ഭിന്ന ലൈംഗികതയുടെ അധീശത്വഘടന കമലയെയും ആഴത്തിൽ സ്പർശിച്ചിരുന്നു. അതുകൊണ്ടായിരിക്കാം സ്വവർഗ്ഗാനുരാഗത്തിൽ ആണ് തന്റെ ഐഡന്റിറ്റി എന്ന് തിരിച്ചറിഞ്ഞിട്ടും വിവാഹിതയാവുന്നതും പിന്നീട് സ്വവർഗ്ഗാനുരാഗത്തിലേക്ക് മാറുന്നതും പിന്നീട് ആ ബന്ധം ഉപേക്ഷിക്കുന്നതും.

മുകളിൽ പരാമർശിച്ചിട്ടുള്ള സാഹിത്യ, ചലച്ചിത്ര രചനകളിലെ സ്വവർഗ്ഗാനുരാഗികളെയെല്ലാം ബോധത്തിലും അബോധത്തിലും ഭിന്ന ലൈംഗികാധീശ ഘടന സ്വാധീനം ചെലുത്തുന്നുണ്ട്. ജൂഡിത്ത് ബട്‌ലർ പറയുന്നുണ്ട്- ലിംഗം ഒരു അത്യാവശ്യ ഘടകമല്ല, പക്ഷേ, അതിന് ജൈവശാസ്ത്രപരമായ ഗുണങ്ങളും അത് പിന്തുടരുന്ന വ്യക്തിത്വവും ഉണ്ട്. അതിന്റെ പ്രകടനം, ആവർത്തിച്ചുള്ള പ്രകടനമാണ് സമൂഹത്തിന്റെ നിയമമായി മാറുന്നത്. അങ്ങനെയാണ് സമൂഹത്തിൽ ജൻഡർ എന്ന ആശയത്തെ സൃഷ്ടിക്കപ്പെടുന്നത്.

സ്ത്രീകളും പുരുഷന്മാരും ആവുന്നതിനുമുൻപ് വ്യക്തികൾ സ്ത്രീയും പുരുഷനുമായി അഭിനയമാണ് കാഴ്ചവെക്കുന്നത്. അങ്ങനെയാണ് സ്ത്രീയും പുരുഷനും എന്ന രണ്ട് വിഭാഗമുണ്ടാവുന്നതും സമൂഹം ഭിന്നലൈംഗികതയിൽ മന:ശാത്രപരമായും ലൈംഗികപരമായും കേന്ദ്രീകരിക്കപ്പെടുന്നതും. അങ്ങനെ മനുഷ്യസംസ്കാരത്തിൽ ആഴ്ന്നിറങ്ങിയ ഭിന്നലൈംഗികത മാതൃകയായി അധീശത്വം സ്ഥാപിക്കപെട്ടു. അതിൽ നിന്നുമുള്ള വ്യതിയാനം അസ്വാഭാവികമായി ഇന്നും ചിത്രീകരിക്കപ്പെടുകയും ഭിന്നലൈംഗികത സ്വാഭാവികമായി പരിഗണിക്കുകപ്പെടുകയും ചെയ്തു. മാത്രവുമല്ല ഭിന്നലൈംഗികതയെ സ്ഥാപനവല്ക്കരിക്കുന്നതിലൂടെ കുടുംബം എന്ന സങ്കല്പത്തെ പിതൃകേന്ദ്രീകൃത സമൂഹം ഊട്ടിയുറപ്പിച്ചു. ഈ സാമ്പ്രദായിക വ്യവസ്ഥിതിയിൽനിന്നും വ്യതിചലിച്ച്

സ്വന്തം ലൈംഗികസ്വത്വം സമൂഹത്തിന് മുന്നിൽ ഉയർത്തിപ്പിടിക്കുമ്പോഴും സ്വവർഗ്ഗാനുരാഗികൾ അനുകരണീയമാംവിധം ഭിന്നലൈംഗിക സംസ്കാരത്തിന്റെ സ്വാധീനത്തിൽപ്പെട്ട് ഉഴലുന്നത് കാണുവാൻ കഴിയും. ഇവിടെയാണ് ജൂഡിത്ത് ബട്ലറിന്റെ ചോദ്യം പ്രസക്തമാവുന്നത്.

What is "sex"anyway? Is it natural, anatomical, chromosomal or hormonal?

അതിനുള്ള ഉത്തരവും ബട്ലർ പറയുന്നുണ്ട്:

ലിംഗം (gender) സാംസ്കാരികമായി നിർമ്മിച്ചെടുത്തതുപോലെ ലൈംഗികതയിലും അതിന്റെ സാംസ്കാരികമായ സ്വാധീനം കാണാൻ കഴിയും.

Reference:

1. Judith Butler, *Gender trouble*, Routledge 1990.
2. Judith Butler, *Bodies that matter*, Routledge 1993.
3. Kamala Das, *Chandanamarangal,* DC books.
4. Radclyffe Hall, "The well of loneliness,"words worth private London.
5. Sylvia plath, Bell jar, Harper collins 1963.
6. Emile zola, Nana, Ruetten and loening verlag 1982.
7. വി ടി നന്ദകുമാർ, *രണ്ട് പെൺകുട്ടികൾ,* DC books.
8. സംഗീത ശ്രീനിവാസൻ, *ആസിഡ്,* ഡി സി ബുക്ക്സ് 2016.
9. Simone De Beauvoir, The Second Sex.

www.ingramcontent.com/pod-product-compliance
Lightning Source LLC
LaVergne TN
LVHW060119051026
849517LV00007B/2347
* 9 7 8 9 3 9 4 7 5 3 0 9 9 *